சந்தியா
பதிப்பகம்

சில சமயம் சன்னல்களின் திரைச்சீலைகூட அசையாமல் காற்று உள்ளே வருவதுண்டு. நம் உடலையா மனதையா தீண்டியதென்றறியாமல் அது தழுவிச்செல்வதுண்டு. சிலசமயம் மழைக்குப்பிந்தைய இளவெயிலாக காற்று விரிந்து கிடப்பதை நாம் காண நேர்வதுண்டு. சிலசமயம் இருளில் நாம் ஆழ்ந்த தனிமையுடன் துயருடன் இருக்கையில் நம்முடன் மிக அந்தரங்கமாக காற்றும் இருப்பதுண்டு. இளங்காற்று போன்றவை வண்ணதாசனின் கதைகள். எழுபதுகளில் எழுதவந்தவர். தமிழில் அவருக்கு ஒரு முன்னோடி மரபு உண்டு. கு.ப.ராஜகோபாலன், தி.ஜானகிராமன் என ஒரு மரபு. ஒளிவிடும் ஓடை என மொழி வழிந்தோடும் தடம் என கதையின் வடிவத்தை அமைத்துக்கொண்டவர்கள் இவர்கள். ஓடை தடம் மாறுவதேயில்லை. காதலியின் முத்தம் போலவோ நூற்றுக்கிழவியின் ஆசி போலவோ எங்கோ சென்று தைப்பவை. வண்ணதாசனின் சிறுகதைகள் தமிழ் சேர்த்துக்கொண்ட செல்வம்.

— ஜெயமோகன்

வண்ணதாசன் என் விருப்பத்துக்குரிய எழுத்தாளர். நெருக்கத்தில் அவரை 'கல்யாணி அண்ணன்' என்று அழைப்பதுதான் பிடித்திருக்கிறது. அவரது கதைகள் நெருக்கடியும் பிரச்னைகளும் நிறைந்த வாழ்வின் இடையில் அன்பின் இருப்பையும், அன்பு வெளிப்படும் அரிய தருணங்களையும் வெளிப்படுத்துபவை. தமிழ்ச் சிறுகதை உலகுக்கு இவரது பங்களிப்பு தனித்துவமானது. அது கவித்துமானதொரு உரைநடையை சிறுகதை எழுத்துக்கு உருவாக்கியது. இம்பிரஷனிச ஓவியங்கள் போன்ற துல்லியமும் வண்ணங்களும் கொண்ட உருச்சித்திரங்கள் இவரது கதைகளில் சித்திரிக்கப் படுகின்றன.

- எஸ். ராமகிருஷ்ணன்

ஒரு சிறு இசை

வண்ணதாசன்

சந்தியா பதிப்பகம்
சென்னை - 83.

ஒரு சிறு இசை

© வண்ணதாசன்

முதற்பதிப்பு : 2013
இரண்டாம் பதிப்பு: 2016
ஐந்தாம் பதிப்பு: ஆகஸ்ட், 2017

அளவு: டெமி ● தாள்: 60 gsm ● பக்கம்: 160
அச்சு அளவு: 11 புள்ளி ● விலை: ரூ.190/-
அச்சாக்கம்: அருணா எண்டர்பிரைஸஸ்
சென்னை - 40.

சந்தியா பதிப்பகம்
புதிய எண் 77, 53வது தெரு, 9வது அவென்யூ,
அசோக் நகர், சென்னை - 600 083.
தொலைபேசி: 044 - 24896979

ISBN: 978-93-81343-64-7

ORU SIRU ISAI

© Vannadhasan

Printed at Aruna Enterprises.,
Chennai - 40.

Published by
Sandhya Publications
New No. 77, 53rd Street, 9th Avenue, Ashok Nagar,
Chennai - 600 083. Tamilnadu.
Ph : 044 - 24896979

Price Rs. 190/-

sandhyapathippagam@gmail.com
sandhyapublications@yahoo.com

www.sandhyapublications.com
SAN-562

முன்னுரை

இந்தத் தொகுப்பின் பதினான்காவது கதைக்கும் பதினைந்தாவது கதைக்குமான இடைவெளியில், மழைக் காலம் துவங்கி முடிந்தும் விட்டது. மூக்கம்மா ஆச்சியின் புகைப்படத்தை அந்த மரப்பெட்டியில் தேடும் போது, 'ஒரு சிறு இசை' அப்போதுதான் கேட்டது. எனக்கு அந்த இசை பிடித்துப் போயிற்று.

கதையை எழுதிமுடித்து வாசிக்கையில், அந்தக் குறிப்பிட்ட வரிகளைத் தாண்டும் தருணத்தில், மெய்யாகவே நான் ஒரு சிறு இசையை அந்த வரிகளில் உணர முடிந்தது. கேட்கிற இசையை விட உணர்கிற இசை கூடுதல் இசைமை உடையது.

தொகுப்புக்கு முதலில் 'பூரணம்' என்றே தலைப்பு இட நினைத்திருந்தேன். பூரணம் அடைவது வேறு. பூர்த்தி அடைவது வேறு. இதைச் சரியாகப் புரியாமல், இந்தத் தொகுப்பே என் கடைசித் தொகுப்பு என்று கூட நம்பத் துவங்கிவிட்டேன். ஒரு வழியடைக்கும் கல் என, அந்த நம்பிக்கை அல்லது அவநம்பிக்கை என்னுடைய பதினைந்தாம் கதைக்குப் போகிற பாதையில் உருண்டு வெகுநாள் கிடந்தது. புரட்டிப் போடவும் மேற்செல்லவும் இந்த 'ஒரு சிறு இசை' உதவியது. மூக்கம்மா ஆச்சி உதவினாள்.

'ஒரு தாமரைப் பூ, ஒரு குளம்', 'எண்கள் தேவையற்ற உரையாடல்கள்' எனும் இந்த இரண்டு சிறுகதைகளை மட்டும் ஆனந்த விகடனில் 2011இல் எழுதியிருக்கிறேன். நம்பவே முடியவில்லை, 2012இல் எழுதியது ஒரே ஒரு சிறுகதை, 'பொழுது போகாமல் ஒரு சதுரங்கம்' மட்டுமே. அதுவும் விகடனில்தான். 2012இல் அப்படி என்ன செய்து

கொண்டிருந்தேன்? பொழுதைப் போக்கி அல்லது பொழுது போகாமல் எந்தச் சதுரங்கத்திற்கு நான் பகடை உருட்டித் தோற்றுக்கொண்டிருந்தேன்? இந்த வாழ்வும், இந்த மனிதரும், நானும் என்னை எப்படி அப்படிக் கைவிடும்படி ஆயிற்று? சமீபத்தில் இளையநிலா ஜான் சுந்தர், 'எப்பொழுதும் சந்தோஷமாக இருங்கள் என்று சபிக்கிறேன்' என்று குறுஞ்செய்தி அனுப்பியிருந்தது போல, அந்தப் பருவம் சந்தோஷங்களின் சாபம் இடப்பட்டதாக இருந்ததா?

தொகுப்பின் மீதிப் பன்னிரண்டு கதைகளையும் இந்த 2013இல் தான் எழுதியிருக்கிறேன். அதில் எட்டுக் கதைகள் 'உயிர் எழுத்து' இதழில் வெளிவந்தவை. அதற்கு முந்திய 2012ஆம் வருடம், மாதம் ஒரு கடைசிப் பக்கக் கவிதை எழுத என்னைக் கேட்டுக்கொண்டது போல, ஏப்ரலில் இருந்து என்னை மாதம் ஒரு சிறுகதை எழுதித் தரச் சொன்னவர் சுதீர் செந்தில் தான். அவருடைய பிரியம் நிறைந்த அபிமானமும் நெருக்கமான தூண்டுதலும் இன்றி இத்தனை கதைகளையும் நான் எழுதியிருக்கவே முடியாது. அன்று கேட்டு, மறு நாள் அனுப்பிய, 'அந்தப் பன்னீர் மரங்கள் இப்போது இல்லை' என்ற கதையும், சிபிச்செல்வனின் 'மலைகள்.காம்' இணைய இதழில் எழுதிய, 'எதுவும் மாறிவிட வில்லை' கதையும் பக்க அளவில் சிறியவை. ஆனால் என் அளவிலும், அதனதன் குரல்கள் அளவிலும் முக்கியமானவை. அந்தக் கதைகளில் வரும் மனிதர்கள் போலவே, அதை எழுதிய நானும் சற்றுப் புதிதாகி இருந்தேன். புதிதாவதும் புதிதாகிவிட்டதாக உணர்வதும் எத்தனை இதமானவை.

கலைஞர் 90 நிகழ்வில் நேரடிப் பரிச்சயமான அமிர்தம் சூர்யா, கதிர் பாரதி இருவரும் கல்கியில் என் மறு பிரவேசம் நிகழக் காரணம் ஆனார்கள். 'ஒரு பறவையின் வாழ்வு' கல்கி தீபாவளி மலரில் வெளிவந்தது. அந்தக் கதையில் நான் பிரமிளின் கவிதையில் பிரவேசித்து, பி.பி. ராமச்சந்திரனின் மலையாளக் கவிதையில் மறு பிரவேசம் செய்திருந்தேன். இப்போது கூட, 'சிறகிலிருந்து பிரிந்த இறகொன்று' என்றும், 'இதை விட எளிமையாக/எப்படி வெளிப்படுத்தும்/கிளிகள் தங்கள் வாழ்வை?' என்றும் சொல்லிக்கொள்கிறேன்.

இந்தப் பதினைந்து கதைகளை இந்தத் தொகுப்புக்காக மீண்டும் வாசிக்கிற போது, அவை வெளிவந்த பொழுதுகளில், மின்னஞ்சல்கள், கடிதங்கள், குறுஞ்செய்திகள்,

தொலைபேச்சுக்கள் மூலமாக என்னிடம் வந்துசேர்ந்த அத்தனை பேரையும் நினைக்காமல் தீரவில்லை. போடி நோபுள் சார், திருச்சி எஸ்.ஆர்.வி பள்ளி முதல்வர் துளசிதாசன், ச.தமிழ்ச்செல்வன், ஜாகீர் ராஜா, லிங்கம், ந.ஜயபாஸ்கரன், கே.கே.ராஜன் அண்ணன். ஜனநாதன், என்னுடைய தம்பி சேது, அனுராதா கிருஷ்ணசாமி, சமீபத்திய விகடன் தீபாவளி மலர் சிறுகதை 'தண்டவாளங்களைத் தாண்டுகிறவர்கள்' உட்பட, ஒவ்வொன்றையும் வரிவரியாகச் சொல்லித் தழுதழுக்கிற பேராசிரியர் ராஜாராம், சித்திரை வீதிக்காரன், தியாகராஜன் நமசிவாயம், ராம்ஜி யாஹூ அத்தனை பேரும் என்னுடைய முந்திய கதைகளைப் பற்றிப் பகிர்ந்து அடுத்த கதைகளை எழுதத் தூண்டினார்கள். மிகப்பழைய உதாரணமாகவே இருந்துவிட்டுப் போகட்டும். அவர்கள் என் விளக்கின் திரிகள் நன்றாய்ச் சமையவும் என் சுடர் மிகவும் காரணமாக இருந்தார்கள்.

விகடனில் வெளியாகியிருக்கும் 'கனியான பின்னும் நுனியில் பூ' கதைக்கு ஓவியர் மணியம் செல்வன் வரைந்திருந்தார். அவர் வரைந்திருந்த மாதுளம் பழத்தைப் பார்த்தால், ஒரு விகடன் வாசகனுக்கு அந்தக் கதையின் முழுத் தலைப்பும் அர்த்தமும் புரிந்து போகும். அப்படியான வரைதல் அது. எல்லாக் கலைஞனிடமும் ஒரு கலை வெளிப் படையாகவும், வேறு சில சகோதரக் கலைகள் வெளிப்படுத்தப் படாமலும் இருக்கும். மணியம் செல்வனுக்குள் ஒரு ஓவியன் தவிர, எதையும் கூர்ந்து கவனித்துச் சொல்கிற ஒரு விசாலமான எழுத்தாளன் இருந்தான். எழுத்தாளன் என்றாலே அவன் விசாலமானவன் தானே. மணியம் செல்வன் என்னுடன் செய்தபடியிருந்த தொலைபேச்சில், அந்தக் கதையின் சில அழகிய பகுதிகள் குறித்துச் சொல்லிக்கொண்டே போனார். கதையில் ஒரு இடத்தில், 'தரையில் யாரோ சப்போட்டா விதையைத் துப்பி இருந்தார்கள். கருப்புக் கருப்பாகப் பளபளவென்று கிடந்தன' என எழுதியிருந்ததைக் குறிப்பிட்டு வெகுவாக சிலாகித்தார். அப்படிச் சிலாகிக்கிற அந்தத் தொலைபேச்சுக் கணத்தில் அவர் முன் அந்த சப்போட்டா விதைகள் கிடந்தன. பளபளத்த கருப்பு விதைகளைப் பார்க்க முடிந்த மணியம் செல்வனாக நானும், அந்தக் கதையை எழுதியவனாக அவரும் மாறிவிட்ட இடம், என் அந்தக் கதையை விடவும் அருமையானது.

மாறிக்கொண்டே வருகிற உலகில், அப்படியே முப்பது வருடங்களுக்கு மேல் மாறாத புன்னகையுடன், சிதறாத அக்கறையுடன், தொடர்ந்த அர்ப்பணிப்புடன், சாய்வற்ற விசாலத்துடன் தமிழின் படைப்புச் சூழலில் இயங்கி வருகிறவர் அருமை நண்பர் பாஸ்கர் என்கிற பாவண்ணன். நாவல், சிறுகதைகள், கவிதை, கன்னடம் தமிழ் இடையிலான மொழிபெயர்ப்புப் பரிமாற்றங்கள், விமர்சனக் கட்டுரைகள், அபுனைவுகள் என்ற அவருடைய தொடர்ந்த பங்களிப்புகள் மிகக் குறைவாகவே கவனிக்கவும் பாராட்டவும் பெற்றிருக்கின்றன. பெற்றிருப்பதற்கும் மேலான பேறுக்குத் தகுதியுடைய அவருக்கு நான் என்ன தந்துவிட முடியும்?

ஒரு மென்மையான சகா ஆகவும், ஒரு நல்ல சகோதரன் போலவும் என் எழுத்துக்கள் மேலும், தனிப்பட்ட என் மேலும் பரிவும் அக்கறையும் கொண்டிருக்கும் பாவண்ணனுக்கு இத்தொகுப்பை மிகுந்த அன்புடன் சமர்ப்பிக்கிறேன். இப்படிச் சமர்ப்பிக்கிற பொழுதில் மறுபடியும் ஒரு சிறு இசையை என்னால் கேட்க முடிகிறது.

இசையில் சிறிதென்ன, பெரிதென்ன? இசை. அவ்வளவுதான்.

19. சிதம்பரம் நகர்,
பெருமாள்புரம்,
திருநெல்வேலி - 627007.

கல்யாணி.சி
05.12.2013

உள்ளே....

1. ஒரு தாமரைப் பூ, ஒரு குளம் ✦ 11
2. எண்கள் தேவையற்ற உரையாடல்கள் ✦ 20
3. பொழுது போகாமல் ஒரு சதுரங்கம் ✦ 29
4. பூரணம் ✦ 39
5. கனியான பின்னும் நுனியில் பூ ✦ 51
6. நிரப்புதல் ✦ 58
7. எதுவும் மாறிவிடவில்லை ✦ 67
8. கல்பனா ஸ்டுடியோவில் ஒரு ஃபோட்டோ ✦ 74
9. தண்ணீருக்கு மேல் தண்ணீருக்குக் கீழ் ✦ 88
10. அந்தப் பன்னீர்மரம் இப்போது இல்லை ✦ 98
11. மன்மத லீலையை ✦ 106
12. சந்தனம் ✦ 114
13. ஒரு பறவையின் வாழ்வு ✦ 127
14. தண்டவாளங்களைத் தாண்டுகிறவர்கள் ✦ 137
15. ஒரு சிறு இசை ✦ 150

ஒரு தாமரைப் பூ, ஒரு குளம்

"இன்றைக்கு வீட்டுக்குத் திரும்புவோமா மாட்டோமா?"

ஒருபோதும் அப்படியெல்லாம் அவருக்குத் தோன்றியதே இல்லை.

எப்போதும் போலத்தான் அவர் சாயுங்காலம் நடப்பதற்குப் புறப்பட்டார். இரண்டு ஜோடிச் செருப்புக்களில் எதைப் போட்டுக் கொள்வது என்று வழக்கம் போல ஒரு சிறு தடுமாற்றம் உண்டாயிற்று. காலின் ஐந்து நகங்களும் குதி காலும் வழுவழுவெனப் பதிந்து மினுமினுக்கிற ஜோடியைத்தான் இன்றைக்கும் தேர்ந்தெடுத்தார். முன்னைப் போல யாரிடமாவது எதையாவது பேச்சுக் கொடுத்துக் கொண்டே, கால்களைச் செருப்புக்குள் நுழைத்துக்கொள்ள முடியவில்லை. ஒவ்வொரு உறுப்புக்கும் வயதாகிறது. குனிந்து செருப்பை வலதா இடதா என்று பார்க்க வேண்டும். சுவரில் கைகளை ஊன்றிக்கொள்ளாமல் அதைச் செய்ய முடிகிறதில்லை. சுவரில் லேசாகச் சாய்ந்து கொள்ளாமல் உடை மாற்றி வெகு காலம் ஆயிற்று.

முன்னால் எல்லாம் ஜிப்பா போடுவது ரொம்பப் பிடிக்கும். வேலையில் இருந்து ஓய்வு பெற்ற பிறகு சாயுங்காலம் நடக்கும்போது அணிவதற்கென்று நிறைய கதர் ஜிப்பாக்கள் தைத்திருந்தார். சர்வோதயாவில் கிடைக்கிற ஜவ்வாதைப் பூசிக் கொள்கிறதும் தவறாது. இந்த ஜவ்வாது வாசனையை மோப்பம் பிடித்துவிட்டது போல, எங்கிருந்தாலும். 'என்ன மைனர் வெளியே கிளம்பியாச்சா?' என்று அவர் வீட்டம்மாவிடம் இருந்து சத்தம் வந்துவிடும். மைனர் என்பதை அவ்வளவு சந்தோஷமாகக் கேட்டுக் கொள்வது போல, அதே சந்தோஷத்துடன், வெளியே தன் நண்பர்களிடம் போய், 'நம்ம வீட்டுக் கிழவி சொல்லுதா' என்று அவர் ஏதாவது சொன்னால், அவர் அன்றைக்கு ரொம்ப உற்சாகமாக இருக்கிறதாக அர்த்தம்.

தன்னுடைய மனைவி கிழவி இல்லையென்பதும், தான் இன்னும் மைனர்தான் என்கிறதுமான அந்தரங்கமான பூரிப்பு அதில் தெரியும்.

இப்போது அப்படியெல்லாம் ஜிப்பா போட முடிவதில்லை. போடக் கூட முடிகிறது. கழற்றும்போது கையை உயர்த்தி உருவு வதற்குச் சிரமப் படுகிறது. தானாக எதையும் செய்யமுடியவில்லை என்றால், அப்புறம் என்ன மைனர், எதற்கு ஜிப்பா? இப்போது ஜிப்பாவும் கிடையாது. 'என்ன மைனர் வெளியில கிளம்பியாச்சா?' என்ற சத்தமும் கிடையாது. மகராசி போய்ச் சேர்ந்துவிட்டாள். இந்தத் தை வந்தால், ஆறு முடிந்து ஏழு வருஷம் ஆகிறது.

சின்ன மகன் குருசாமி வீட்டோடு வந்தே மூன்று வருஷத்திற்கு மேல் இருக்கும்.

யாராவது ரொம்ப உருத்தாகக் கேட்பார்கள், 'அது சரி, அங்கே ஒத்தையில கிடக்கிறதுக்கு, இங்கே பேரன் பேத்தி கூட இருக்கலாம். நமக்கும் வயசு வருதா, போகுதா? நாளையும் பின்னைக்கும் இங்கே இருக்கிறதுதானே எல்லாத்துக்கும் ஒரு ஏந்தலா இருக்கும்.'

அவர்கள் அப்படிச் சொல்லச் சொல்ல இவருக்குச் சிரிப்பாகவும் இருக்கும். இன்னொரு பக்கம் வருத்தமாகவும் இருக்கும். சிரிப்பு எதற்கு என்றால், இப்படிப் பழைய மாதிரி 'ஒத்தையில', 'நாளையும் பின்னைக்கும்', 'ஏந்தலா' என்ற வார்த்தைகளைக் கேட்க முடிகிறதே என்று. 'ஏந்தலா' என்று அவரே மறுபடி சொல்லிப் பார்த்துக் கொள்வார். தன்னை யார் இப்போது ஏந்திக் கொண்டிருக்கிறார்கள்? தான் யாரை இப்போது ஏந்தி நிற்கிறோம் என்று யோசனை போகும். யாருடைய நீட்டிய கைகளிலோ, ஒரு பிறந்த குழந்தை மாதிரித் தான் கிடப்பது போலவும், சூரியனுக்குக் கீழே உயர்த்திக் காட்டுவது போலத் தன்னை அவர்கள் நீட்ட, வெளிச்சத்தில் கண்கள் கூசுவதாகவும் அவருக்குத் தோன்றும். சிரித்துக் கொள்வார். சின்ன மகனுக்குக் குழந்தை குட்டி இல்லை என்பதைச் சொல்ல வருத்தமாக இருக்கும். அப்படி நேராகச் சொல்லமாட்டார். 'எழுபது வயசு ஆச்சு. அப்புறம் என்ன? நம்மளே பச்சைப் பிள்ளை மாதிரித் தானே" என்பார்.

'நீங்க பச்சைப் பிள்ளையோ, இல்லையோ? பார்வதி உங்களைப் பெத்த அம்மை மாதிரித்தானே பார்த்துக்கிடுதா' என்று எதிரே நிற்கிறவர் சொல்வார். பார்வதி என்கிறது அவருடைய மருமகள் பெயர். இதில் என்ன சங்கடம் அல்லது சந்தோஷம் என்றால்,

மாமியார்க்காரியாகிய அவருடைய மனைவியின் பெயரும் அதுதான். பார்வதி என்கிற பெயரே நன்றாகத்தான் இருக்கிறது. அப்படி ஒன்றும் நீளமான பெயரும் அல்ல அது. ஆனால். 'பாரு' என்றுதான் குருசாமி தன் வீட்டுக்காரியைக் கூப்பிடுகிறான். மகன் கூப்பிடுகிறதாவது சரி. பக்கத்து வீடு, அடுத்த வீட்டுக்காரார்களுக்கு என்ன வந்தது? அவர்களும் அப்படித்தான் கூப்பிடுகிறார்கள்.

மருமகளை அவர் பெயர் சொல்லிக் கூப்பிட்டதே இல்லை. அது எப்படியோ, பெயர் சொல்லிக் கூப்பிடாமலே இதுவரை எல்லாம் நடந்து கொண்டுதான் இருக்கிறது. யோசித்துப் பார்த்தால், யாருக்குமே பெயர் என்கிறது அப்படியொன்றும் அவசியமில்லையோ என்றுகூடத் தோன்றுகிறது. ரேஷன் கார்டுக்கு வேண்டுமானால் அது பிரயோஜனம். அவருடைய ரேஷன் கார்டு சுடலைமாடன் கோவில் தெருவில் இருக்கிறது. அவர் பெயருக்குக் கீழ், பார்வதி என்ற உமையாள் என்று இருக்கும். அந்தப் பட்டப் பெயரையும் சேர்த்து யார் கொடுத்தார்கள் என்று தெரியவில்லை.

சமயத்தில் இப்படித்தான் பழசு புதுசு எல்லாம் சம்பந்தா சம்பந்தமில்லாமல் ஞாபகம் வருகிறது. வயது ஆக ஆகப் பழசு எல்லாம் புதுசு ஆகிவிடும் போல இருக்கிறது. புதியது எல்லாம் பழையது ஆகையில், பழையது புதியது ஆகக் கூடாதா? ஆகும். ஆகிறது. ஹோ அண்ட் கோ டைரியின் ஓரத்தில் பென்சில் செருகி வைத்துக் கொள்ள ஒரு இடம் இருக்கும். இந்தக் குச்சி பென்சில், அதன் சாக்லேட் நிறத்தோடு ஞாபகம் வருகிறது. ஞாபகத்தில் எது புதுசு, எது பழசு? அது எப்போதும் புதியதுதான்.

வாசலில் நின்று செருப்பைப் போடுகையில், வெயில் மாதிரி ஞாபகம் எப்போதும் புதியது என்று அவருக்குத் தோன்றியது. இது தெற்குப் பார்த்த வீடு. மேற்கே இருந்து சாய்கிற வெயிலில் எல்லாச் செடியும் மினுங்கிக் கொண்டிருந்தது. வெறும் வெயில் மினுக்கம் மட்டுமில்லை. ரப்பர் குழாயிலிருந்து பீச்சுகிற தண்ணீரின் கனத்தில் அமுங்கி விடுபடுகிற இலைகளின் மேல் விழுகிற பளபளப்பு. இது ஒவ்வொரு கருக்கலிலும் நடக்கிறதுதான்.

'குருசாமி வீட்டுக்காரிக்கு செடி கொடீன்னா உசிரு. வெளியூரில் இருந்து போன் போட்டாலும், அது வாடாமல் இருக்கா? இதுக்குத் தண்ணீ விட்டீங்களா? மார்ட்டின் மல்லி மொட்டு விட்டுட்டதா? என்றுதான் முக்கால் வாசிப் பேச்சு இருக்கும். அவனைக் கூட சாப்பிட்டீங்களா, தூங்குனீங்களாண்ணு கேட்கிறது அப்புறம்தான்"

என்று அவரே மற்றவர்களிடம் சொல்வார். சொல்வதற்குக் காரணம் உண்டு. மருமகள் ஊரில் இல்லாத காலத்தில் தண்ணீர் ஊற்ற வேண்டியது அவருடைய பொறுப்பு. அதென்ன மார்ட்டின் மல்லி என்று முதலில் அவருக்கும் புரியவில்லை. அந்த அடுக்கு மல்லி பதியன் மார்ட்டின் என்கிற குருசாமியின் நண்பர் வீட்டிலிருந்து தான் கொண்டுவந்ததாம். அதனால் அப்படிப் பெயர்.

நிஜமாகவே, கட்டிலுக்கு அடியில் ஒளிந்து கொள்கிற சின்னப் பிள்ளை மாதிரி, இலைகளுக்கு இடையில் அது முதல் தடவை பூத்தபோது, அவரைத்தான், 'அய்யோ. வாங்க மாமா. இங்க வந்து பாருங்களேன்' என்று கூப்பிட்டுக் காட்டினாள். கண்ணாடி போடாமல் பார்த்ததில், அது உத்தேசமான வெள்ளையில்தான் தெரிந்தது. ஆனால் பக்கத்தில் செடியோடு செடியாகக் குத்த வைத்து உட்கார்ந்து இருந்த மருமகள் முகம் அடுக்கடுக்காக மலர்ந்திருப்பது நன்றாகத் தெரிந்தது. இந்த குருசாமி கண்ணாடி முன்னால் முகச் சவரம் செய்துகொண்டு இருந்தால்தான் என்ன? ஒரு இரண்டுநிமிஷம் வந்து இதை எட்டிப் பார்த்தால் ஆகாதா? பூவைப் பார்க்காவிட்டாலும் இவளைப் பார்க்கலாம் இல்லையா? என்ன பிள்ளைகள்?

அவர் வெளியே புறப்பட்டுவிட்டது தெரிந்ததும், ரப்பர் குழாயைத் தரையோடு தரையாகக் கீழே வைத்துவிட்டு, இரும்புக் கதவை அகலமாக மருமகள் திறந்தாள். 'இருக்கட்டும்' என்றபடி கேட்டை மறுபடி மூடினார். கீழே குழாயிலிருந்து பெருகுகிற தண்ணீரில் ஒரு தவிட்டுக் குருவி அலகைச் சாய்த்துக் குடித்துக் கொண்டிருந்தது. அது ஏழு கடல், ஏழு மலை தாண்டி, தாகத்தோடு பறந்து வந்திருப்பது போலவும், இந்தத் தண்ணீரை அது குடித்திருக்கா விட்டால், அதன் சிறகுகளுக்குள் பத்திரப் படுத்தியிருக்கிற மொத்த வானத்தையும் எறும்பு அரிக்கக் கொடுத்துவிட்டு, அந்த இடத்திலேயே அது குப்புற விழுந்துவிடும் என்று தோன்றியது.

'என்ன மாமா. எதையாவது மறந்துவிட்டீங்களா?' என்று வளையல் ஈரத்தை சேலை நுனியால் துடைத்துக் கொண்டே கேட்பதற்குக் கூட அவருக்கு எதுவும் சொல்ல முடியவில்லை.

'உடம்புக்கு என்னமாவது செய்யுதா?' என்று மறுபடி கேள்வி வரும்போதும் அவர் தண்ணீர் குடிக்கிற குருவியையே பார்த்து கொண்டு இருந்தார். அது இப்போது, தண்ணீரின் கம்பளத்தில் புரள்வது போல இரண்டு மூன்று முறை அதன் கால்களை மல்லாக்க

நிறுத்தி, சிறகுகளைப் படபடவென்று அடித்துக் கொண்டது. செருகி வைக்கப்பட்ட சிறகின் விசிறி மடிப்புக்குள்ளிருந்து தண்ணீரை அது திவலைகளாக உதறிக் கொள்வதில் எந்தத் துக்கமும் இல்லை. ஒருவகை ஆனந்தத்தில்தான் அது இருந்திருக்க வேண்டும்.

அவருக்கு அது என்னவோ மிகப் பெரும் வாதையில் தரையில் துடிப்பது போல இருந்தது. முதன் முதல் அது வெளிவந்த முட்டையோட்டின் சிதறல்களை மண்ணிலிருந்து பொறுக்கியெடுத்து, மீண்டும் முட்டைக்குள் புகுந்துவிடத் தவிக்கின்ற பெரும் ஒற்றைப் பிரயாசை அது என்று தோன்றிற்று. கடைசி நிமிட வலியுடன், அவருடைய உள்ளங்கையில் திரும்பத் திரும்ப, வட்டமிடுவது போலவும் சுரண்டுபோலவும் சுழன்று கொண்டே இருந்து ஒய்ந்த அவருடைய ‘கிழவி’யின் விரல்களன்றி அந்தச் சிறகுகள் வேறில்லை என்று பதைத்தது.

பொதுவாக, ‘வந்திருதேன்’ என்று யார் முகத்தையும் பாராமல். வெளியே போகும்போது, அவர் சொல்லிக் கொண்டு போவார். ஆதியில் இருந்தே அப்படி மட்டுமே சொல்லி அவருக்குப் பழகி விட்டது. இங்கே போகிறேன், இவ்வளவு நேரத்துக்கு வருவேன் என்று உறுதியாக ஒருபோதும் அவர் சொல்கிறதில்லை. வெறுமனே ‘வந்துவிடுகிறேன்’ என்பது மட்டும்தான்.

இன்றைக்கு அவரால் அதைச் சொல்ல முடியவில்லை.

வீட்டுக்குத் திரும்பி வருவோமா என்று தோன்றிவிட்டது. கிட்டத்தட்ட வரமாட்டோம் என்று கூட அவர் நினைக்க ஆரம்பித்து விட்டார். ஒரு குருவிக்கே இப்படி என்றால், மனுஷனுக்கு எம்மாத்திரம்? பறவையை விட மனுஷன் எந்த விஷயத்தில் உசத்தி? இந்த இரண்டு கை இருந்து என்ன பிரயோஜனம்? இந்தப் பக்கமும் அந்தப் பக்கமும் தோளிலிருந்து தொங்கினால் ஆயிற்றா?

‘ரெக்கை மாதிரி வருமா? ஒரு எவ்வு எவ்வி இப்படி உச்சி வரை போக முடியுமா? கீழே என்ன இருக்கு என்று கவலையில்லாமல் தன்னந்தனியாக மேலே பறந்துக்கிட்டே இருக்க லாயக்கு உண்டா?’

அவர் பார்க்கும் போதே, அவர் கதவைச் சாத்தும்போது உண்டான சத்ததில், அந்தக் குருவி பறந்தது. அந்தரத்தில் இருந்து வந்து அந்தரத்துக்குள் புகுந்துபோய் விட்ட மாதிரி ஒரு நொடி அதன் வேகமான மறைவில் கண்ணைக் கட்டிக் கொண்டுவந்தது. சரி. இப்போது போவோம். வருகிறதைப் பற்றி அப்புறம் பார்த்துக்

கொள்ளலாம் என்று ஒரு தெளிவான முடிவு செய்ய முடிந்ததில் அவர் சந்தோஷப்பட்டார். மேலும், வருவது என்பது கூட ஒருவகையில் எங்கோ எதற்கோ போவதுதானே என்று ஒரு புதிய கணக்கும் விடையும் பிடிபட்டது.

எதிரே இருக்கிற எருக்கலஞ் செடிகளின் மேல் ஒரு பட்டாம் பூச்சி பறந்துகொண்டிருந்தது.

தான் தன்னுடைய சின்ன வயதில் தண்டவாளங்களுக்குப் பக்கத்தில் பார்த்த அதே பட்டாம் பூச்சிதான் இப்போது தனக்கு முன்னே பறப்பதும் என்று அவர் மனப்பூர்வமாக நம்பினார். அந்த எருக்கலம் பூக்களைப் போல இந்தச் சாயுங்காலம் கரு நீலமாக இருக்கிறது என்று நினைத்தார்.

அந்த வாக்கியத்தை ஆங்கிலத்தில் மொழிபெயர்த்து முழுவதுமாகச் சொல்லிப் பார்த்தார். தான் தினந்தோறும் இத்தனை காலமும் வாசித்து வருகிற ஆங்கிலத் தினசரியின் ஞாயிற்றுக் கிழமை இணைப்புக்கு ஒரு கட்டுரையை அந்த முதல் வரியுடன் எழுதியனுப்ப வேண்டும் என்று மிக உடனடியாக அவர் ஆசைப் பட்டார். அவருடைய கட்டுரை பிரசுரமாகும் அதே பக்கத்தில் தண்டபாணி தேசிகரின் படம் ஒன்று வெளியாகி இருப்பதாகவும், ‘என்ன கவி பாடினாலும் உந்தன் மனம் இரங்கவில்லை’ என்ற அடர்த்தியான குரல், இப்போது நடக்கிற அவருடைய பாதையில் நிரம்புவது போலவும் அவர் தன்னைத் தானே ஒரு சங்கிலியின் தொடர்ந்த கண்ணிகளில் கோர்த்துக் கொண்டார்.

கட்டுமானம் நடந்துகொண்டிருக்கிற ஒரு புதிய அபார்ட்மெண்ட் கட்டடத்தின் உச்சித் தளத்தில் வேலை செய்கிறவர்கள் பரபரப்பாக நகர்ந்துகொண்டிருந்தார்கள். கான்க்ரீட் போடும் தினத்திற்கும், இப்படி வெளிச்சம் குறைந்து கொண்டிருக்கும் மாலை நேரத்திற்கும், இந்த உரத்துக் கேட்கும் குரல்களுக்கும் எப்போதுமே ஒரு பொருத்தம் இருப்பது எப்படி என ஆச்சரியப்பட்டார். கொஞ்ச நேரம் அது என்ன திசை என்ற அனுமானத்தில் அவர் நடை இருந்தது. அது கிழக்கும் இல்லை. தெற்கும் இல்லை. அனேகமாகத் தென் கிழக்கு. தென்கிழக்கில் முழு வட்டத்தில் அஸ்தமனமாகிற ஒரு ஆரஞ்சுச் சூரியன் அந்தக் கட்டிடத்தின் உச்சியில் இப்போது இருந்தால் நன்றாக இருக்கும் என்று தோன்றியவுடன், நிஜமாகவே அப்படி ஒரு சூரியனை அங்கே அவரால் கற்பனை செய்துகொள்ள முடிந்தது.

என்ன அழகான சூரியன். அது என்ன அந்தச் சுற்றுச் சுற்றுகிறது? தன்னுடைய வட்டத்தைத் தானே வெளியே தள்ளுவது போல், முடிவற்ற ஆரஞ்சு மையத்திலிருந்து விளிம்புக்குத் தன்னை அது நகர்த்துவது எப்படி? ஒரு தாமரைப் பூவில் ஒரு குளம் நிரம்பிவிடுமா?

எதிரே சைக்கிளில் வந்தவர் இவரைப் பார்த்ததும் இறங்கினார். ‘சவுக்கியமா’ என்று கேட்டார். யார் என்று சட்டென இவருக்குப் பிடிபடவில்லை. எல்லாம் சற்று மங்கி அப்புறம்தான் தெளிகிறது இன்றைக்கு.

‘முருகானந்தம் லா. போஸ்ட் மேன் முருகானந்தம்’ என்று சொல்லி, ‘சவுக்கியமா அய்யா?’ என்று மறுபடி இவர் கையைப் பிடித்தார். அந்தக் கைப் பிடிப்பில் இருந்து அடையாளம் தன்னை வரைந்து முருகானந்தமாக நிறுத்தியது.

‘சௌக்கியமா இருக்கியா டே’ என்று தன் கையைப் பிடித்த முருகானந்தத்தின் கையை மேலும் கொஞ்ச நேரம் அப்படியே பிடித்திருந்தார். அவர் வினியோகித்த தபால் கட்டுகளும் கடிதங்களும் இன்னும் அவர் கையில் அப்படியே இருப்பது போல இருந்தது. முருகானந்தமே ஒரு கடிதத்தை எழுதி, அக் கடிதத்தை ஒரு தபால்காரராக இவர் கையில் தருவது போல இருந்தது.

முருகானந்தத்திடம் சொல்வது போலவும் தனக்குத் தானே சொல்லிக் கொள்வது போலவும், ‘என் அட்ரசுக்குக் காயிதம் வந்து எவ்வளவு நாளாச்சு”என்றார். ’கடேசிக் காயிததுக்குத்தான் வெயிட் பண்ணிக்கிட்டு இருக்கேன்’ என்று மேலே கையைக் காட்டி சிரித்தார். ஆனால் உண்மையில் அவருக்கு அழுகை வருகிறது போலத்தான் இருந்தது. அழக் கூடாது என்று மேலும் சிரித்தார்.

முருகானந்தம் கையை இறுக்கினார்.

இவர் கேட்கவே இல்லை. முருகானந்தம் சைக்கிளில் ஏறிக் கொண்டே சொன்னார், ‘ரிடயர்ட் ஆயிட்டோம்னு சும்மா உக்காந் திருக்க முடியாது இல்லியா அய்யா. ஒரு வீட்டில வாட்ச் மேனா இருக்கேன். நைட் டூட்டி’. அவர் சைக்கிள் செயினும் மட் கார்டும் முன்பு கேட்ட மாதிரி இப்பவும் அதே சத்தத்தைத்தான் போடுகிறது. அந்த உலோகச் சத்தம் அவரை விட்டு விலகிப் போகப் போக ஒரு புள்ளியில் எந்தச் சத்தமும் அற்ற, யாருமே அருகில் இல்லாத ஒரு இடத்தில் அவர் நின்று கொண்டிருந்தார்.

அவரைப் போலவே சத்தம் இல்லாமல் ஒரு மர மல்லி மரம் அவர் பக்கத்தில் இருந்தது. நிறைய பூ உதிர்ந்து கிடந்தது. இவர் பார்க்கும் போதே இன்னொரு பூ உதிர்ந்தது. கடைசியாக உதிர்கிற இதுதான் கடைசியாகப் பூத்திருக்குமா? முதலில் பூத்துக் கடைசியில் உதிர்வதும், கடைசியில் பூத்து முதலில் உதிர்வதும் இல்லாமலா இருக்கும்? மகன் குருசாமிக்கு முன்னால் பிறந்து, அறைக்குள்ளேயே இறந்ததே ஒரு பெண் குழந்தை, அதன் ஞாபகம் வந்தது. அந்தக் குழந்தையும் இந்தப் பூவும் ஒன்றுதான் என்று பட்டதும், அதைக் குனிந்து எடுத்தார். உள்ளங் கை விரித்த மாதிரி வெள்ளை. நடுவில் லேசாகப் பட்டும் படாமல் மஞ்சள். பார்த்தபடியே நடந்தார்.

தட்டான்கள் குறுக்கும் மறுக்கும் பறந்து, தரையில் நிழல் சிறகடித்தது.

நடக்கும் போது ஏதோ பின்னால் சத்தம் கேட்டது. பின்னால் கூட இல்லை. கால் பக்கம் இருந்து வந்தது. வேட்டி கரண்டைக் காலில் தடுக்கினால், ரப்பர் செருப்பு குதி காலில் பட்டால் வருகிற மாதிரித் தரையோடு தரையாய் சத்தம் நகர்ந்தது. திரும்பிப் பார்க்கையில், ஒரு நாய்க் குட்டி முனங்கிக் கொண்டே வந்தது. நல்ல வெள்ளை. நெற்றியில் காப்பி சிந்தின மாதிரி வேறு நிறம். பிறந்து நான்கு நாட்கள் கூட இருக்காது. அம்மா மடி ஞாபகமாக, காம்பு தொங்கும் திசையில், தாய்ப் பாலை நோக்கி நகர்ந்து வந்து கொண்டிருந்தது. சின்ன முனங்கல் தவிர வேறு சத்தமில்லை. எறும்பு புறங்கை ரோமத்தில் ஊர்கிற மாதிரி. கொஞ்ச நேரத்துக்கு முன்னால் அந்தப் பூ உதிர்ந்த மாதிரி.

காலில் மிதிபட்டுவிடக் கூடாதே என்ற ஜாக்கிரதையில், ரோட்டின் இந்தப் பக்கத்தில் இருந்து எதிர்ப் பக்கமாகப் போனார். அந்தக் குட்டி முன்பை விடத் தீவிரமாகச் சிணுங்கிக் கொண்டு அவர் பின்னாலேயெ அந்தப் பக்கத்திற்கு வந்தது. ஒரு சிறு நூல் பந்து போல, ஒரு அகல மரக் கரண்டி மாதிரித் தலையைக் குனிந்து கொண்டே அது தன்னுடன் வருவது அவருக்குப் பிடித்துப் போயிற்று. கால் பெருவிரலை முகர்ந்து பார்க்கும் அதன் மூச்சு அவர் உச்சிக்கு ஏறியது.

வீட்டு வாசலில் தண்ணீர் குடித்த குருவிதான் இப்போது இப்படி நாய்க்குட்டி ஆகிவிட்டது என்று நம்பினார். அந்தப் பட்டாம் பூச்சி, எதிரே வந்த முருகானந்தம், மர மல்லிப் பூ எல்லாம் கூட அந்தக் குருவிதான் என்பதில் அவருக்கு எந்த சந்தேகமும் இல்லை இப்போது. இப்படியெல்லாம் யோசிக்கையில், கொஞ்ச நேரம்

மேற்கொண்டு செல்லாமல் அந்த இடத்திலேயே நின்றதும், அந்த நாய்க் குட்டியும் அப்படியே நின்றது.

குனிந்து அப்படியே அதைத் தூக்கினார். நெற்றிப் பக்கத்தை நீவிவிட்டார். அதன் வெதுவெதுப்பும். சன்னமாக எக்கி எக்கி அதன் வயிறு அதிர்வதும் அவர் உள்ளங் கையில் தெரிந்தது. உடல் மொத்தத்தையும் அது சிலிர்த்த சமயம், கைகளில் ஈரம் பெருகி, அவர் சட்டைப் பக்கம் சிந்தியது,

சட்டென்று அவர் அங்கீகரிககப் பட்டது போலக் கண்களை மூடி நின்றார்.

பூப் போல தன் முகத்தின் பக்கம் அதைக் கொண்டுவந்து, அதன் நாசிக் கருப்பில் முத்தம் கொடுத்துக் கொண்டே, 'நம்ம வீட்டுக்குப் போலாமா?' என்றார்.

அவர் சுண்டு விரலைச் சப்பிக் குடிக்கப் போவது போல அது முகர்ந்துகொண்டே இருந்தது.

எந்தச் சத்தமும் போடவில்லை.

ஆனந்த விகடன்
02.02.2011

❖

எண்கள் தேவையற்ற உரையாடல்கள்

ஜான்சிக்கு அந்த வீட்டை நன்றாகவே ஞாபகம் இருக்கிறது.

சர்ச் ஸ்டாப்பில் இறங்க வேண்டும். கரும்புச் சாறு விற்கிறவர் தான் போன தடவை அடையாளம் சொன்னார்.

அவர் போட்டு இருந்த வெள்ளை பனியனில் அச்சடிக்கப் பட்டு இருந்த தேயிலை விளம்பரத்தின் சிவப்பு எழுத்துக்களை ஞாபகம் இருக்கிறது. நசுங்கின கரும்பைத் தட்டையாக உருவி, மறுபடியும் பிழிவதற்காக மடக்கி உள்ளே கொடுத்தபடி, 'இப்படியே நேரா அங்க இங்க திரும்பாமப் போய்க்கிட்டே இருந்தா, குறுக்கே தென்வடலா ஒரு தெருவு வரும். அதை விட்டிரணும். விட்டுட்டு அப்படியே இன்னும் கொஞ்சம் மேற்கே போனீங்கன்னா, ஒரு பெரிய வேப்ப மரம் வரும்...' என்று துல்லியமாகச் சொல்லிக் கொண்டு இருந்தார்.

கரும்புப் பால் இனிப்பாக வாசம் அடித்தது. அவருடைய வலது கை காற்றிலேயே ஒரு வரைபடம் வரைந்து, அந்த வேப்ப மரத் தடியில் அவளைக் கொண்டுபோய் நிறுத்தி இருந்தது.

ஜான்சி எதிப்பக்கம் போகும் வரை அவர் காத்திருந்தார். மிஷினின் சக்கரத்தைச் சுற்றுவதை நிறுத்தி இருந்தார். 'பார்த்துப் போ, தாயி. நாய் கீய் கிடக்கப்போவுது...' சக்கரத்தோடு அவர் சொல்வதும் சேர்ந்து மறுபடி சுற்ற ஆரம்பித்தது.

இந்த பத்து இருபது வருடங்களுக்குப் பிறகும் அவர் அப்படியே வா அங்கே இருப்பார்?

ஆட்டோக்காரரிடம் வலது பக்கம் திரும்பச் சொல்லிக் கொண்டே ஜான்சி, இல்லாத அவரை அந்த இடத்தில் நிறுத்திப்

பார்த்தாள். சட்டென்று அவர் குரலைக்கூட அவளால் கேட்க முடிந்தது. குரல் எல்லாம் ஞாபகத்தில் இருக்குமா என்ன? குரல் என்ன, ஜான்சிக்கு ஒரு குறிப்பிட்ட வீட்டைத் தாண்டும்போது அடித்த மருதாணிப் பூ வாசத்தைக்கூட ஞாபகம் வைத்துக்கொள்ள முடியும்.

ஜான்சி கண்ணை மூடிக்கொண்டாள். மருதாணி வாசனை வர ஆரம்பித்து இருந்தது.

ஆட்டோவை நிற்கும்படி சொன்னாள். அவள் சொன்ன தெரு இன்னும் வரவில்லை. கொஞ்ச தூரம் போக வேண்டும் என்று ஆட்டோ ஓட்டுகிறவர் சொன்னபோதும் இறங்கினாள். அவளுக்குச் சற்று நடக்க வேண்டும்போல இருந்தது. நடந்து நடந்து ஒரே ஒரு நாளின் ஒரே ஒரு தருணத்துக்குப் போய்விட வேண்டும்.

திரும்பிப் போவதும் அல்லது திரும்பி வருவதும் அப்படி ஒன்றும் சுலபமில்லை. ஆனால் எத்தனை முறை இப்படித் திரும்பிப் போயாயிற்று. திரும்பி வந்து ஆயிற்று, கடைசி வரை போகாவிட்டாலும் பாதி தூரம் வரையாவது போய்க்கொண்டே இருக்கத்தான் தோன்றுகிறது. வாசலில் போட்டு இருக்கிற கோலம், உதிர்ந்திருக்கிற போகன்வில்லாப் பூக்கள் வரை போய் விட்டுக்கூட, படியேறி வீட்டுக்குள் போகாமல் திரும்பிவிடுவது இல்லையா என்ன? பஸ் ஜன்னல் வழியாகப் பார்க்கிற தற்செயலான தண்டவாளங்களில் இருந்து, எப்போதோபோன ரயில்களின் பெட்டிகள் நம்முடன் நகரத் துவங்குவது உண்டுதானே.

"வெயிலில் கிடக்கிற தண்டவாளங்களை, ஒரு ஊரில் இருந்து இன்னொரு ஊர்த்திருவிழாவுக்கு ராத்திரி இருட்டில் நடந்து போகிற பொட்டல்புதூர் யானையை எல்லாம் மறுபடி ஒரு தடவை ஏறிட்டுப் பார்க்காமல் யாராவது தாண்டிப் போக முடியுமா ஜான்சி?" என்று சோமு கேட்டு இருக்கிறார்.

சோமுவுக்கு எல்லோரையும் பெயர் சொல்லி அழைக்கும் பழக்கம் இருந்தது. எஸ்.ஜான்சி சிரோன்மணியை அலுவலகத்தில் எஸ்.ஜே.எஸ். என்றுதான் பொதுவாகக் கூப்பிடுகிறார்கள். சோமு என்கிற சோம சுந்தரத்துக்கு அவள் எஸ்.ஜே.எஸ். இல்லை. ஜான்சி.

எல்லோருக்கும் அழைக்கப்படுவதில் ஒரு விருப்பம் இருக்கிறது. பெயரைச் சொல்லி சிலர் அழைக்கும்போது, மீண்டும் அந்த அழைக்கும் குரலைக் காற்றில் தேடத்துவங்குவது அதனால்தான்.

'ஜான்சி' என்கிற சோமுவின் குரலை எப்போதும் அவளால் கேட்க முடிந்து இருக்கிறது. அவளுக்கும் செல்வராஜுக்கும் கல்யாணம் ஆகி ஜெயராணி பிறந்த பின்பும் கூட.

சமையல் அறை ஸ்டவ்வின் நீல வட்ட ஜுவாலையில், தூக்கத்தில் எழுந்து ஜன்னல் கதவுப் பக்கம் நிற்கையில், தனியாக அலுவலக லிஃப்ட்டில் ஐந்தாம் தளப் பொத்தானை அழுத்துகையில், பாப்கார்னின் சூடான வாசனை பெருகிய ஒரு தியேட்டர் இடை வேளையில் எல்லாம் அவள் அந்தக் குரலைக் கேட்டு இருக்கிறாள். நகம் வெட்டிக்கொண்டு இருக்கையில் சதை கொஞ்சம் பிய்ந்து கசிந்த ரத்தத்தில் அந்தக் குரல் பிசுபிசுத்து உலர்ந்தது உண்டு. ஒரு தடவை வாசல்படிப் பக்கம் சுவரில் மோதிச் சுருண்டுகிடந்த வெளவாலைக் கையில் எடுத்து, அதன் சின்னஞ் சிறு காதுகள் விடைத்த தலையைத் தொடுகையில், அதன் ஜவ்வுச் சிறகுகளில் இருந்து ஜான்சி என்ற சோமுவின் குரல், அவள் உள்ளங்கையில் வழிந்து இருக்கிறது.

நடந்துகொண்டே 'சோமு' என்று ஒரு முறையும், 'சோம சுந்தரம்' என்று இன்னொரு முறையும் சொல்லிப் பார்த்துக் கொண்டாள். தோளில் தொங்கிக்கொண்டு இருந்த பையின் வெளிப்பக்கத்தில் தான் அந்த தினசரிப் பேப்பரைச் செருகி இருந்தாள். மூன்றாம் பக்கத்தின் வலது கீழ் மூலையில் தான் சோமுவின் படம் அச்சிடப்பட்டு இருந்தது.

தோற்றம்-மறைவு என்று தேதிகள் இடப்பட்டு இருந்தன. எந்த மயானத்தில் எந்த உத்தேசமான நேரத்தில் என்ற அறிவிப்பு இருந்தது. மகன், மகள், மருமகள், மருமகன் பெயர்கள் எல்லாம் இருந்தன. சோமுவின் மனைவி பெயர் ஞாபகம் வந்தது, சாந்தகுமாரி. சோமு தன் மனைவியைக் குறிப்பிடுகிறபோது எல்லாம் 'சாந்தி' என்று ஒருமுறை கூடச் சொன்னது இல்லை.

'கிருஷ்ணாம்மா' என்றுதான் சொல்வான். 'ஏன் சாந்தினு சொல்ல மாட்டேங்கிறீங்க சோமு சார். அது நல்லாத்தானே இருக்கு?' என்று கேட்க வேண்டும் போல இருக்கும். ஆனால், ஜான்சி ஒரு போதும் கேட்டது இல்லை. எல்லாவற்றையும் கேட்டு முடித்துவிட வேண்டும் என்று அவசியமா என்ன?

அந்த தினசரிப் பேப்பரைக்கூட அவள் வாங்கவில்லை. எதிர் வரிசையில் உட்கார்ந்து இருந்தவர் வாங்கி இருக்க வேண்டும். அவர்தான் ஏறி உட்கார்ந்ததில் இருந்து இறங்கிப் போகும் வரை ஏதாவது ஒரு பேப்பரை வாசித்துக்கொண்டே இருந்தார். கோவில் பட்டியில் வாங்கி இருப்பாரோ என்னவோ. மணியாச்சிக்குப் பிறகு ஆளையே காணோம். பேப்பர் மட்டும் கிடந்தது.

ஒரு காலி இருக்கையில், அந்த செய்தித்தாள் அப்படி ரயிலின் அசைவுக்கு ஏற்ப இடம் பெயர்ந்து பெயர்ந்து, தவித்து அசைவது ஏதோ ஒரு வகையில் ஜான்சியைத் தொந்தரவு செய்தது. ஜான்சி அந்த அசைவை நிறுத்த விரும்பினாள். பேப்பரைக் கையில் எடுத்துப் பிரித்தாள். என்னதான் உலகத்தில் இல்லாத நியூஸ் அப்படி அதில் இருக்கிறது என்று வேடிக்கை பார்ப்பதுபோலத் திருப்பினாள். அவளுடைய பார்வை, படம் பார்த்துக் கதை சொல்லப்போவதாக ஒவ்வொரு படமாக ஏறி இறங்கிக்கொண்டு பக்கம் திருப்பியது. மூன்றாம் பக்கம் கீழே சோமுவின் படம்.

'இயேசப்பா' ஜான்சி உரக்கவே பதறினாள். இவள் பிரிக்கிற வாக்கில் பேப்பரை வாசிக்கத் துவங்கி இருந்த பக்கத்து சீட் பெரியவர், 'தெரிஞ்சவங்களா?' என்றார். ஜான்சி தலையை அசைத்தாள். 'அதையும் விடக்கூட' என்றா சொல்ல முடியும்?

சோமுவுக்கு வயதாகி இருந்தது. நரைத்து இருந்தது. யாருக்குத்தான் வயது ஆகவில்லை. நரைக்கவில்லை. ஆனால், சில முகங்களை நரைக்கு அப்பால்வைத்து, மீசை முடியும் கறுப்பு மாறாமல் பார்த்துக்கொள்ளவே மனம் யத்தனிக்கிறது. யத்தனம் பிரயத்தனம் எல்லாம் கிடையாது. அப்படியே தான் இருக்கிறது அது.

சோமு முகம் அப்படியே இருந்தது.

வேலையாக மேஜையில் தீவிரமாகக் குனிந்து இருக்கும் போதும் சரி, ஒரு பிரிவு உபசார விருந்தில் யாருடைய தோளைத் தொட்டுக் கொண்டோ பேசும் போதும் சரி, நெற்றியில் புருவச் சுழிப்பில் அந்தப் பள்ளம் விழுந்துகொண்டே இருக்கும். சோமு அகலம் அகலமாக அணிந்து இருக்கும் மூக்குக் கண்ணாடிகளை ஜான்சிக்குப் பிடிக்கவே பிடிக்காது. 'இந்த பாக்யராஜ் கண்ணாடியை விடவே மாட்டீங்களா, சோமு?' என்று கேட்க நினைத்து இருக்கிறாள். கேட்டது இல்லை. சமீபத்தில் மாற்றி இருப்பார்போல. இந்தக் கண்ணாடி ஃப்ரேம் நன்றாக இருந்தது சோமுவுக்கு.

ஜான்சிக்கு அழுகை வந்துவிட்டது.

நடந்து கொண்டு இருக்கும்போது இப்படித் தோளில் பையைப் போட்டுக் கொண்டு, கையில் ஒரு தினசரிப் பேப்பரைச் சரசர வென்று படபடக்கவிட்டபடி அழ அவளுக்குப் பிடித்து இருந்தது. இந்தக் கசங்கின சேலையுடன், கழுவாத முகத்தோடு, பயண அலுப்போடு இப்படி இந்தத் தெருவில் நடப்பதுதான் சரி என்று தோன்றிற்று.

ஜானகிராமில் இவளுக்கு அறை ஒதுக்கி இருப்பார்கள். இவளுக்கும் அமலத்துக்கும் ஒரே அறை என்று ஏற்பாடு. வடக்கன் குளத்தில் கல்லூரி வகுப்பை முடித்துவிட்டு மாலை வந்து அமலம் காத்துக்கொண்டு இருப்பாள். இருவரும் போக வேண்டிய கல்யாணம் நாளைக்குத்தான். போகாவிட்டால்கூட ஒன்றும் இல்லை. சோமுவின் புகைப்படம் வந்து இருக்கிற இந்த தினசரியைப் பார்த்த பின் எதுவும் ஒன்றும் இல்லை.

சோமுவை அமலத்துக்குத் தெரியும். அமலம் சோமுவைப் பார்த்தது எல்லாம் கிடையாது. ஆனால், ஜான்சி சொல்லிச் சொல்லி ஒரு சோமுவை அவள் தெரிந்து இருக்கிறாள். தெரிந்து இருப்பது, பார்த்து இருப்பதைவிடக் கூடுதல், சோமு ஜான்சிக்கு எந்த அளவுக்குக் கூடுதல் என்பதை அமலம் அறிந்தே இருந்தாள்.

ஜான்சியிடம் அமலம் எத்தனையோ தடவை சொல்லி இருக்கிறாள்.

"இது எல்லாம் கடைசி வரைக்கும் சரியா வராதுப்பா. அசோகனுக்கு ஏற்கெனவே கல்யாணம் ஆகிக் குடும்பம், குழந்தை, குட்டி எல்லாம் இருக்கு. அந்த ஆளை வெட்டியா நினைச்சுக்கிட்டு, நீ கல்யாணம் வேண்டாம்... வேண்டாம்னு சொல்றது எல்லாம் எனக்குச் சுத்தமாப் பிடிக்கலை ஜானி" என்று நிறைய தடவைகள் பேசி இருக்கிறாள். ஜான்சி சிரிப்பாள். ஒரு சில சமயங்களில், "உனக்குப் புரியாது அமலி" என்பாள். அமலத்தையும் பக்கத்தில் வைத்துக்கொண்டு, ஜான்சியின் அம்மா அழுது வருத்தப்பட்ட சமயம்கூட, ஜான்சி கல்லைப்போல இருந்தாளே தவிர, 'சரி, கல்யாணம் பண்ணிக்கொள்கிறேன்' என்று வாயைத் திறந்து ஒரு வார்த்தை சொல்லவில்லை.

சோமு வந்த பிறகு அந்த மாயம் நடந்தது.

எல்லாவற்றையும் இங்கே இருந்து அங்கே யாரோ இடம் மாற்றி வைத்தது போல இருந்தது. வலது ஓரத்தில் இருக்கிற பூந்தொட்டி இடது ஓரம் போயிற்று. வெயில் விழாத இடத்தில் வெயில் விழுந்தது. சில ஜன்னல் மூடி, வேறு சில ஜன்னல்கள் திறந்தன. இப்படிச் சின்னச் சின்னதாக ஜான்சி மனதில் நிறைய மாற்றங்கள் நிகழ்ந்து இருக்க வேண்டும். அவள் அதற்குப் பிறகு அநேகமாக அசோகனைப்பற்றி அதிகம் பேசுவது இல்லை. சோமுவின் கையெழுத்தைப் பற்றி, அவர் அலுவலக மேஜையின் இழுப்பறைகளை அவ்வளவு நேர்த்தியாகவைத்து இருப்பது பற்றி, அவருக்குத் தெரியாமல் அவருக்கு வந்து இருந்த ஒரு வாழ்த்து அட்டையைத் திருட்டுத்தனமாக வாசித்ததும், கிட்டத்தட்ட ஒரு காதல் கவிதை

போன்று அதன் அச்சு வரிகள் இருந்ததும் பற்றி எல்லாம் பேசினாள்.

ஒரு திங்கள் கிழமை காலை ஜான்சி, "'கல்யாணத்துக்குச் சரி'னு அப்பாகிட்ட சொல்லிட்டேன் அமலி" என்றாள். அமலம், "நான் சோமுவைப் பார்க்கணுமே" என்று சொன்னதுக்கு, "நீ ஒண்ணும் அவரைப் பார்க்க வேண்டாம்" என முதலில் சொல்லி விட்டு, "இல்லை... இல்லை. நீ பார்க்கணும். கண்டிப்பாப் பார்க்கணும்" கல்யாண வரவேற்பில் அமலம் பார்த்தது, கல்யாண வரவேற்பில் சோமுவை செல்வராஜ் பார்த்தது, மாலையும் கழுத்துமாக ஜான்சியும் செல்வராஜும் இருக்க, சோமுவுடன் படம் எடுத்ததெல்லாம் போய், இதோ இப்படி அவரைக் கடைசியாகப் பார்க்க அவருடைய வீட்டுக்கு.

மின்சார டிரான்ஸ்ஃபார்மரைப் பார்க்கும் போது எல்லாம் ஜான்சிக்கு என்னவோ போல இருக்கும். இன்றும் இருந்தது. வலதுபுறம் திரும்பும்போது தேக்கு இலைச் சருகுகளாகத் தெருவில் கிடந்தன. அவ்வளவு அகல இலைகள் ஏன் இப்படி விநோதமாகச் சுருங்கியும் சுருண்டும் ஓர் அநாதரவுடன் காற்றில் புரள்கின்றன என்று ஜான்சிக்குத் தோன்றியது. இவ்வளவு புடைத்த நரம்புகளுக்குப் பின்னும் இந்த இலைகள் இத்தனை சருகாகிவிட முடியுமா?

அவை காற்றில் அவளுக்கு முன்னால் நகர்ந்து நகர்ந்து சோமுவின் வீட்டை அடையாளம் காட்ட, ஒரே காம்பவுண்டுச் சுவரில் இரண்டு பூனைகள் படுத்துக்கொண்டு, இவளையே பார்த்துக் கண்கள் சுருக்கின. அடர்ந்த ஊதா, சிவப்பு, மஞ்சள் பட்டைகளுடன் அலையும் ஷாமியானாவைப் பார்த்தவுடன் ஜான்சி அடுத்த அடியை வைக்க முடியாதவளாக நின்றாள்.

நிறைய கார்கள், பிளாஸ்டிக் நாற்காலிகள், நிறைய ஆட்கள்.

துக்க வீட்டுக்குள் 'யார் நீ' என்று ஜான்சியை யாரும் கேட்கப் போவது இல்லை. அடையாளம் சொல்ல வேண்டியது இல்லை. துக்கம்தான் அடையாளம். ஜான்சி தோள் பையைக் கழற்றி ஓர் ஓரமாகக் கிடந்த நாற்காலியில் வைத்தாள். வேறு ஒன்றும் செய்யவில்லை. இதுவரை காலியாகக் கிடந்த நாற்காலியில் அந்தக் கறுப்புப் பையை வைத்ததும் மொத்த இடமும் துக்கத்தின் பாரத்துடன் கனத்துவிட்டது.

யாரோ உள்ளே போகும்படி கை காட்டினார்கள். செருப்பைக் கழற்றினாள். சாதாரண நேரங்களைவிட இது போன்றவற்றில், செருப்பை உதறும்படி ஆவது ஏன் என்று தெரியவில்லை. உதறலில் ஒரு செருப்பு சற்றுத் தள்ளி விழுந்தது. ஜான்சி ஓர் ஆதரவுக்குப்

பக்கத்தில் இருந்த செடியில் லேசாகக் கையைவைத்தாள். கை பாரத்தில் அது தணிந்து, சிவப்பு இட்லிப் பூக் கொத்துக்களுடன் கிட்டத்தட்ட ஜான்சியின் முகம்வரை அசைந்துவிட்டுப் போனது.

வாசலின் இந்தப் புறமும் அந்தப் புறமும் நின்ற இருவரும் கும்பிட்டார்கள். ஜான்சி குனிந்துகொண்டு படி ஏறினாள். குவிந்து கிடந்த அரக்குச் சிவப்பு ரோஜா மாலைகள் ஓர் அருவருப்பான பயத்தை உண்டாக்கியது. துக்கம் பூக்களைக்கூட வேறு நிறம் கொள்ளவைத்துவிடும்போல.

ஃப்ரீஸர் பெட்டியின் அலுமினிய விளிம்பும் துடைக்கப்பட்ட கண்ணாடியும் அதற்குள் நீண்டு இருக்கும் கால்களும் தெரியும் போதே, ஜான்சி கும்பிட ஆரம்பித்தாள். இவளுக்கு முன்பு நின்ற ஒருவர் மாலையை வைத்துவிட்டு மௌனமாக இருந்தார். அந்தச் சிறிது நேர மௌனத்தையே ஜான்சியால் தாங்க முடியவில்லை. தனக்கும் அந்தக் கண்ணாடிப் பெட்டிக்கும் உள்ள தூரம், இதுவரை தன் வாழ்வில் கடக்க இருப்பதிலேயே கடினமானது என்று ஜான்சிக்குத் தோன்றிற்று.

சோமுவின் மனைவி சாந்தி, சோமு சொல்வதைப்போலச் சொன்னால் 'கிருஷ்ணாம்மா' யார் எனத் தெரியவில்லை. ஒலி அற்ற சலனப் படத்தைத் தொகுக்க வந்து இருப்பதுபோல ஒருத்தருக்குள் ஒருத்தரைச் செருகிவைத்தது போலத் தரையில் இருக்கிற எல்லோரையும் பார்த்தாள். நாலைந்து பத்திகளில் ஒரே சமயத்தில் எரிந்து நீளமாகத் தொங்கிக்கொண்டு இருந்த சாம்பல் கம்பிகள், அடுத்தடுத்து அறுந்து விழும் நேரம் தாங்க முடியாததாக இருக்கும் என்று ஜான்சி வேறு திசையில் பார்த்தாள். மொத்தத் துக்கத்தின் கரும் போர்வையில் இருந்து ஒரே ஒரு இழையை உருவி எடுத்தது போல ஒரு பெண் அந்தக் கூட்டத்தில் இருந்து செல்போனைக் காதோடு பொத்திக் கொண்டு எழுந்துபோயிற்று.

சோமுவின் எண்ணை இங்கு இருக்கிற எத்தனை பேர் தன்னுடைய செல்போன்களில் பதிந்துவைத்து இருப்பார்கள் என்றும், அதை எப்படி நாளையோ, வரும் நாட்கள் ஒன்றிலே அவர்கள் அகற்றுவார்கள் என்றும் ஜான்சி யோசித்தாள். இப்படி இறந்து போனவர்களின் எண்ணை அகற்றுவது போன்ற வதை வேறு ஒன்றும் இருக்காது. ஜான்சிக்கு எப்போதும் அது பதற்றமானது தான். அவள் டாக்டர். மாணிக்கவாசகத்தின் எண்ணை அப்படியே தான் விட்டு வைத்து இருக்கிறாள். அவர்கூட சோமுவின் உறவினர் தான் என்று ஞாபகம். சோமுவின் எண் தன்னிடம் இதுவரை இல்லாதது நல்லது என்று தோன்றியது. சில உரையாடல்களுக்கு எண்கள் எல்லாம் தேவையே இல்லை.

ஜான்சி கண்ணாடிப் பெட்டியை நெருங்கினாள்.

இதற்கு முன்பு வந்து போனவர் வைத்த மாலை, முகத்தை மறைத்தது. கண்ணாடிக்கு மேல் அதை நகர்த்தினாள். வளையல் அப்படி ஒரு லேசான சத்தத்தைக்கூட உண்டாக்கி இருக்கக்கூடாது என வருந்தியபடி தலையில் இருந்து கால் வரை சோமுவை ஜான்சி பார்த்தாள். குளிர்பதனத்தில் முகம் லேசாகக் கனத்து இருந்தது. நரைத்துவிட்டது என்பதால் மீசையை ஒட்ட நறுக்கவில்லை. பழைய அடர்த்தியுடனேயே ஓர் அமைதியான புள்ளியில் தளர்ந்து இருந்தது. சோமுவுக்கு அதுதான் பழக்கம். முழுக் கைச்சட்டையை முக்கால் கையாக மடக்கிவிட்டு இருப்பார். அப்படியே இருந்தது. கடிகாரத்தைத் தவறுதலாக இடது கையில் அணிவித்து இருந்தார்கள். அவர் வலது கைக் கடிகாரக்காரர். ஜான்சிக்கு தானே இடது கையில் இருந்து கழற்றி வலது கையில் மாட்டிவிட வேண்டும் என்று தோன்றிற்று.

சோமு 'ஜான்சி' என்றுகூட இப்போது கூப்பிடலாம். நன்றாக இருக்கும். கூப்பிட முடியாது என்று தெரிந்தும் கூப்பிட வேண்டும் என்று எதிர்பார்ப்பதுதானே அவஸ்தை. கண்ணாடியைக் கழற்ற வில்லை. அதே அலுவலகக் களை. நெற்றி சிறிது சுழிப்பதுபோல இருந்தது. கண்ணாடியைக் கழற்றிக்கொண்டே, 'சொல்லுங்க ஜான்சி' என இவளை ஏறிட்டுப் பார்ப்பதுபோல இருந்தது. ஜான்சிக்கு கண்ணாடியைச் சுழற்றின சோமுவின் முகம் ரொம்பப்பிடிக்கும்.

அது அந்த ஒரே ஒரு நாளினுடையது.

ஜான்சி தன் கல்யாணப் பத்திரிகையைக் கொடுக்க சோமு வீட்டுக்குப் போகும்போது, அவள் மட்டுமே தனியாகத்தான் போனாள். 'சார்' என்று கூப்பிடவில்லை. 'கிருஷ்ணாம்மா' என்று கூப்பிட்டாள். ஒரு தடவை அல்ல. இரண்டு மூன்று தடவைகள். கிருஷ்ணாம்மா இல்லைபோல.

"வெளியே போயிருக்காங்க" என்று முதலில் சோமுவின் குரல் வந்தது. அப்புறம் சோமு வந்தார்.

ஊஞ்சல் சத்தம் மாதிரி இப்போது கூடுதலாக ஏதாவது ஒரு சத்தம், சோமு அப்படி வரும்போது கேட்டால் நன்றாக இருக்கும் என ஜான்சி நினைத்தாள். ஊஞ்சல் சங்கிலிச் சத்தம் இல்லா விட்டாலும் பரவாயில்லை. ஒரு டம்ளர் கீழே விழுந்து சுழன்று அடங்குகிற சத்தமாவது வேண்டும்.

சோமு வந்த உடனேயே ஜான்சி கல்யாணப் பத்திரிகையைக் கொடுத்தாள்.

'குட்' என்று சொல்லிக்கொண்டே சோபாவில் உட்கார்ந்தார். ஒரு கை பத்திரிகையைப் பிரித்தது. இன்னொரு கை ஜான்சியை உட்காரச் சொல்லி எதிர் இருக்கையைக் காட்டியது.

ஜான்சி, சோமுவையே பார்த்தாள். இந்த ஆள் தனக்கு என்ன செய்தார் என்று அவளால் சொல்ல முடியவில்லை. தெரியக்கூட இல்லை. ஆனால், எல்லாம் செய்துவிட்டதுபோல இருந்தது.

இதோ... இந்த கல்யாணப் பத்திரிகை வரை அவர் செய்தது தான். ஜான்சி எழுந்திருக்கும்போது சோமு கண்ணாடியைக் கழற்றி விட்டு, பத்திரிகையை வாசிக்கத் துவங்கி இருந்தார்.

ஜான்சிக்குப் பிடித்த கண்ணாடியற்ற சோமுவின் முகம். அந்த முழு அறையையும் சோமுவின் முகம் நிரப்பிவிட்டது போல இருந்தது. அல்லது அந்த முகத்தில் முழு அறையும் நிரம்பி இருந்தது. அறையில் ஜான்சியும் சேர்த்திதானே. தான் அப்படி நிரம்பிவருவது அவளுக்குத் தெரிந்தது.

சோமுவின் கண்களில் முத்தமிடுவதாக அப்படி எந்த முன் தீர்மானமும் ஜான்சிக்கு இல்லை.

'சோமு சார்' என்று சொல்லி அவள் குனிந்ததற்கும் நிமிர்ந்ததற்கும் இடையில் ஜான்சியின் முத்தம் அமர்ந்தது.

ஜான்சி கண்ணாடிப் பெட்டியையே பார்த்தாள். கண்ணாடியைக் கழற்றி விட்டு இப்போதுகூட ஒன்று அந்த முகத்துக்குத் தரலாம்.

இப்படி ஜான்சிக்குத் தோன்றியபோதே "சோமு சார்" என்று ஒரு கதறல் அவளிடம் இருந்து வந்தது. ஒரு செம்மண் தொட்டி போல உடைந்து கிடக்கிற அவள் கைக்குள் இருந்த செல்போன் சற்றுத் துள்ளிப் போய் விழுந்தது.

அந்த நொடிக்குக் காத்து இருந்தது போல, அழைப்பு ஒலித்து மினுங்கத் துவங்கியது. அமலமாக இருக்கலாம். ஜான்சி பேசவில்லை.

சோமுவின் எண்ணை இப்போது அதில் பதிந்துகொள்ள வேண்டும் என்று மட்டும் உடனடியாக அவளுக்குத் தொன்றிற்று!

ஆனந்த விகடன்
07.09.2011

❖

பொழுது போகாமல் ஒரு சதுரங்கம்

மழைதான் இப்படி எல்லாம் செய்யும்.

ஏற்கனவே ஒரு பாட்டம் மழை பெய்து ஓய்ந்திருந்த சமயத்தில் அந்த ஆட்டோவைக் கையைக் காட்டி நிறுத்தினேன்.

'அன்பு நகர், ஹவுஸிங் போர்ட் போகணும்' என்று சொன்னேன். வருமா, எவ்வளவு ஆகும் என்று எல்லாம் கேட்கவில்லை. ஆட்டோக்காரர் பதில் சொல்லாமல், அரைவட்டம் அடித்துத் திரும்பிவந்து 'ஏறுங்க' என்பது போலப பின் கதவைதைத் திறந்துவிட்டார்.

'தாத்தாவைப் பாருங்க. மழையோடு மழையா, குடையைப் பிடிச்சுக்கிட்டு வந்து தபால் பெட்டியில் லெட்டெர் போடுகிறதை' என்று எதிர்ப்பக்கத்தைக் காட்டினார். மரமல்லிக் கிளைக்குள் இருந்து குலைதள்ளித் தொங்குவது போலச் சிவப்பாக இருந்த பெட்டிக்கு முன்பு, ஒரு தாத்தா பலூன் விற்க வந்தவர் மாதிரி சிரித்துக் கொண்டிருந்தார். நான் ஏறி உட்கார்ந்ததும் ஆட்டோவின் கதவை மூடி, 'தாத்தாவுக்குச் சிரிப்பைப் பாருங்களேன்' என்று சொல்லி விட்டு ஆட்டோவை அந்தப் பக்கமாக வெட்டித் திருப்பி, 'லெட்டெர் யாருக்கு? ஆச்சிக்கா? என்று கேட்டுவிட்டு ரோட்டில் ஏறினார்.

'ஏ. சும்மா இருப்பா. அவரை வம்புக்கு இழுத்துக்கிட்டு' என்று முன்பக்கம் சாய்ந்து அவர் முதுகில் அடித்தேன். நான் அப்படித் தட்டினது அவருக்கு ரொம்பப் பிடித்திருக்க வேண்டும். 'யப்பா' என்று வலிக்கிறது போன்று பாவனையாக ஒரு சத்தம் போட்டார். அவருடைய காக்கிச் சட்டையிலிருந்து மழை ஈரமும் வியர்வை நைப்புமாக வந்த வாடை எனக்கு தனுக்கோடி சித்தப்பாவை ஞாபகப்படுத்தியது.

இது ஆச்சரியம் இல்லையா? தாயம்மா அத்தை வீட்டைத் தேடிப் போய்க்கொண்டிருக்கிற நேரத்தில், தனுக்கோடிச் சித்தப்பா ஞாபகம் வருகிறது என்றால், அதை என்னவென்று சொல்ல. சில சமயம் இப்படி ஆகும் போல இருக்கிறது. எங்கேயோ இருக்கிற ஒரு கண்ணி, இன்னொரு கண்ணியுடன் இப்படிச் சரியாகக் கோர்த்துக் கொள்வது எல்லாம் எப்படி நடக்கிறது?

நான் ஊருக்கு வருகிற சமயம் எல்லாம் தாயம்மா அத்தையைப் பார்க்காமல் போவதில்லை. அத்தை என்று சொன்னால் எங்களுடைய அப்பா கூடப் பிறந்த உறவு எல்லாம் கிடையாது. என் சின்ன வயதில், நாங்கள் தாயம்மா அத்தை எல்லாம் நெடுவளவில் அடுத்தடுத்த வீட்டில் குடியிருந்தோம். பக்கத்து வீட்டில் இருக்கிறவர்களை ஒன்று சித்தி அல்லது அத்தை என்றுதானே கூப்பிடமுடியும். அந்த வகையில் அத்தை. இப்போது சொந்த வீடு கட்டிப் போய்விட்டார்கள்.

அத்தை பெயர் தாயம்மா கிடையாது. அம்மச்சியார். அந்தப் பெயரைச் சொன்னால்தான் அத்தை வேலை பார்க்கிற பள்ளி கூடத்தில் தெரியும். அத்தையை 'தாயம்மா' என்று கூப்பிடுவது சூரி மாமாதான். 'சூரிய நாராயணன், மின் வாரியம்' என்று மரப்பலகையில் எழுதின போர்டு ஒன்று மாமா வீட்டில் தொங்கும். அது அவரே அவர்கையால் எழுதியது..

'இது யார் தெரியுதா டே?' என்று சூரிமாமா என்னிடம் ஒரு படத்தைக்காட்டிக் கேட்டார். எந்தத் தயக்கத்துக்கும் அவசிய மில்லாதபடி அச்சு அசலாக 'தாயம்மா அத்தை' மாதிரியே அந்தப் படம் இருந்தது. அத்தைக்கு மாறு கண் கிடையாது. ஆனால் முகத்துக்கு நேர் நம்மைப் பார்த்து அத்தை சிரித்தால் ஒன்றரைக் கண் போடுகிற மாதிரி இருக்கும். சூரி மாமா, 'சரியான ஒண்ரைக் கண்ணி' என்று படத்தோடு கொஞ்சினார். எனக்கு முன்னாலேயே படத்தின் மேல் விரல்களைக் குவித்து முத்திக்கொண்டு என்னைப் பார்த்துக் கண்ணடித்தார். 'யார் வரைஞ்சது தெரியுமா?' என்று கேட்டபடியே அதைத் தொங்கவிட்டார். அண்ணாந்து பார்த்துக் கொண்டே, 'நீங்களா மாமா?' என்று கேட்டேன். என் தலைமுடியை மட்டும் கலைத்துவிட்டு சூரி மாமா போய்விட்டார். இப்படி ஒன்றுமே சொல்லாமல் போனால், 'ஆமாம். நாந்தான் போட்டேன்' என்றுதானே அர்த்தம்.

இதே சூரி மாமாதான் தாயம்மா அத்தையுடைய அந்தப் படத்தைத் தூக்கி வாசலில் எறிந்தார். இது போன்ற கோபதாபங்கள்

உண்டாகும் நாட்களில் அடிக்கும் வெயில் பிரத்தியேகமாகவே எப்போதும் இருக்கிறது. கண்ணாடிச் சட்டம் சில்லுச் சில்லாகி வெயிலில் மினுங்கியதும் , சொல்லிவைத்தது போல ஒரே விதமான வடிவத்தில் கூர்மையாக உடைந்த அந்தக் கண்ணாடித் துண்டுகளின் குறுக்குவெட்டில் ஒரு பச்சைக் கலர் தெரிந்ததும் மறக்கவே மறக்காது. இப்படி நொறுங்கிக் கிடக்கும் கண்ணாடித் துண்டு களுக்கு உள்ளேயிருந்து வெயிலின் வாசம் ஒரு மாதிரியாக அடிப்பது எனக்குப் பிடித்திருந்தது.

தாயம்மா அத்தை வேறு ஒன்றும் கேட்கவில்லை. வெயிலில் கிடக்கும் கண்ணாடி நொறுங்கல்களுக்கு மத்தியில் இருந்து தன்னுடைய ஓவியத்தைக் குனிந்து எடுத்தாள். ‘உங்களுக்கு என்ன கிறுக்கா?’ என்றாள்.

சூரி மாமா மரத் தூண் பக்கம் போட்டிருந்த ஈசிச்சேரை ஒரு எட்டு எட்டி உதைத்தார்.

’யாருக்குடி கிறுக்கு?உனக்கா, எனக்கா?’ என்று அங்கிருந்தே தாயம்மா அத்தையை அறையப்போவது போலக் கையை ஓங்கிக் கொண்டு வந்தார்.

‘அதை ஊரில கேட்டால் சொல்லுவாங்க’ தாயம்மா அத்தை நெஞ்சோடு தன் படத்தைச் சேர்த்துப் பிடித்துக்கொண்டு சொன்னார்.

‘ஊரில எதுக்குக் கேட்கணும். அவன் ஒருத்தன் கிட்டெ கேட்டால் போதாதா?’

‘ஏன். கேட்க வேண்டியதுதானே’, தாயம்மா அத்தை முழு உடம்பும் குளிரில் விரைத்துப் போனதுபோல் அப்படியே நின்று கொண்டு, பனிக்கத்தியைக் குறிபார்த்து எறிவது போலச் சிரித்தாள்.

‘பெயரைப் பாருங்களேன் பெயரை. தனிக்கோடியாம்’ சூரி மாமா வாசல் பக்கம் இருக்கிற பூந்தொட்டியை எத்துவார்.

‘தனிக் கோடி இல்ல, தனுக்கோடி’ தாயம்மா அத்தை திருத்துவார்.

இப்போது சூரி மாமா முன்னை விடக் கோபமாகத் தொட்டியை மிதிப்பார். நல்ல கனத்த மண் தொட்டி. சிவப்புக்கு நடுவில், திட்டு மாதிரி, சூளையில் வெந்த கருப்பு இருக்கும். விளிம்பு கொறுவாயாகி ஈரமண் சிந்தும். பாதாளம் வரை தோண்டியது போல வேர் வாசனை வரும். சூரி மாமாவே ‘க்ராஸ் பண்ணி’ வளர்த்த மஞ்சள் ரோஜாப் பூ மூட்டோடு அதிரும்.

தனுக்கோடி வேறு யாரும் இல்லை. எங்களுடைய அம்மா கூடப் பிறந்த சின்னம்மையின் கணவர். எனக்கு சித்தப்பா. தனுக்கோடி சித்தப்பா, தாயம்மா அத்தை வேலை பார்க்கிற அதே பள்ளிக் கூடத்தில் வாத்தியார். அத்தை எட்டாம் வகுப்பு சொல்லிக் கொடுக்கிறார் என்றால், தனுக்கோடி சித்தப்பா ஆறாம் வகுப்பு. சித்தப்பா ஹிந்தி படித்திருக்கிறார். பிராத்மிக், மத்திமா பரீட்சைக்கு ட்யூஷன் எல்லாம் எடுப்பார்.

தனுக்கோடி சித்தப்பா, தாயம்மா அத்தை எல்லாம் வேலை பார்க்கிற பள்ளிக்கூடத்தின் ஹைஸ்கூலில் ஆண்டு விழா நடத்து வார்கள். அதில் சித்தப்பா 'பாபி' ஹிந்தி சினிமா பாட்டுப் படித்தார். தாயம்மா அத்தைக்கு அந்தப் பாட்டு ரொம்பப் பிடித்து விட்டது போல. அதுவரை 'தனுக்கோடி ஸார்' என்று கூப்பிட்டுக் கொண்டிருந்த வரை, 'தனு ஸார்' என்று அத்தை கூப்பிடத் துவங்கியது அதற்குப் பின்னால் தான். அந்தப் பாட்டை வரிக்கு வரி ஹிந்தி உச்சரிப்பில் தமிழில் எழுதி, அதற்கு நேர் எதிர்ப்பக்கம் அந்தந்த வரிக்கான அர்த்தத்தையும் தாயம்மை அத்தை எழுதி வாங்கி வைத்திருந்ததை பெரிய தப்பு என்று எல்லாம் சொல்ல முடியுமா?

ஆனால் சூரி மாமாவுக்கு அது பெரிய தப்பாகப் போயிற்று. தற்செயலாக சூரி மாமாவும் பள்ளிக்கூட ஆண்டு விழாவுக்குப் போயிருந்தது மட்டும் இல்லாமல், தனுக்கோடி மாமா பாடுவதையும் கேட்டிருக்கிறார். பொதுவாகவே, சூரி மாமாவை ஹெட்மாஸ்டரே ஞாபகமாக வரச் சொல்வார். ஆண்டுவிழா நடக்கும் போது கரண்ட் போனால், சூரி மாமா இ.பி. ஆபீசுக்கு ஹெட்மாஸ்டர் அறையிலிருந்து ஒரு போன் போடுவார். டக்கென்று லைட் வந்துவிடும். அப்புறம், ஆண்டு விழா சரித்திர நாடகங்களுக்கு சீன் செட்டிங்க்ஸ் போடுகிற பெரிய தெரு கோடீஸ்வர முதலியார் பையன்கள் எல்லாம் சூரி மாமாவுக்குப் பழக்கம். இரண்டு பேரும் சேர்ந்துதான் நெடுஞ்செழியன், அன்பழகன், என்.வி.நடராஜன் மீட்டிங் எல்லாம் கேட்கப் போவார்கள். அப்புறம் எப்படி சூரி மாமாவுக்கு இந்திப் பாட்டுப் பிடிக்கும்? அல்லது அதைப் பாடுகிற தனுக்கோடி ஸாரைப் பிடிக்கும்?

தனுக்கோடி சித்தப்பாவும் அந்த வீட்டுச் சித்தியும் லேடி டாக்டர் வீட்டுக்குப் போய்விட்டு வந்துகொண்டு இருந்திருக்கிறார்கள். சித்தி இரண்டாவது பிள்ளை உண்டாகி இருந்திருக்கிறாள். முதலாவது என்ன, இரண்டாவது என்ன? சூலி என்றால் எதுக்காவது ஆசைப்படத்தானே செய்வார்கள். வருகிற வழியில் நவ்வாப் பழம் விற்றுக் கொண்டு இருந்திருக்கிறான். தேரோட்டம் முடிந்து நாலைந்து

நாட்கள் கூட இராது. தேரோட்டம் முடிந்த ரதவீதிக்கு ஒரு சொல்ல முடியாத அழகு இருக்கும். தேர் இழுக்க வந்த அத்தனை பேருடைய வெக்கையும் அங்கேயே சுற்றினபடி இருக்கும். பலாச் சுளை விற்கிற, ரிப்பன், அரணாக் கயிறு விற்கிற சத்தம் கூட அபூர்வமாக இருக்கும். அதுவும் இப்படி ஒரு சூலி நாவல் பழம் வாங்கிக் கொண்டு நின்றால் கேட்கவே வேண்டாம். இந்த சமயம் பொருட்காட்சி விளம்பர வண்டி ஒன்று வந்திருந்தால், எல்லாம் அப்படியே நிரம்பி வழிந்திருக்கும். அப்படித்தான் இருந்திருக்கிறது.

இந்த சமயத்தில்தான், சூரி மாமா சைக்கிளில் இருந்து படக்கென்று தனுக்கோடி சித்தப்பா பக்கம் இறங்கியிருக்கிறார். சைக்கிளை ஸ்டாண்ட் கூடப் போடவில்லை. தன் இடுப்போடு சாய்த்துக் கொண்டு, சித்தப்பாவைப் பார்த்து, ‘இந்த ஜோலி எல்லாம் இங்க வச்சுக்கிட வேண்டாம்’ என்றார். தனுக்கோடி சித்தப்பாவுக்கு ஒன்றும் புரியவில்லை. ரதவீதியில் சும்மா போய்க்கொண்டிருக்கிற ஒருவரை, சைக்கிளில் வருகிற இன்னொருவர் நிறுத்தி, இப்படி மொட்டையாக நான்கு வார்த்தைகள் சொன்னால், என்ன விளங்கும்? அவர் வெறுமனே நின்றிருக்கிறார்.

‘வேண்டாம். அருமை கெட்டுப் போயிரும். சொல்லீட்டேன்’ என மேற்கொண்டும் சொல்லிவிட்டு, சூரி மாமா சைக்கிளில் ஏறிப் போய் விட்டாராம்.

இதை தனுக்கோடி சித்தப்பா, மறுநாள் பள்ளிக்கூடத்தில் போய் தாயம்மா அத்தையிடம் எப்படிச் சொல்லாமல் இருப்பார்? தாயம்மா அத்தை வீட்டுக்கு வந்த கையோடு, ‘உங்களுக்குப் புத்தி கித்தி கெட்டுப் போச்சா? இல்லை, தெரியாமல்தான் கேட்கிறேன்’ என்று சூரி மாமாவிடம் ஆரம்பித்திருக்கிறார்.

சூரி மாமா, ‘எனக்கா புத்தி கெட்டுப் போச்சு. எனக்கா புத்தி கெட்டுப் போச்சு?’ என்று மாறி மாறிக் கேட்டிருக்கிறார்.

‘பின்னே?’ என்று தாயம்மா அத்தை ஒரே ஒரு வார்த்தை கேட்டுவிட்டு, துணியை சர்ஃபில் முக்கிவைக்கப் போய்விட்டார் போல. சூரி மாமா விக்கி விக்கி அழுதுகொண்டு இருந்ததாகவும் அப்படியே சாப்பிட, கொள்ளச் செய்யாமல் வெளியே போய்விட்டு செகண்ட் ஷோ விடுகிற நேரத்துக்கு மட்டுமே வந்து படுத்ததாகவும் தெரிகிறது.

இதைத் தவிர வேறு ஒன்றையும் அவர்தான் செய்திருக்க வேண்டும் என தாயம்மா அத்தை சொல்கிறாள். அந்த ‘பாபி’ பட பாட்டு வரிகளை எழுதிவைத்திருந்த நோட்டையே காணோமாம்.

எடுத்து எங்கேயோ ஒளித்துவைத்துவிட்டாராம். சூரி மாமாவிடம். 'நீங்க பார்த்தீங்களா அதை?' என்று கேட்டால், 'இதுவா எனக்கு ஜோலி?' என்று மட்டும் சொன்னாரே தவிர, கொஞ்சம் கூட கோபப்படவில்லையாம். அது மாத்திரம் இல்லை. 'நீ புறவாசலுக்குப் போயிருந்த சமயம் மல்லி அரும்பு வித்தான். அரைக்கால் படி வாங்கி வச்சிருக்கேன்' என்று சொல்லி, பத்தே நிமிஷத்தில் அவ்வளவையும் கட்டி, அத்தையிடம் கொடுத்தாராம். அத்தை சொன்னாள்.

சூரி மாமாவுக்கு அப்படிப்பட்ட விரல்கள். அது பூ கட்டும். வரையும். போர்டு எழுதும். டூ இன் ஒன் ரிப்பேர் செய்யும். விதம் விதமாகப் பறவைகள் பெயர் எல்லாம் சொல்லும். பறவைகள் பெயர் மட்டும் இல்லை. அதன் முட்டைகளின் நிறம், சைஸ் பற்றி எல்லாம் சொல்லும்.

'இந்த வாத்து முட்டை, கோழி முட்டை எல்லாம் வேண்டாம். ஏதாவது கண் காணாத வனாந்திரப் பறவை முட்டையை, ஒண்ணோ ரெண்டோ நம்ம உள்ளங்கையில் ஆயுசுல ஒரு தடவையாவது வச்சிருக்கணும். அப்படி இல்லாவிட்டால், இந்தப் பிறவி எடுத்ததுல அர்த்தமே இல்லை" என்பார். பறவை முட்டையை எல்லாம் உள்ளங்கையில் வைப்பது எல்லாம் சரி. கேட்க நன்றாகத்தான் இருக்கிறது. அதே மாதிரி தனுக்கோடிச் சித்தப்பாவையும் உள்ளங்கையில் வைத்துக் கொண்டால் என்ன என்று நான் திருப்பிக் கேட்டிருக்க வேண்டும் என இப்போது இந்த ஆட்டோவில் வரும் போது தோன்றுகிறது.

நான் இப்படி எல்லாம் யோசித்துக்கொண்டு வரும்போது, ஆட்டோ ஏ.1 புரோட்டா ஸ்டால், ஜெபா ஸ்டோர் எல்லாம் தாண்டி அன்பு நகர் வாட்டர் டேங்க் பக்கம் போய்க்கொண்டிருந்தது. சைக்கிளில் பிளாஸ்டிக் குடங்களைத் தொங்கப்போட்டபடி ஒருத்தர் போனார். தண்ணீர் எங்கே, எப்படி அலம்பினாலும் நன்றாகத்தான் இருக்கிறது. மஞ்சள், பச்சை, ரோஸ் குடங்களுக்குள் அது மோதித் தெறிப்பதைப் பார்த்ததும் யாரிடமாவது பேச வேண்டும் போல இருந்தது. உலகத்தில் எது பேசச் சொல்கிறது, எது பேச வேண்டாம் என்று சொல்கிறது என்பதையெல்லாம் யோசிக்க ஆரம்பித்தால் இப்படித்தான் ஒரு புல் மாதிரி ஒரு காரணம் இருக்கும் போல.

'இங்கே தண்ணிக் கஷ்டம் இருக்கோ?' என்று ஆட்டோ டிரைவரிடம் கேட்டேன். 'அப்படி ஒண்ணும் தெரியலையே அண்ணாச்சி' என்று மட்டும் சொன்னதோடு சரி. நான் தாயம்மா

அத்தையையும் சூரிமாமாவையும் நினைத்துக் கொண்டே இருப்பது போல அவருக்கும் யாராவது இருந்திருப்பார்கள். ஒன்றுக்கு மேல் ஒன்றாக ஒட்டப்பட்ட சுவரொட்டிகள் போல, அவரவர்க்குள்ளே நிறைய முகங்கள். சட்டென்று அப்படி உரித்துக்கொண்டு வெளியே வர முடியாதுதான்.

'இங்கே மழை ஜாஸ்தி பெய்யலை போல' முன்னால் உலர்ந்து கிடக்கும் ரோட்டைப் பார்த்துக்கொண்டு சொல்கிற குரல், ஹார்ன் சத்தத்தோடு கேட்கையில், ஆட்டோ ஒரு வேகத் தடையில் ஏறி இறங்கியது. வலது பக்க வேப்பமர வரிசையின் பின்னால் ஏதாவது பிள்ளையார் கோவில் இருக்கவேண்டும். 'புல்லாங்குழல் கொடுத்த மூங்கில்களே' பாட்டு கேட்டது. 'புருஷோத்தமன் புகழ் பாடுங்களேன்' என்று அடுத்த அடியை மனம் பாடியது. பஸ் ஸ்டாப்பில் நின்று கொண்டிருக்கிற குடும்பத்தைப் பார்த்ததும் தனுக் கோடி சித்தப்பா மாதிரி இருந்தது. எனக்குத் தெரியாமல் தனுக்கோடி சித்தப்பா வந்து, தாயம்மா அத்தையைப் பார்த்துவிட்டுப் போகிறாரா என்று தோன்றியது. இப்படி ஏதாவது கிறுக்குத்தனமாக எல்லாம் தோன்றுவது எல்லாம் எனக்குப் புதிதா என்ன?

தனுக்கோடி சித்தப்பா வேறு ஒரு ஊருக்கு மாற்றல் ஆகிப் போகும்போது, கூடவே சித்தி, இரண்டு பிள்ளைகள் எல்லோரையும் கூட்டிக்கொண்டுதான் தாயம்மா அத்தை வீட்டுக்கு வந்தார். பழகிய ஆட்கள் இப்படி ஊர் விட்டு ஊர் மாறிப் போகும்போது வீட்டுக்குச் சாப்பிடக் கூப்பிடுவது இயற்கைதான். அதுவும் தாயம்மா அத்தையும் சித்தப்பாவும் ஏழு எட்டு வருஷங்களாக ஒரே பள்ளிக்கூடத்தில் வேலை பார்த்தவர்கள். இதையெல்லாம் குத்தமாகப் பார்க்க முடியாது.

சூரி மாமாவுக்கு அப்படி அவர்களைச் சாப்பிடக் கூப்பிட்டது பிடிக்கவில்லை. 'இப்போ என்ன விருந்து வேண்டிக் கிடக்கு?' என்று சொல்லிவிட்டு வெளியே போனவர், ராத்திரி வெகுநேரம் கழித்துதான் வந்தாராம்.

'அதையெல்லாம் கணக்குல எடுத்தால் முடியுமா?' என்று தாயம்மா அத்தை லேசாகச் சொல்லிவிட்டாள்.

நானும் தாயம்மா அத்தையும்தான் தனுக்கோடி சித்தப்பா குடும்பத்தை பஸ் ஏற்றிவிட வந்தோம். அன்றைக்கு என்னவோ பஸ் சீக்கிரம் வந்துவிட்டது. தாயம்மா அத்தை கடைசிவரை தனுக்கோடி சித்தப்பா வீட்டு சித்தி கையைப் பிடித்துக்கொண்டே இருந்தாள்.

விடவே இல்லை. யார் கையை நினைத்துக் கொண்டோ யாருடைய கையையாவது பிடித்துக் கொள்ள வேண்டியது இருக்கிறது.

நானும் அத்தையும் வீட்டுக்குத் திரும்பி வந்தபோது, வீடுகட்டக் குவித்திருந்த மணலில் படுத்திருந்த இரண்டு நாய்கள் மேல் நான் கல்லை எறிந்தேன். ‘அது உன்னை என்ன செஞ்சுது, பாவம்’ என்று அத்தை என் கையைப் பிடித்துக் கொண்டாள். ட்யூப் லைட் தெருவில் விட்டுவிட்டு எரிந்துகொண்டிருக்கிற வெளிச்சத்தில், கட்டடம் மரங்கள் எல்லாம் வேறு மாதிரி ஆகி விட்டன. ‘என்னமோ மாதிரி இருக்கு இல்லையா அத்தை?’ என்று சொல்லும் போதுதான் தாயம்மா அத்தை முகத்தைப் பார்த்தேன். அத்தை இவ்வளவு நேரமும் அழுதுகொண்டே நடந்துவந்திருப்பாள் போல.

வழக்கமாகப் போகிற பாதை இல்லாமல் வேறு பக்கமாக அத்தை என்னைக் கூட்டிக்கொண்டு போனாள். ‘அப்படி இல்லையா அத்தை போகணும்?’ என்றேன். ‘எப்படிப் போனாலும் வீடு வந்திரும்’ என்று அத்தை சொன்னாள். இது ஒரு சாதாரணப் பேச்சு தான். ஆனால் எனக்கு நிறைய சமயங்களில், ‘எப்படிப் போனாலும் வீடு வந்துவிடும்’ என்கிற வாக்கியம் வெவ்வேறு குரலில், இரண்டு உப்புக் கல்லை வாயில் போட்டுக் கரைய விட்டது போல், கேட்டுக் கொண்டே இருந்தது,

சூரி மாமா எல்லா அறைகளின் விளக்குகளையும் போட்டபடி, கைலியை மடித்துக் கட்டியவராக, வாசலிலேயே உட்கார்ந்திருந்தார். பக்கத்தில் காரக் கடலை பொட்டலம் ஒன்று இருந்தது. அதிலிருந்து கொஞ்சம் வாயில் அள்ளிப் போட்டுக் கொண்டு, ‘என்ன? வழியனுப்பிச்சுவிட்டு வந்தாச்சா?’ என்று கேட்டார்.

அத்தை பதில் ஒன்றும் சொல்லவில்லை. அதிகப்படியாக எரிந்த விளக்குகளையெல்லாம் ஒவ்வொன்றாக அணைத்துக் கொண்டு, ஒரு அறையை இருட்டாக்கி இன்னொரு அறையின் வெளிச்சத்துக்குள் புகுந்துகொண்டு இருந்தாள். அதுவே ஒரு பதில் மாதிரி இருந்தது.

‘ஹவுஸிங் போர்டில் எங்க போகணும் சார். ரயில் வே கேட் வரப் போகுது’ சற்று வேகத்தைக் குறைத்து ஆட்டோவை உறும விட்டபடி கேட்டார்.

‘ரைட்லெ. ரைட்லெ’ என்று கையை வலது புறம் நீட்டி, எந்த வரிசை எத்தனாவது வீடு என்று சொல்லிக்கொண்டே வந்தேன்.

ஒரு நகரும் வாகனத்திலிருந்தபடி நகராது அப்படியே இருக்கும் எல்லாவற்றையும் பின்னால் ஓடவிடுவது நம்மை என்னவோ செய்கிறது.

அனேகமாக பாதிக்குப் பாதி வீடுகளில் இப்போது மாடி கட்டியிருந்தார்கள். தெருவிலும் வீட்டு வாசல்களிலும் நிறுத்தி வைத்திருக்கிற பைக்குகளின் எண்ணிக்கை அதிகமாகி இருந்தது. பாய் வீடு என்று சொல்கிற வீட்டில்தான் அவசரத்துக்குப் பால் வாங்குவார்கள். தனியாக விலாசம் எல்லாம் தேவையில்லாதபடி அந்த இடத்தைத் தாண்டும்போது அடிக்கிற வாடையே சொல்லி விடும். நான் எட்டிப் பார்த்துக் கொண்டே, 'தந்தி போஸ்ட்டுக்கு அடுத்த ரெண்டாவது வீடு. பச்சைப் பெயிண்ட் அடிச்சிருக்குல்லா, அதான்' என்று சொன்னேன்.

சொல்லி முடிக்கக் கூட இல்லை. 'அமைச்சர் டீச்சர் வீடா? அப்படிச் சொல்லியிருந்தால், நானே ரெடியாய்க் கொண்டுவந்து விட்டிருப்பேனே' என்று சிரித்தார் அம்மச்சியார் என்பது அமைச்சர் ஆனதில் எனக்கும் சந்தோஷம்தான். 'நான் டீச்சரோட ஸ்டூடண்ட் 'ல்லா' மறுபடி குரல் வந்தது. தாயம்மா டீச்சரின் வகுப்பறையின் மூன்றாவது வரிசை பெஞ்ச் ஒன்றிலிருந்து வருகிறது போல அவ்வளவு ஒட்டுதலாக இருந்தது அவருடைய குரல்.

தாயம்மா அத்தையும் சூரி மாமாவும் வாசலில்தான் உட்கார்ந்து இருந்தார்கள் போல. இரும்பு கேட் கொண்டியைத் திறந்தது சூரி மாமாவாகத்தான் இருக்கும். அந்தந்த வீட்டு மனிதர்களுடையது போல கதவுக் கொண்டிகளுக்கும் தனியாக ஒரு குரல் அமைந்து விடுகிறது.

நான் ஆட்டோவில் இருந்து இறங்கியதைப் பார்த்ததும், 'ஏ யப்பா. இது யாரு வந்திருக்கா!' என்று சூரி மாமா என் கையைப் பிடித்துக் கொண்டார்.

'நல்லா இருக்கீங்களா மாமா?' என்று கேட்கும் போதே தாயம்மா அத்தை சிரித்துக் கொண்டே வந்தாள். 'வா.சுந்தரம்' என்றாள். அவ்வளவுதான் சொன்னாள். அதற்கு மேல் எதுவும் சொல்ல வேண்டாம் என்றுதான் எனக்கும் இருந்தது. அத்தை வந்து என்னுடைய கைகளைப் பிடித்துக் கொண்டாள். லேசாக இறுக்கி விட்டு மறுபடியும் அப்படியே வைத்துக் கொண்டாள். எனக்கு தனுக்கோடி சித்தப்பாவையும் அவர் குடும்பத்தையும் பஸ் ஏற்றி விட்டுத் திரும்பின இரவும் அந்த ட்யூப் லைட் சிமிட்டலும் ஞாபகம் வந்தது. அத்தையின் அழுகையும், 'எப்படிப் போனாலும் வீடு வந்துவிடும்' என்கிற குரலும் வந்தது.

'டீச்சர் நல்லா இருக்கீங்களா? நான் செம்பகம் 'லா. ஞாவகம் இருக்கா?' என் தோள்ப் பைகளோடு ஆட்டோக்காரர் சிரித்தார்.

தாயம்மா அத்தை அவரிடமிருந்து ஒரு பையை வாங்கிக் கொண்டாள். 'நல்லா இரு அய்யா' என்றாள்.

'பெட்டியை என் கிட்டே கொடும் யா' சூரி மாமா என்பக்கம் கையை நீட்டினார்.

'இருக்கட்டும்' என்று படியேறினேன். எங்கேயோ மருதாணிச் செடி இருக்க வேண்டும். வாசனை அடித்தது. முதல் படியின் நடுவில் பதித்திருந்த சங்கு கால் பாதத்தில் பட்டது. செருப்பைக் கழற்றிக் கொள்வதற்காக சுவரைப் பிடித்துக் கொண்டு காலை உயர்த்தின சமயம் பச்சை நிறச் சுவரில் அடிக்கப் பட்டிருந்த சிவப்புப் பட்டியில் இருந்த பெயின்ட் கொப்புளத்தை ஏற்கனவே தொட்டிருப்பதை உணர முடிந்தது.

வாசல் தாண்டியதும் உள்ள முன் அறையில் வெளிச்சம் சாய்வாக விழுந்து நடைவரை வந்தது. தரையில் ஒரு சதுரங்கப் பலகையும் காய்களும், அதற்கு முந்திய விளையாட்டு நகர்வுகளுடன் இருந்தன.

நான் அதைப் பார்த்துக் கொண்டே, 'ரெண்டு பேரும் செஸ் விளையாடிக் கோண்டு இருந்தீங்களா?' என்று கேட்டேன்.

'பொழுது போகணும் இல்லையா?' என்று இரண்டு பேருமே சொன்னார்கள். இரண்டு பேர் முகத்திலும் சிரிப்பே இல்லை.

ஆனந்த விகடன்
22.08.2012

✣

பூரணம்

அதென்னவோ கருப்பு பாலித்தீன் பையில்தான் மீனைப் போட்டுக் கொடுக்கிறார்கள்.

மீன் எடுத்துவரும் சரசு அத்தை நைட்டி கரண்டைக்கு மேல் தான் இருக்கிறது. இந்த வயதிலும் அத்தை கொலுசு போடத்தான் செய்கிறாள். அதுவும் மூன்று சலங்கை வைத்த கொலுசு. மீன் வாங்கிக் கொண்டு போகிறபோதே சத்தம் கேட்கிறதா என்றால், அப்படியெல்லாம் இல்லை. வாங்கின புதிதில் கேட்டிருக்கும். நசுங்கிப் போன ஒரு சதங்கையுடன் மூன்று முத்தோடு ஒரு கண்ணி ஏதோ ஒரு ரயில் பிரயாணத்தில் காலடியில் கிடந்து எடுத்த போது எனக்கு சரசு அத்தை கொலுசுதான் ஞாபகம் வந்தது. இதை நான் பூரணலிங்கம் மாமாவிடமே சொல்லியிருக்கிறேன்.

பூரணலிங்கம் மாமா விழுந்து விழுந்து சிரித்தார். "ஊரு உலகத்தில எங்கன எவள் கால் கொலுசு அந்து கிடந்தாலும் உனக்கு சரசு அத்தை ஞாபகம்தான் வருது மாப்பிளை" என்று அசோகா பாக்கும் வெற்றிலையும் கலந்த வாசத்தோடு சொன்னார். மாமா அன்றைக்கு குடிக்க எல்லாம் இல்லை. அதையும் சொல்ல வேண்டும். நானும் அப்படித்தான்.

சரசு அத்தை நெஞ்சுக்கு மேல் பெயருக்கு ஒரு குற்றாலம் துண்டைப் போட்டிருந்தாள். அவர்கள் வீட்டுப் பூனை,' எனக்கும் சேர்த்து மீன் வாங்கி இருக்கிறாய் அல்லவா?' என்று அத்தையிடம் கருத்த குரலில் கேட்டுக் கொஞ்சிக் கொண்டே கூடப் போனது. மற்ற நேரங்களில் எல்லாம் தொடையில் கிள்ளுப் பட்ட பச்சைப் பிள்ளை மாதிரி பாக்கு மரத்து மூட்டில் இருந்து கத்துகிற அது, ரொம்பவும் அடக்கமான குரலில், நகத்தை எல்லாம் பாதத்துக்குள் இழுத்து வைத்துக்கொண்டு, தெருவிலிருந்து வீட்டு நடைவரை தன்னுடைய சத்தத்தைச் சிந்திக்கொண்டே போனது.

அப்படி சரசு அத்தை துண்டை மேலே போட்டிருப்பதும், அதோடு இப்படி வெளியில் நடமாடுவதும் எனக்குச் சுத்தமாகப் பிடிக்கவில்லை என்று பூரணலிங்கம் மாமாவிடம் சொல்லி யிருக்கிறேன். "ஆனித் திருவிழா என்றால் கொடியேத்து இருக்கும் லா" என்று மாமா லேசாகச் சிரித்துவிட்டு 'செண்ட்ரல் டாக்கீஸில என்ன படம் மாப்ளே ஓடுது?' என்று வேறு பேச்சுக்குப் போய்விடுவார்.

"உனக்கும் பூரணத்துக்கும் எப்படி டே ஒத்துப் போகுது?" என்று நிறையப் பேர் என்னிடம் கேட்டுவிட்டார்கள். அதுதான் ஒத்துப் போகிறது என்று தெரிகிறதே, அப்புறம் என்ன, எப்படி என்று என்ன கேள்வி? நான் எந்த பதிலும் சொல்லாமல் சிரித்துக் கொள்வேன். சிரிப்புதான் பதில். "என்னடே ஒண்ணும் சொல்ல மாட்டேங்க. சிரிச்சா எப்படி டே?" என்று கேட்பார்கள். அப்படிக் கேட்பது அனேகமாக சொர்ணா காப்பிப் பொடிக்கடை பூமி அண்ணாத்தை. எல்லோரும் பூமி பூமி என்று சொல்கிறார்களே தவிர, அதுதான் அவருடைய பெயரா என எனக்குத் தெரியாது. இதைக் கேள்விப்பட்ட பூரணம் மாமா என்னிடம் சொன்னார், 'நீ சொல்ல வேண்டியது தானே மாப்பிள்ளை. உமக்கும் தொட்டிப் பாலத் தெருக்காரிக்கும் ஒத்துப் போகுதுல்லா. அதே மாதிரித்தான்' என்று. 'அது யாரு மாமா?' என்றால் 'அது உனக்கு என்னத்துக்கு. நீ பூமிகிட்டே இதைச் சொல்லு. உனக்கு யோசனையா இருந்து துண்ணா லிங்கம் இப்படிச் சொல்லுதான்னு எம் பேரைச் சொல்லியே சொல்லேன்' என்பார்.

பூரணலிங்கம் என்பதைப் பெரும்பாலும் எல்லோரும் பூரணம் என்றுதான் சொல்வோம். மாமா தன்னைப் பற்றிச் சொல்லும் போது 'லிங்கம்' என்று சொல்லிக் கொள்வார். 'எங்க அம்மை அப்படித்தான் கூப்பிடுவா' என்று சொல்வார். அப்படிச் சொல்லும் போது வேறு மாதிரி ஆகிவிடுவார். மாமாவுக்கு அவருடைய அப்பாவைப் பிடிக்கவே பிடிக்காது. 'சண்டாளன் படுத்தின பாட்டில், எங்க அம்மை வெளித் தெப்பக் குளத்தில மிதந்துட்டா. அவளுக்குப் பிடிச்ச பச்சைக் கலர் சேலையில, வயித்தில் குளவிக்கல்லைக் கட்டிக்கிட்டுக் குதிச்சிட்டா. எனக்குப் பதிமூணு வயசு. என் தங்கச்சி சீரங்கத்துக்கு ஒம்போது வயசு. ரெண்டு பேருக்கும் இடையில நாலு வயசு வித்தியாசம்'

இதைச் சொன்னது எங்கே வைத்து தெரியுமா? செய்துங்க நல்லூரில் ஒரு சாராயக் கடையில். அந்தக் கடையில் வேலை பார்த்த யாரோ, மாமாவுக்குப் பழக்கம் போல. 'லிங்கம். வேறு

ஏதாவது மேற்கொண்டுவேணுமா?' என்று தற்செயலாக, மாமா பெயரின் பின் பாதியைச் சொல்லிவிட்டார். இந்த மாதிரி நேரங்களில்தான் தலையில்லாமல் வாலும், வால் இல்லாமல் தலையும் எல்லாம் பிடித்துப் போகுமே. பூரணம் மாமா சட்டென்று எழுந்து அவருடைய கையைப் பிடித்துக்கொண்டு, 'எங்க அம்மைக்குப் பிறகு நீதான் என்னை லிங்கம்னு கூப்பிட்டிருக்கிற ஒரே மனுஷன்' என்று முத்தம் கொடுத்தார். முதலில் அப்படித் தானே ஆரம்பிக்கும். அப்புறம் 'லிங்கம், லிங்கம், லிங்கம்' என்று மணி அடிக்கிறது போலத் திரும்பத் திரும்பச் சொன்னார். மறு படியும் முத்தம் கொடுக்கும் போது அழ ஆரம்பித்துவிட்டார்.

இப்படி அம்மாவை நினைத்து அழுகிற பூரணலிங்கம் மாமா அப்பாவை நினைத்து ஒரு தடவை கூட அழுது நான் பார்த்த தில்லை. மாமாவின் அப்பா கருப்பட்டிக் கடை வைத்திருந்ததாகத் தான் ஞாபகம். ஓலைச் சிப்பங்களில் கருப்பட்டி வந்து கைவண்டியில் மாமா வீட்டில் இறங்குவதை நான் பார்த்திருக்கிறேன். சில சமயம், ஒரு பெரிய மர பெஞ்சை வெயிலில் இழுத்துப் போட்டு, கசிந்து போன கருப்பட்டி வட்டுக்களைக் காய வைத்திருப்பார்கள். உலகத்தி லேயே மிக அழகான கருப்பு நிறமுடைய மினுமினுப்பான கட்டெறும்புகளை நான் பூரணம் மாமா வீட்டில்தான் பார்த்திருக்கிறேன்.

ஒரு தடவை சப்பாத்தி ஹோட்டலில் நானும் பூரணம் மாமாவும் குளோப் ஜாமூன் சாப்பிடுகிறோம். இரண்டு கண்ணாடிக் கிண்ணங்களில் கெட்டியான கரண்டியைப் போட்டு முன்னால் வைத்ததை ரொம்ப நேரம் பூரணம் மாமா பார்த்துக் கொண்டே இருந்தார். கண் எல்லாம் கலங்கியது அவருக்கு. 'நானும் என் தங்கச்சியும் சமீப காலம் வரைக்கும் இதெல்லாம் சாப்பிட்டதே இல்லை. கருப்பட்டித் துண்டுதான் எங்களுக்கு ஸ்வீட்' என்று சொல்லிவிட்டு அப்படியே இருந்தார். 'நீயே சாப்பிடு மாப்பிளை' என்று என் பக்கம் கிண்ணத்தை நகர்த்திவிட்டார். அவர் சொன்னார் என்பதற்காக சாப்பிட்டுவிட முடியுமா? நான் சாப்பிடவில்லை. அறுகோணம் போல வெளிப்பக்கத்தில் நீல நிறப் புடைப்புகள் உள்ள அந்த கண்ணாடிக் கிண்ணத்தில், ஜீராவில் அமுங்கிக் கிடந்த அந்த உருண்டைகள் உண்டாக்கிய துக்கம் மிக்க் கூடுதலானது.

"கடைசியில் உத்தரக் கட்டையில் நாண்டுக்கிட்டு நிண்ணது தான் மிச்சம்" என்று ஒரு நாள் அப்பாவைப் பற்றிச் சொல்லும் போது ஒரு கணக்கப் பிள்ளை மேஜை போல் இருந்த மரச்சாய்வு மேல் உட்கார்ந்துகொண்டு பூரணலிங்கம் மாமா ஒரு சாவி

வளையத்தைத் தன் இரண்டு விரல்களுக்கு இடையே ஒரு செத்த எலியைத் தூக்குவது போலப் பிடித்து ஆட்டினார். பத்துக்கு மேற்பட்ட சாவிகளும் முள் வாங்கியும் ஒரு வெள்ளிக் காது குரும்பியும் சலசலத்தன. "ஒரு மயித்துக்கும் பிரயோஜனம் இல்லை" என்று அந்தச் சாவிக் கொத்தை வீசினார். அது ஒழுக்கறைப் பெட்டி, முன்பு இருந்த மூலையில் சருகிக்கொண்டு போனது. நான்கு கால்கள் இருந்த இடம் மட்டும் வெள்ளைக் கட்டங்களாக அதிர்ந்தன. எப்போதோ சிக்கெடுத்து விரலில் சுருட்டி எறிந்த தலைமுடி பயந்து தன் இடத்தை மாற்றிக்கொண்டது.

"சீரங்கத்துக்கு எப்படிக் கல்யாணம் முடிஞ்சிருக்கும்னு நினைக்கே?" பூரணம் மாமா ஒருநாள் என்னை ரயில் வே ஸ்டேஷன் பெஞ்சில் வைத்துக் கேட்டார். "அந்த ஆள் சாகும் போது எனக்கு பத்தொம்பது வயசு. சீரங்கத்துக்கு பதினாலு பதினஞ்சு இருக்கும். கல்லணை ஸ்கூலில் பத்து படிக்கா. பள்ளிக் கூடம் திறந்து முழுசா ரெண்டு மாசம் கூட இருக்காது. எத்தனை யூனிபாரம் தாவணி, எத்தனை உடுமாத்துத் தாவணின்னு எல்லாம் கிடையாது. இதுதான் அது. அதுதான் இது. ரெண்டும் ஒண்ணு தான். அப்படித்தான் இருந்துது நிலமை." பூரணம் மாமா எதிரே கிடக்கிற தண்டவாளங்களையே பார்த்துக்கொண்டு இருந்தார். சற்று முன்பு போயிருந்த ரயிலில் இருந்து வீசிய ஒரு சாப்பாட்டுப் பொட்டலத்தின் இலையை அலகால் பக்கவாட்டில் இழுப்பதும் பறப்பதுமாக இருந்தது ஒரு காகம். ஒரு வினோத பாதிப் பழுப்பும் பாதிப் பச்சையுமாக இழுபட்ட இலையிலிருந்து தயிர்சாதம் வழுகியும் அப்பியும் சரிந்தது.

"கடைசீல யாரு வந்து கைதூக்கி விட்டாங்க தெரியுமா? அந்த ஆளு வகையில ஒரு தாயோளி கூட எட்டிப் பார்க்கலை. எங்க அம்மையைப் பெத்த தாத்தாவுக்கு இன்னோரு குடும்பம் இருந்திருக்கும் போல. 'செங்குளத்துப் பெரியம்மை தான் எனக்குப் பேறுகாலம் பார்த்து விட்டா' என்று எங்க அம்மை சொல்லுவா. அவள் தான் எல்லாத்தையும் கேள்விப்பட்டு துக்கம் கேக்க வந்தா. வீட்டை ஒதுங்க வச்சா. பலசரக்கு வாங்கிப் போட்டா. பண்ட பாத்திரம் என்ன ஏதுண்ணு பார்த்துப் பார்த்து பரிமாற ஆரம்பிச்சா. அவ போறேண்ணும் சொல்லலை. நானும் சீரங்கமும் இருங்க்ன்னும் சொல்லலை. ஆனா, என்ன நினைச்சாளோ மகராசி, எங்க கூடவே தங்கீட்டா'

பூர்ணலிங்கம் மாமா எதிரே அந்த மனுஷி நிற்பது போலக் கும்பிட்டார். "நீ பார்த்திருக்கியா செங்குளத்து அத்தையை?" என்று

கேட்டுவிட்டு, "பார்த்து இருக்க மாட்டே. ஆனால் பார்க்க வேண்டிய மனுஷி.. உலகத்தில எத்தனையோ அரைவாயும் கொறுவாயுமா பார்க்கிறோம். இடையில் இடையில் இப்படி முழுசா ஒண்ணையும் பார்க்கணும் மாப்பிளை. அப்ப தான் நிரக்கும். துருப்பிடிச்சது, கரிப்பிடிச்சது எல்லாத்தையும் ரெண்டு கையிலேயும் புழங்கின பாவத்தைக் கழுவுததுக்கு இப்படித் தட்டோட்டியிலே இருந்து விழுகுத மழைத்தண்ணி மாதிரி யாராவது வந்துரத் தானே செய்தாங்க"

பூர்ணலிங்கம் மாமா தன் உள்ளங்கைகளை காற்றில் நீட்டிக் கொண்டு இருக்கிறார். கைகள் திறந்து மேல் நோக்கியபடி எதையோ வாங்கத் தயாராக இருக்கின்றன. இதற்கு முன்பும் ஒருதடவை, உள்ளங்கைகளை மலர்த்தி நீட்டுகிற மாமாவைப் பார்த்திருக்கிறேன். இரண்டு பேரும் கொஞ்சம் அதிகமாகவே சாப்பிட்டிருந்தோம். எப்படி அவ்வளவு தூரம் நடந்து அந்த வெளித் தெப்பக் குளத்திற்குப் போனோம் என்று தெரியவில்லை.

தெப்பக்குளத்தின் மேல் பக்கத்துப் படித்துறையும் தென் பக்கத்துப் படித்துறையும்தான் பொதுவாகப் புழக்கம் உடையது. வடபக்கத்தில் சுவர் வைத்து மறித்து, ஒரு பெரிய எவர்சில்வர் பட்டறை வந்து ரொம்ப காலம் ஆகிவிட்டது. மாமா என்னைக் கூட்டிப்போனது கீழ்ப்பக்கத்துக்கு. படித்துறையில் மலம் பொருக் காடிக் கிடந்தது. எப்போது எந்தப் பெண்பிள்ளை இடுப்பில் இருந்து அவிழ்த்துப் போட்டதோ, ஒரு சிவப்புப் பழஞ்சேலைத் துண்டு கோவணம் போலக் கிடந்தது. நனைந்த துணி வெயிலில் காய்ந்து சாயம் போய் முறுக்கேறிக் கிடக்கையில் பார்க்க என்னவோ போலத்தானே இருக்கும்.

"மாமா, இங்கே எதுக்கு உட்காரச் சொல்லுதீங்க? வேற பக்கம் போகலாம்" என்கிறேன். மாமா, 'இருடா கூதியான். இருண்ணு சொல்லுதேன்'ல' என்கிறார். எதிரே தெப்பக்குளம் முழுவதும் நிரம்பிக் கிடக்கிற குவளையில் எல்லாம் ஒன்று போலப் பூத்துக் கருநீலமாக்க் கிடந்தது. நேற்றையப் பூவோடு நாளையப் பூ எல்லாம் சேர்ந்து இன்றைக்கு இரவு பூத்துக் கிடப்பது போல நினைத்துக் கொண்டேன். அந்தக் கருநீலப் பூக்களை ஒரு தடவை முகர்ந்து மூச்சு இழுத்துவிட்டு ஒரே மடக்கில் மீண்டும் குடிக்க வேண்டும் என்று எனக்குத் தோன்றும் போது, மாமா ஒவ்வொரு படியாக இறங்கி கடைசிப் படியில் உட்கார்ந்து காலைத் தண்ணீருக்குள் தொங்கப் போட்டபடி, குவளையை எல்லாம் விலக்கினார்.

“உனக்குத் தெரியாது மாப்பிளே. ஹைஸ்கூலில் வாங்கின எல்லா கப்பையும் இதுக்குள்ளேதான் தூக்கி எறிஞ்சுருக்கேன். சின்னது, பெருசு, சப் ஜூனியர், ஜூனியர், சீனியர்னு கப் கப்பா ஒருநாள் ராத்திரி ஒவ்வொண்ணாத் தூக்கி இதுக்குள்ளே போட்டேன். ஏன் தெரியுமா? ஏன் தெரியுமா டா? எங்கே டா கூதியான் பார்க்கே? இங்கே என் முகத்தைப் பாருடா.. எங்க அம்மை பச்சைச் சேலையோட இங்கதான் மிதந்துக்கிட்டு இருந்தா. வாக்கரிசிக்கு இல்லாம நானும் சீரங்கமும் நிக்கோம். அந்த கப்பு எல்லாத்தையும் வச்சு என்ன பண்ண? நாக்கு வழிக்கவா?”

பூரணலிங்கம் மாமா தெப்பக் குளம் மத்தியில் நீராழி மண்டபத்தில் எரியும் நீலவிளக்கையே பார்த்துகொண்டு இருந்தாரா, பெரிய கோவில் கோபுரத்தைப் பார்த்துக்கொண்டு இருந்தாரா தெரியவில்லை. அவர் எதையோ பார்த்தார் அல்லது எதையுமே பார்க்கவில்லை.

நான் ஆறு படிக்கையில் மாமா டென்த் படித்திருப்பார். மாமாவுக்கு அந்தச் சின்ன வயதிலேயே அவ்வளவு முடியும் நரைத் திருக்கும். வைக்கோல் மாதிரி ஒரு பழுப்பு நிறத்தில் இருக்கிற முடியை வலது பக்கத்தில் வகிடு எடுத்து இடது பக்கமாகச் சீவி இருப்பார். நானூறு மீட்டர் ரேஸ், ரிலே ரேஸில் எல்லாம் பூரணம் மாமா ஓடிவருவதைப் பார்க்க அவ்வளவு நன்றாக இருக்கும். கடைசி பத்து இருபது அடி தூரத்தில் அவர் மிதக்கிற மாதிரி வருவார். இறக்கையடிப்பதை நிறுத்திவிட்டுப் பறக்கிற ஒரு பறவை மாதிரி இருப்பார். ட்ரில் சார் கூட சொல்வார், “லாஸ்ட் லாப்புல பூரணம் ஷட்டில் காக் மாதிரி வெயிட்டே இல்லாதது மாதிரி ஆகீருவான்”. பள்ளி மாகசைன் பூராவும் மாமா கப்போடு நிற்கிற படம்தான். ஸ்போர்ட்ஸ் டேயில் பரிசு கொடுக்கவந்த டாக்டர் கிருஷ்ணன், ‘நீ இங்கேயே நில்லு. எதுக்கு இறங்கி இறங்கி ஏறுதே’ என்று சிரித்து மாமாவைத் தட்டிக் கொடுத்தது உண்டு. அந்தக் கப்களை எல்லாம் எப்படி மாமாவால் தெப்பக் குளத்தில் போட முடிந்தது?

இதை மாத்திரம் இல்லை. மாமா இன்னும் என்ன என்ன எல்லாத்தையுமோ என்னிடம் சொல்லி இருக்கிறார். ஸ்பின்னிங் மில்லில் வேலை கேட்பதற்காக பெரிய முதலியார் வீட்டுக்குப் போயிருக்கும் போது அந்த வீட்டில் அடித்த சாம்பிராணிப் புகையையும் பற்றிச் சொல்லி இருக்கிறார். அந்த முதலியாரும் அவருடைய வைப்பாட்டியும் (மாமா அந்தப் பெண்ணைப் பற்றி ரொம்ப அசிங்கமாக வர்ணிப்பார் இப்போது) குரும்பூர்ப் பக்கம்

காரை நிறுத்திவிட்டு இளநீர் குடித்துக்கொண்டு நின்றதையும் சொல்வார். "இந்த சந்திரபாபு பாட்டு எல்லாம் எங்கியாவது மொத்தமா கிடைக்குமா மாப்பிளை. 'பிறக்கும் போதும் அழுகின்றான்' பாட்டைக் கேட்டா செத்துரலாம்" என்பார். 'புத்தியுள்ள மனிதன் எல்லாம் வெற்றி காண்பதில்லை' பாட்டில அவன் நடக்கிறதையும் துள்ளுகிறதையும் பார்க்கணும். அவன் முன்னால் இந்த தொட்டிப் பய எல்லாம் ஒண்ணுமே இல்ல' என்று குனிந்து ஒரு கப்பிக் கல்லை எடுத்து எதிரே இருக்கிற வால் போஸ்டர் மேல் எறிவார்.

சரசு அத்தையைப் பற்றியும் எவ்வளவோ சொல்லியிருக்கிறார். மாமா என்னிடம் சொல்லி இருக்கிறதை எல்லாம் அப்படியே வெளியில் திருப்பிச் சொல்ல முடியாது. "என்ன மாமா, இதை யெல்லாம் போய் என் கிட்டே சொல்லிக்கிட்டு?" என்று சொல்வேன். 'நிலைக் கண்ணாடி மாதிரி மாப்பிளே நீ. புது டிரஸ் போட்டுட்டும் பார்க்கலாம். அவுத்துப் போட்டுட்டும் பார்க்கலாம். உனக்குக் காட்டுததுக்கா பார்க்கிறேன்? எனக்குப் பார்க்கணும்னு தோணுது. பார்க்கிறேன். எனக்கு வலதுன்னா கண்ணாடியில இடது. அதுக்கு வலதுன்னா எனக்கு இடது. நிலைக்கண்ணாடி யாரு கிட்டே போய்ச் சொல்லப் போகுது?' இதைச் சொல்லிவிட்டுப் பூரணம் மாமா சிரித்தார். 'சில சமயம் நிலைக் கண்ணாடி சில்லுச் சில்லா உடைஞ்சு போகும். ஏன் தெரியுமா? இப்படி வெளியிலேயும் சொல்ல முடியாம, அதுக்கு உள்ளுக்குள்ளேயும் வச்சுக்கிட முடியாமத் தான்'

நான் அதுவரைக்கும் பாராத ஒரு நிலைக் கண்ணாடியின் உடைந்த சில்லுகளை எனக்கும் பூரணம் மாமாவுக்கும் மத்தியில் சிதறிக் கிடப்பது மாதிரிப் பார்த்தேன். 'அப்படி உடைஞ்சால் கூட எல்லாச் சில்லுலேயும் நானும் அத்தையும் தாண்டா இருப்போம். ஒண்ணை எடுத்தா அத்தை பூ வச்சுக்கிட்டு நிப்பா. இன்னோண்ணுல அத்தை என்னை கிஸ் அடிச்சுக்கிட்டு இருப்பா. போடா. அவ வேற மனுஷிடா. அவளைக் கொண்டாந்து என் கிட்டே சேர்த்த செங்குளம் அத்தையைக் கும்பிடணும். கோவில் கட்டினால் கூடத் தேவலை'.

மாமா ஒரு கட்டத்தில் எதை எடுத்தாலும் செங்குளம் அத்தையில் கொண்டுபோய்த்தான் முடிப்பார். சரசு அத்தையைப் பற்றிச் சொன்னதும் அப்படித்தான்.

'இண்ணைக்கும் நாளைக்கும் லீவுதானே மாப்பிளை. புறப்படு' என்றார் மாமா. 'புறப்படு. புறப்படு 'ன்னா எங்கேண்ணு சொல்லுங்க' '_அட. புறப்படுரா மயிரான்' என்று முதுகில் ஒரு அடி அடித்து

விட்டு, 'சேஞ்சுக்கு ஒரு கைலியும் ட்ரஸ்ஸும் எடுத்துக்கோ. நீ தான் தபால்காரன் மாதிரி எப்பவும் தோள்ப்பட்டையிலேயே ஒண்ணை மாட்டிக்கிட்டு அலையுவியே, அதுல வச்சுக்கோ. வா.' என்று சொல்லிவிட்டு சைக்கிளில் வாசலில் நிற்பார். எப்போதும் அப்படி அப்படியே போட்டுவிட்டுப் புறப்படும்படியாகத்தான் இருக்கும் மாமாவின் எல்லாக் காரியமும்.

நேராகப் போவதற்கு எத்தனையோ வழி இருக்கிறது. ஜங்ஷனில் போய்க் கூட ஏறியிருக்கலாம். "நேரா நேராய்ப் போயி என்னத்தைக் கண்டோம் மாப்பிளே" என்று செண்பகம் பிள்ளைத் தெரு வழியாக, மந்திர மூர்த்தி ஸ்கூல் திரும்பி டவுண் ஸ்டேஷனுக்குக் கூட்டிக்கொண்டு போனார். வழி எங்கும் அறுப்புக் களமும் சூடு அடிப்புமாக இருந்த்து. "மாப்பிளே, நினைச்சா கடலுக்குள்ளே கூட இறங்கி எண்ணைக்கும் நடந்திரலாம். இப்படி அறுப்படியிலே பச்சை வைக்கோலை மிதிச்சுக்கிட்டு நடக்கக் கொடுத்துவச்சு இருக்கணும். பிணையல் அடிக்கிற அந்த மாட்டுக் கண்ணைப் பாரு மாப்பிளே. நம்ம பாட்டன், முப்பாட்டன் பார்க்கிற மாதிரி இருக்கு" என்று சொல்லிக் கொண்டே புனலூருக்கு டிக்கெட் எடுத்தார். ஆனால் "இறங்கிக்கிடுவோம் மாப்பிளே" என்று செங்கோட்டையிலேயே இறங்கிவிட்டார்.

செங்கோட்டையில் கள்ளு கிடைக்கும் இடம் அவருக்குத் தெரிந்திருந்தது. தென்னந் தோப்புகளுக்கு இடையே நடந்து மாஞ்சருகுகளை மிதித்து மறுபடி ஒரு தென்னந்தோப்பில் இருக்கிற ஒரு குடிசையை அடைவதே நன்றாக இருந்தது. மாமா நார்க்கட்டிலில் உட்காரவில்லை. தென்னங் கீற்று ஒன்றை இழுத்துப் போட்டு அதன் மேல் உட்கார்ந்தார். யோகாசனம் மாதிரி சம்மணம் போட்டு விரைப்பாக நிமிர்ந்து உட்கார்ந்தார். முதுகுத் தண்டு கோணாமல் தான் கள்ளுக் குடிக்க வேண்டும் என்று ஏற்பட்டது போல இடது பக்கத் தொடைக்கு மேல் நீண்டிருக்கிற பாதத்தைப் பிடித்துக் கொண்டார். கள் குடிப்பதும் பேசுவதுமாக இருந்தார். பக்கத்தில் பாடிக்கொண்டிருந்த ஒரு ட்ரான்சிஸ்டரை நிறுத்தச் சொன்னார். அதுவும் போதவில்லை.

"நீ பாட்டுக் கேள் அச்சா. நாங்கள் அந்தப் பக்கம் போய் விடுகிறோம்" என்று அரை மலையாளத்தில் சொல்லிவிட்டு எழுந்தார். நான் அவருடைய மலையாளத்திற்குச் சிரித்தேன். "என்ன சிரிப்பு?" என்று வழக்கமானதை விட அதிகக் காட்டமான ஒரு கெட்ட வார்த்தையைச் சொன்னார். "நான் பேசுதேன். அச்சன் கேட்கிறான். இடையில் நீ என்ன?" என்று மறுபடி அதையே சொல்லி முடித்தார்.

இப்படிச் சொல்வதற்குள் அந்த ஆற்றுக்கால் வந்திருந்தது. எட்டடி அகலம் கூட இருக்காது. தெளிந்த தண்ணீர் ஓட்டம். எதிர்ப்பக்கம் பூராவும் தாழம் புதர். முறை வைத்தது மாதிரி, ஒன்று மாற்றி ஒரு தென்னை தண்ணீரைப் பார்க்க வளைந்திருந்தது. பூரணம் மாமா ஒரு சாய்ந்த தென்னையில் வசமாக உட்கார்ந்து கொண்டுதான் சரசு அத்தையை எப்படிக் கல்யாணம் ஆயிற்று என்று சொன்னார்.

"சீரங்கத்துக்கு இருபத்திரண்டு முடிஞ்சு இருபத்தி மூணு வந்திட்டுது. திசையே பிடிபடலை. எப்படி அதைக் கரையேத்தப் போகிறோம்னு நினைச்சால் தூக்கம் வராது. அத்தை, நான், தங்கச்சி மூணு பேருமே புரண்டுக்கிட்டேதான் கிடப்போம். அன்றைக்குப் புதன் கிழமைண்ணு நினைக்கேன். அது கூட செங்குளத்து அத்தை பேசின பேச்சை வச்சு சொல்லுதேன். அவதான் சொன்னா. 'இன்னைக்கு புதன், நாளைக்கு வியாழன்னு காலமும் பொழுதும் சிட்டாப் பறந்துரும். நாம் இப்படி ஆளாளுக்கு ராத்திரி முழிக்கிறதுக்குப் பதிலா பகலில முழிச்சா நல்லது. எனக்கு ஒரு ரோசனை தட்டுப்படுது. என் புத்திக்குத் தெரிஞ்சு நான் தப்பா ரோசிச்சதே இல்ல" என்று சொல்ல ஆரம்பித்தாள்.

செங்குளம் அத்தைக்குக் கூடப் பிறந்த தம்பி ஒருத்தன் இருக்கிறானாம். வாடாவழியாக அலைகிறவனாம். சரியான லெளடிப்பட்டம் கட்டி இருக்கிறானாம். ரெளடிதான் லெளடி. அவனுக்கு ஒரு தங்கமான பையன். மேல் படிப்பு எல்லாம் படித்து எட்டாம் கிளாஸ் ஒன்பதாம் கிளாஸ் வாத்தியாராக நல்லூர் வேதப் பள்ளிக்கூடத்தில். வேலை பார்க்கிறான். அப்பன் எடுத்திருக்கிற பெயர் பிள்ளைக்குப் பெண் கிடைப்பதில் தடையாக இருக்கிறது. சீரங்கத்தைத் தருகிறேன் என்று மாமா சொன்னால், அடுத்த நிமிஷமே தாலி கட்ட ஏற்பாடு பண்ண அவள் தயார். அது அவள் பொறுப்பு. ஆனால் ஒரே ஒரு கண்டிஷன்...

செங்குளம் அத்தை சொல்வது போல பூரணம் மாமா சொல்லிக் கொண்டே வந்து இந்த இடத்தில் நிறுத்தினார். கொஞ்ச நேரம் தண்ணீரையே பார்த்துக் கொண்டு இருந்தார். நெஞ்சு முட்ட மூச்சை இழுத்தார். "தாழம் பூ வாடையா. நல்ல பாம்பு வாடையா, மாப்பிளே?" என்று என்னிடம் கேட்டார். எனக்கு ஒன்றும் தெரிய வில்லை. அவருடைய நெஞ்சில் நிரம்பினது அவருக்கு. 'என்ன கண்டிஷன்?' என்று மாமாவிடம் கேட்கவில்லை. மாமா ஒரு இடை வெளியைத் தாண்டி, தன் பேச்சில் தன்னையே மீண்டும் கோர்த்துக் கொள்கிற விதம் எனக்குப் பிடிக்கும்.

இந்தப் பேச்சை ஆரம்பித்த பின், கள்ளை ஒரு வாய் கூட அவர் குடிக்கவில்லை. தென்னையை விட்டு இறங்கி, வேட்டியை அவிழ்த்து மறுபடி கட்டிக்கொண்டார். பாதம் தெரியாதது போல தழைய இழுத்துவிட்டுக் கொண்டார். அதற்காகக் குனியும் போது கீழே கிடந்த ஒரு புன்னைக் கொட்டையை எடுத்துக் கையில் உருட்டினார். அந்தச் சின்னத் திரட்சியில் இருந்து அவருடைய ரகசியங்கள் கசிந்து வருவது போல, அந்த இடத்திலேயே உட்கார்ந்து மறுபடி பேச ஆரம்பித்தார்.

"என் தம்பிக்கு ஒரு மகன் மட்டுமில்லை. அவனுக்கு மூத்தவ ஒருத்தி இருக்கா. சரஸ்வதிண்ணு பேரு. என் தம்பியோட மூத்தவடியா பேரு அது. சரசுண்ணு கூப்பிடுவோம். சரஸ்வதின்னா சரஸ்வதி தான். அதெல்லாம் கரெக்டாத்தான் இருந்தது. ஆளு கரெக்டா இருந்தா கோளு கரெக்டா இருக்கணும்னு கட்டாயமா? எப்படிப் பழக்கமோ, என்ன சங்கதியோ? எவன் கூடவோ ராத்திரி யோட ராத்திரியா புறப்பட்டுப் போயிட்டா. எங்கே போனாளோ, எங்கே இருந்தாளோ, ஒரு மூணு வருஷங் கழிச்சு, ஒரு சித்திரை விசுவுக்கு முதல் நாள் ராத்திரி மொட்டுப் போல அப்படியே வந்து நிக்கா. அலுங்கலை. குலுங்கலை. நேற்று உதயத்தில போயிட்டு மத்தியானச் சாப்பாட்டுக்கு வீட்டுக்கு வந்திட்ட மாதிரி அதே முகம். அதே சிரிப்பு. ஒரு வாடல், ஒரு வருத்தம் இல்லை. என் தம்பி ஏற்கனவே ஆட்ட பாட்டம் எல்லாம் ஆஞ்சு ஓஞ்சு கிடந்தவன் என்னவோ சரசு கிட்டே கேட்டிருக்கான். பெத்த அப்பன்'னு இருந்தா அது கூடக் கேட்க மாட்டானா? சரசு திலுப்பி ஏதோ பதிலுக்கு அவனைக் கேட்டிருக்கா. அந்தானைக்கு அவன் பதிலே பேசாம எந்திருச்சுப் போயிட்டான். அன்னைக்கு ராத்திரியே மருந்தக் குடிச்சுட்டு மலந்துட்டான்."

எனக்கு பூரணம் மாமா செங்குளத்து அத்தை குரலில் சொல்லச் சொல்ல, செத்துப் போன அத்தையின் தம்பி மீது இரக்கமாக இருந்தது.

"ஒரே கண்டிஷன். பழசு எல்லாம் உன்கிட்டே ஒளிக்கலை. மறைக்கலை. உடுத்தின துணி வரைக்கும் உதறிக் காட்டியாச்சு. சரசுக்கும் அப்பன் இல்லை. உங்க ரெண்டு பேரு கதையும் அப்படித் தான். ரெண்டு பக்கத்தையும் திராசுல வச்சா முள்ளு இங்கேயும் வாடாது. அங்கேயும் வாடாது. எச்சி நாக்குத் தான். ஆனா ரெண்டு பேருக்கும் பொதுவாச் சொல்லுதேன். சரசுவை நீ கட்டிக் கிடுதேன்னு ஒரு வார்த்தை சொல்லு. சீரங்கத்துக்கு என் தம்பி மகனை

'ம்'கிறதுக்கு முன்னாலமுடிச்சு வைச்சுருதேன். ஒருத்தருக்கொருத்தர் ஏந்தலா இருக்கும். ரெண்டு குடும்பத்துக்கும் பொதுவா நானும் ஏதோ நல்லது பண்ணிட்டேன்னு எனக்கும் இருக்கும். இதில் அடிபிடி கட்டாயம் ஒண்ணுமில்லை."

பூரணலிங்கம் மாமா பொம்மலாட்டம் நடத்துகிறது போல இரண்டு பேராகவும் என் முன்னால் மாறி மாறித் தோன்றிக் கொண்டிருந்தார். செங்குளத்து அத்தை முகத்தை எப்போது மாட்டுகிறார் எப்போது கழற்றுகிறார் என்றே தெரியவில்லை.

"செங்குளம் அத்தை இப்படிச் சொன்னதும் நான் கொஞ்சம் கூட யோசிக்கவில்லை. யோசிக்கிறதுக்கு எல்லாம் கட்டுபடியாகாது நமக்குண்ணு எப்பமோ தெரிஞ்சு போச்சு. 'ஏற்பாடு பண்ணுங்க அத்தை' என்று மட்டும் சொன்னேன். முதலில் என் கல்யாணம் தான் நடந்தது. இலஞ்சிக் கோவிலில் வைத்துத் தாலி கட்டிக் கூட்டியாந்தோம். நான் சரசுக்கு முதன் முதலில் கொடுத்தது அந்தக் கோவில் பிரகாரத்தில உதிர்ந்துகிடந்த ஒரு நாகலிங்கப் பூவைத் தான். இப்பவும் நாகலிங்கப் பூவை எங்கன பார்த்தாலும் அவளுக்கு ஒண்ணைப் பொறக்கிக்கிட்டுதான் வாரேன்"

உண்மைதான். போன மாதமோ முந்தின மாதமோ பூரணலிங்கம் மாமாவுக்கு சோதனை பண்ண கண் ஆஸ்பத்திரிக்குப் போயிருந்தோம். முடிஞ்சு வெளியே வந்து பார்த்தால் மாமாவைக் காணோம். கொஞ்ச நேரம் கழிச்சு மாமா நாலைந்து நாகலிங்கப் பூக்களோடு சிரித்துக் கொண்டே வந்துகொண்டு இருந்தார். நான் கேட்கா மலேயே, "சைடுலே ஏழெட்டு மரம் நிக்கிண்ணு முன்னாலயே தெரியும். உங்க அத்தை இப்போ தலையில வைக்கிறதை எல்லாம் விட்டுட்டா. சாமி படத்துக்கு வச்சிருதா" என்று சொல்லியிருக்கிறார்.

அதே போல, இன்னொரு சமயம் மாமா சிரித்துகொண்டே, ரொம்ப நிறைவாகச் சொன்னார். அன்றைக்கும் இதே போல சரசு அத்தை மீன் வாங்கிக் கொண்டுதான் வந்துகொண்டு இருந்தாள். தனக்குப் பின்னால் ஒரு சாம்பல் பூனை காலை மீசையால் உரசிக் கொண்டு வருவதில் அவளுக்கு மிகுந்த விருப்பம் இருந்தது. எங்கள் வீட்டில் காய்த்த பப்பாளிப் பழங்களை வாங்கிக் கையில் வைத்துக் கொண்டே, "இந்தப் பூனைக்குட்டிக்கு உங்க அத்தை என்ன பெயரு வச்சிருக்கா? தெரியுமா?" என்று கேட்டார்.

ஒருவேளை என் பெயராக இருக்குமோ? ஆனால் என் பெயரா என்று கேட்கவில்லை. 'தெரியலையே' என்று சிரித்தேன்.

“என் பெயருதான் மாப்பிளே. அதுவும் எங்க அம்மை என்னைக் கூப்பிட்ட பேரு. லிங்கம். எதுக்கெடுதாலும் லிங்கம்தான். பாலுண்ணா லிங்கம். மீனுண்ணா லிங்கம். இப்போ பூனை, மனுஷன், வஞ்சிர மீனு, நாகலிங்கப் பூவு எல்லாம் ஒண்ணாப் போயிட்டுது அத்தைக்கு. அன்னிக்கு சீரங்கமும் மாப்பிளையும் வாராங்க. இவ பூனைக் குட்டியை என் பேரு சொல்லிக் கொஞ்சிக்கிட்டு இருக்கா. யாரைக் கொஞ்சினா என்ன? எதைக் கொஞ்சினா என்ன? எல்லாத்தையும் கொஞ்சுததுக்கு ஒரு மனசு வேணும்லா?” மாமா லேசாகக் கண் கலங்கிக்கொண்டு என் கையைப் பிடித்தார்.

எனக்கு பூரணலிங்கம் மாமாவைப் பார்க்கவேண்டும் போல இருந்தது. இதோ இப்படியே எழுந்து சரசு அத்தை பின்னால் போய்விட்டால் என்ன?

சரசு அத்தை தெருவில் நின்றுகொண்டு யாருடனோ பேசுகிறாள். மீன் விலையைக் கேட்டிருப்பார்கள் அல்லது என்னென்ன மீன் இருக்கிறது என்று கேட்டிருப்பார்கள். மேல் துண்டை இழுத்து விட்டுக் கொண்டே, மீன்காரர் இருக்கிற திசைப் பக்கம் கையைக் காட்டி சரசு அத்தை பதில் சொல்கிறாள். மீன் கனத்துடன் கருப்பு பாலித்தீன் பை ஒரு குலை போல கையில் அசைகிறது.

காற்றில் இழுபடும் மீன் வாசத்தில் தவித்து, கருப்புப் பூனை சிணுங்கிக் கொண்டே அத்தையின் காலில் மூச்சு விட்டிருக்கும் போல. ‘சூ’ என்று அத்தை கூச்சத்தோடு விரட்டுகிறாள்.

கருப்புப் பூனை கொஞ்சம் விலகிப் பின் வாங்கி மறுபடி அத்தை கூடவே போகிறது. இந்தப் பூனையின் பெயர் என்ன என்று பூரணம் மாமாவிடம் கேட்க வேண்டும்.

அனேகமாக என் பெயராகத்தான் இருக்கும்.

உயிர் எழுத்து
ஏப்ரல் 2013

✣

கனியான பின்னும் நுனியில் பூ

'இந்தக் கடையில் வாங்கிவிடுவோமா?' நான் தினகரியைக் கேட்கும்போது அவள் குனிந்து குனிந்து வாகைப் பூக்களைப் பொறுக்கி உள்ளங்கைகளில் வைத்துக்கொண்டு இருந்தாள். திரிச்சூர் பூரத் திருவிழாவில் யானை மேல் இருந்து இரண்டு பக்கமும் வீசுகிற கவரி மாதிரி, ஒவ்வொரு பூவும் சிவப்புக் குஞ்சமும் காம்புமாக இருந்தது. அவ்வளவு பெரிய வாகைமரத்தின் கீழ் நான் நிறுத்திய வண்டியின் மேல் சற்றுச் சாய்ந்தாற்போல நின்று கொண்டு, 'சரி ப்பா' என்றாள். அவள் இந்தப் பழக்கடையைப் பார்த்த மாதிரியே தெரியவில்லை.

ரயில் வருவதற்காக அடைத்துப் போட்டிருந்தார்கள். பத்து முப்பது வண்டிகள், கார்கள், ஆட்டோக்கள் என்று ஒன்றுக்குள் ஒன்று கோர்த்துக்கொண்டு நிற்கிற இந்த ரோட்டில் இப்படிக் காத்துக்கிடப்பது பிடித்திருந்தது. ஒரு பல்ஸர் வாகனத்தின் பின் சக்கரத்துக்குக் காற்றுப் பிடித்துக்கொண்டே, கம்பங்கூழ் தர்பூசணிக் கீற்று விற்கிற தாடிக்காரருடன் சிரித்துக்கொண்டு இருப்பவரை இந்த உச்சி வெயில் ஒன்றும் செய்யவில்லை. சித்த வைத்தியசாலை அருகில் இருப்பது போல வாடையடிக்கிற இந்த இடத்தில் பூவரச மரம் தவிர வேறு எதையும் காணோம்,

ஆட்டோக்கள் பழுதுபார்க்கிற ஒர்க்ஷாப்பில் இருந்து, 'காதலின் தீபம் ஒன்று, ஏற்றினாளே இன்று' என்ற பாட்டு வந்துகொண்டு இருந்தது. தினகரி வாகைப் பூவைக் காம்பைப் பிடித்துத் திருகிய படி, 'அப்பா, உங்க ஆளு பாட்டு வரிசையா போடுதான்' என்றாள். அதற்கு முன்புதான் 'வந்ததே... ஓ,ஓ குங்குமம். கண்களே.. ஓ,ஓ சங்கமம்' முடிந்திருந்தது. 'அனேகமா அடுத்தது 'ராசாவே ஒன்ன நம்பிதான்' என்று சொல்லியபடி என் பக்கம் வரும்போது திருச்செந்தூர் பாஸஞ்சரின் சத்தம்.

வந்துகொண்டே இருந்தவள் அதே இடத்தில் நின்று, 'நல்லா இருக்கு ப்பா ரயில் கூப்பிடுகிறது' என்றாள். அது எப்படி இந்த ரயில் சத்தம் மட்டும் எல்லோருக்கும் பிடிக்கிறது? தினகரி 'நல்லாருக்கு ப்பா' என்று என்னிடம் சொல்வது போல, நானும் 'நல்லா இருக்குல்லா ம்மா?' என்று என்னுடைய அம்மாவிடம் கேட்டிருக்கிறேன். அப்படிக் கேட்ட நேரத்தில் அம்மா வைத்திருந்த சிவசைலம் தாழம்பூ கூட ஞாபகம் வருகிறது. ரயில் சத்தம் இத்தனை வருடம் கழித்து ஞாபகம் வரும்போது தாழம் பூ வாசம் வரக்கூடாதா என்ன?

சொல்லப் போனால் அது தாழம் பூ வாசனை இல்லை. பக்கத்தில் இருக்கிற இந்தப் பழக்கடையின் வாசனை. பழக்கடை என்று சொல்லக் கூடாது. பழமுதிர் சோலை. எங்கே பார்த்தாலும் பத்து அடிக்கு ஒன்று. அதற்கென்று ஒரு நீல நிற வெளிச்சம். எல்லாத் தோப்பிலும் எல்லாக் காலத்திலும் எல்லாப் பழங்களும் உதிரும் போல. காம்பில் இருந்து கழன்று நேராக இந்தக் கடையின் கூடையில் விழுந்தது போல அத்தனை மினுமினுப்பான சதைப் பற்று.

தினகரி வீட்டை விட்டுப் புறப்படும்போதே, 'ஆப்பிள் வேண்டாம் ப்பா' என்று தீர்மானமாகச் சொல்லிவிட்டாள். 'ஏட்டீ. ஃப்ரண்டு பிள்ளை உண்டாகியிருக்காண்ணு பார்க்கப் போறே. மாதுளம் பழம் நல்லதா நாலு பார்த்து வாங்கிக்கிட்டு போ. சாக்லேட்டு ரொட்டிண்ணு எதையாவது கண்டதையும் கழியதையும் வாங்கிட்டுப் போயிராதே. உங்க அய்யாவும் நீ சொன்ன சொல்லைத் தட்ட மாட்டா. சரிண்ணு சொல்லியிருவா..' என்று சொல்கிற அம்மாவையும் மறுக்கவில்லை. 'சரி ம்மா' என்று சொல்லிக் கொண்டாள். லேசான சிரிப்பு வேறு என்னைப் பார்த்து. அது எப்படி என்று தெரியவில்லை! இந்தப் பெண் பிள்ளைகளுக்கு மட்டும் தட்டும் வாடாமல் முள்ளும் கோணாமல் சரியாகத் தராசைப் பிடிக்கத் தெரிந்துவிடுகிறது.

எனக்கும் மாதுளம் பழம் வாங்கத்தான் பிடித்திருந்தது. இப்போது எல்லாம் மாதுளம் பழத்துக்குச் சுளை இருப்பது போல் எட்டாக வகிர்ந்து, பூப் போல இதழ் இதழாக விரித்து நான்கு பழங்களை முன்னால் பார்வையாக வைத்துவிடுகிறார்கள். இந்த மாதுளம் பழ விதை, வெள்ளரிப் பிஞ்சு விதையை எல்லாம் இப்படி வரிசையாக அடுக்கவேண்டும் என்று யார் சொல்லிக் கொடுத்தார்கள். எனக்குத் தோன்றுவது போல தினகரிக்கும் தோன்றுமா? 'யாரு ப்பா சொல்லிக்கொடுத்தாங்க?' என்று அவள்

என்னிடம் கேட்கவேண்டும் போல இருந்தது. என் கையில் பழக்கடைக்காரர் பிளந்துவைத்த மாதுளையை ஏந்தியிருந்தேன். ஏதோ ஒரு கேரளத்துக் கோவிலில் ஆயிரம் பெரும் திரி ஏற்றுவதற்கு விளக்கின் ஒவ்வொரு திரி முகமாகத் திருப்பிக்கொண்டு இருந்தது போல, அதைத் திருப்பினேன். 'நல்லா இருக்கு இல்லே' என்று பக்கத்தில் தினகரி நிற்கிற ஞாபகத்தில் கேட்டேன். அவள் இல்லை.

'நல்லா இருக்கு சார்' பக்கத்தில் நிற்கிறவர் சிரித்தார். நரை முடிக்குத் தேய்க்கிற தைலமோ என்னவோ, அபிஷேகத் திருநீறு வாசனை மாதிரி அடித்தது. தாடி வளர்ந்திருந்தது. அடர்த்தியுடன் அது கன்னத்தில் இரண்டு வரிகளாக மடிந்து ஒதுங்க, அவர் சிரிப்பது நன்றாக இருந்தது. பக்கவாட்டில் இருந்து பார்க்கும் சமயம் இவ்வளவு அழகாகத் தெரியும் மூக்கைச் சமீபத்தில் பார்த்த தில்லை. கல்லூரியில் தாவரவியல் சொல்லிக்கொடுத்த தாம்ஸன் சார் முகம் ஞாபகம் வருகிறது. தேர்வு எழுதுகிற அறையின் குறுக்கே பறந்து கத்திக்கொண்டு வலப்புற ஜன்னல் வழியாக வெளியேறிய ஒரு பயந்த மீன்கொத்தியின் சத்தம் கூடக் கேட்கிறது. ஒன்றில் இருந்து ஒன்றுக்குத் தாவுகிற இந்தப் பழக்கமே என் கையில் கீற்றுக் கீற்றாகப் பிளந்து சிவந்துகிடப்பதாகத் தோன்றியது.

நான் தினகரி எங்கிருக்கிறாள் என்று பார்த்துக் கொண்டிருந்தேன். தினகரி பழக்கடைகளில் ஒரு தானியம் கொத்துகிற சிறு பறவை ஆகிவிடுவாள். ஒரு கருப்புத் திராட்சையைப் பிய்த்து வாயில் இடுவாள். அடுத்து பச்சையை. ஒரு நாவல் பழத்தை. ஒரு சிவந்த ப்ளம் பழத்தைக் கூட. கடைக்காரர்களுக்கும் அவளைப் பார்த்தால் ஒரு பறவையாகத்தான் தோன்றிவிடுமோ என்னவோ? ஒன்றும் சொல்வதில்லை. அப்படியே சொன்னாலும், 'நல்லா இருக்கா பாப்பா?' என்றுதான் கேட்கிறார்கள். அல்லது அப்படிக் கேட்பது போலச் சிரிக்கிறார்கள்.

தினகரி கையில் ஒரு ஸ்ட்ராபெர்ரி பழப் பாக்கெட்டைக் கையில் வைத்துக்கொண்டு அங்கிருந்து காட்டுகிறாள். இறக்குமதியானது என்றுகூடக் கடைக்காரர் சொல்லவில்லை. அப்படிச் சொன்னால் மதிப்புக் குறைவு. 'இம்போர்ட்டட் சார்' என்கிறார். நான் தினகரியை இங்கே வரச் சொல்கிறேன்.

'இதை எடுங்க சார். நல்லா இருக்கும்' பக்கத்தில் நின்ற தாடிக்காரர் மாதுளை இருக்கும் கூடையில் இருந்து ஒவ்வொன்றாக பார்த்துப் பொறுக்கிக் கொடுக்கிறார். உள்ளங்கை ஈரத்தால் அதன் தோலைத் தடவிய படி 'அணில் நகம் பட்டிருக்கு' என்கிறார்..

தேங்காயைச் சுண்டிப்பார்த்துத் தருவது போல ஒன்றைச் சுண்டிக் கூடப் பார்த்தார். ஒன்றை சரியில்லை எனத் தனியாக வைத்தார். அது சரிந்து கூடைக்குள் உருண்டபோது, 'அட' என்று சிரித்தார். அந்தச் சிரிப்பு வித்தியாசமாக இருந்தது. என்னிடம் அவர் நீட்டிய மாதுளைகளை வாங்கிக் கொண்டேன்.

அவருடைய கையில் இருந்த பையில் கொய்யாப் பழங்கள் இருந்தன. கிருஷ்ணன் கோவில் பழங்கள் போல. மிகச் சீராகப் பொறுக்கியெடுத்த பழங்களின் தேர்வுதான். ஒன்றைச் சரியாகத் தேர்கிறவர் இன்னொன்றையும் அப்படியே செய்வார் என்று நம்பலாம். அது எப்படி கொய்யாப் பழமும் மாதுளம் பழமும் ஒன்று ஆகுமா என்று திருப்பியும் கேட்கலாம். அவரை ஒட்டி, அவருடைய வேட்டியைப் பிடித்தபடி ஒரு பெண்குழந்தை இருந்தது. கையில் இருந்த குடையின் நிழல் அதனுடைய தோள்வரை விழ, அது அப்பாவையும் என்னையும் பார்த்தது.

அகலமான கண்கள். அகலமான கண்களில் மட்டும் எப்போதும் சமபங்கு கண்ணீரும் சமபங்கு சிரிப்பும் நிரம்பியிருப்பது போலவே இருக்கிறது. எந்தப் பிரயாசையும் இன்றி, ஒரு பேரழகு வந்துவிடுகிறது அந்தக் கண்களால் பார்க்கிற யாருக்கும். அது தன் அகண்ட கண்களால் அப்பாவைப் பார்த்தது. என்னைப் பார்த்தது. சிறு வெட்கம் வந்து கீழே குனிந்து சிரித்தது. குடையின் பிளாஸ்டிக் கைப்பிடிக்குள் ஒளிந்திருக்கும் நீல நிற, ஆரஞ்சு நிறக் குமிழிகளை வெளியே உதறிச் சிந்துவது போல் குடையை லேசாகச் சுழற்றியது. மறுபடியும் அப்பாவைப் பார்த்தது.

தினகரி இவ்வளவு நேரமும் எங்கள் மூன்று பேரையும்தான் பார்த்துக்கொண்டு இருந்தாள் போல. என்னுடைய முதுகை லேசாகச் சுரண்டினாள். அது போதாது என என் தோள்ப் பட்டையை வலுவாக உலுக்கினாள்.

'என்ன, ஸ்ட்ராபெர்ரி வாங்கணுமா?' நான் தினகரியைக் கேட்டேன். என் கையில் அவர் பொறுக்கி எடுத்துக் கொடுத்த மாதுளைகள் இருந்தன. மாதுளைக்கு மட்டும் கனியான பின்னும் நுனியில் பூ.

தினகரி என்னை நகர்த்திக்கொண்டு போனாள். அவளுடைய குரல் மிகவும் தணிந்திருந்தது. என்னுடைய பைக் சாவியை பைக்கிலேயே வைத்துவிட்டது போலவும், அது அங்கே இருக்கிறதா தினகரி என்று கேட்பது போலவும் நான் இன்னும் சற்று அவரை விட்டு நகர்கிறேன்.

'அந்த ஆளு யாரு தெரியுமா ப்பா?' என்று கேட்டாள்.

'எந்த ஆளும்மா?' என்று பழக்கடையைப் பார்த்தேன். பழக் கடைக்குள் மூன்று பேர் இருந்தார்கள். மூன்று பேரும் ஒரு பொட்டுக் கூடக் கசங்காத வெள்ளைச் சட்டைதான் போட்டிருந்தார்கள். இப்போது ரொம்பப் பேர் போடுகிற மாதிரி 'மந்திரி வெள்ளை'. மந்திரிகள் பழமுதிர் சோலை வைக்கக் கூடாது என நிபந்தனைகள் உண்டா என்ன?

தினகரி எரிச்சல் படவே இல்லை. வாகைப் பூவைக் குனிந்து எடுத்த அதே நிதானத்துடன் இருந்தாள். ஒரு காட்டுப் பழத்தை முகர்ந்து பார்க்கும் அதே சமனுள்ள துறவுடன் என்னைப் பார்த்தாள். 'உங்களிடம் மாதுளம் பழங்கள் பொறுக்கிக் கொடுத் தானே அந்த ஆள்' என்றாள். நான் எப்படி உடனடியாக அவரைப் பார்க்காமல் இருக்கமுடியும்? 'அய்யோ. உடனே அங்கே பார்க்கா தீங்க அப்பா' என்று கடித்த பற்களுக்குள் முனங்கினாள்.

எனக்குப் புரியவில்லை. அவரைப் பார்க்காவிட்டால் நான் எங்கே பார்க்கவேண்டும் என்றும் தெரியவில்லை. தரையில் யாரோ சப்போட்டா விதையைத் துப்பியிருந்தார்கள். கருப்புக் கருப்பாக, பளபளவென்று கிடந்தன.

'அந்த ஆளுதாம் பா. எங்க காலேஜ் போகிற டவுண் பஸ்ஸில, ஒரு ஃபர்ஸ்ட் இயர் படிக்கிற பொண்ணு கழுத்தில கிடந்த சங்கிலியைக் கட் பண்ணப் பார்த்துட்டுப் பிடிபட்டவன். அந்த மூக்கு நல்லா ஞாபகம் இருக்கு. எல்லாரும் உதைச்ச உதையில அன்னைக்கு அவன் மூக்குல இருந்து ரத்தம் வடிஞ்சுக்கிட்டே இருந்துது. சட்டையை வச்சு ஒத்தி ஒத்தி எடுத்துக்கிட்டே இருந்தான்' தினகரி சொல்லிக்கொண்டே போனாள். நான் தினகரி சொல்வதைக் கேட்டுக்கொண்டும் அந்த ஆளைப் பார்த்துக் கொண்டும் இருந்தேன்.

'இருக்கட்டும் மா' என்றேன்.

கொஞ்சம் கூட அந்த ரத்தம் ஒழுகுகிற முகம் எனக்குள் பதியவே இல்லை. முற்றிலும் எனக்குப் பக்கத்தில் நின்று மாதுளைகளை அவராகவே தேர்ந்தெடுத்துக் கொடுத்த ஒருவராகவே இருந்தார்.

'இருக்கட்டும் மா' என்று மறுபடி தினகரியிடம் சொல்லிக் கொண்டே அவரும் அந்தச் சின்னப் பெண்ணும் நிற்கிற இடம் பக்கம் நகர்ந்தேன். எனக்கு என்னவோ அவருடைய முகத்தை மறுபடி

நெருக்கத்தில் பார்க்கவேண்டும் போல இருந்தது. பக்க வாட்டில் அந்த மூக்கு நன்றாகத்தானே இருந்தது. அவரால் நல்ல கொய்யாப் பழங்களைப் பொறுக்க முடிகிறது தானே. இவ்வளவு அகன்ற கண்களுடைய சிறுமி கூட அவருடைய பெண்தானே. நான் யோசித்துக்கொண்டே போகையில் என் கையில் வைத்திருந்த மாதுளைகளில் ஒன்று சற்றுப் பிசகி கீழே உருண்டு விழுந்தது. ஒவ்வொரு பழமும் ஒவ்வொரு விதமாக உருளும் போல. அது தன் போக்கில் உருண்டு நிற்கிறவரை பார்த்துக்கொண்டே நின்றேன்.

குடையைக் கழுத்தோடு இடுக்கிக் கொண்டு அந்தச் சிறு பெண், உருண்டுபோயிருந்த பழத்தை எடுத்து நீட்டியது. சிரித்தது. இன்னொரு மாதுளை போல இருக்கிற அந்த முகத்தின் கனிவு எனக்கு ரொம்பப் பிடித்திருந்தது. அந்தப் பெண்குழந்தை என்னைப் பார்த்துச் சிரித்தது போல, நான் அதனுடைய அப்பாவைப் பார்த்துச் சிரித்தேன். என்னுடைய சிரிப்பை ஒரு பரிசு பெறுவது போல அவர் வாங்கிக் கொண்டார். தன்னுடைய இடது கையால் மகளின் தலையைத் தன்னுடைய உடம்போடு சேர்த்து இழுத்தார். தன் குழந்தையின் முகத்தை அதே இடது கையால் அதனுடைய இரண்டு கன்னமும் இழுபட வருடினார். அப்படி இழுபடும் போது அவருடைய மகளின் உதடுகள் ஒரு குருவிக் குஞ்சினுடையதைப் போல குவிந்து பிளந்தன.

இன்னும் ஒருமுறை ஒரு பழம் உருள வேண்டும். அதை அது எடுத்துக் கொடுக்க வேண்டும். என்னைப் பார்த்துச் சிரிக்க வேண்டும். அதனுடைய அப்பா இடது கையால் அணைத்துக் கொள்ள, வாய் இப்படி, குருவிக் குஞ்சைப் போலப் பிளக்க வேண்டும். நான் அந்தக் கணத்தை மீண்டும் மீண்டும் விரும்பினேன். ஒரு தகப்பனின் கை இதைவிட நெருக்கமாகத் தன்னுடைய சின்னஞ் சிறு மகளின் கன்னத்தை வருடமுடியாது என்று தோன்றியது,

நான் அவரைப் பார்த்துச் சொன்னேன்.

'இதே மாதிரி இன்னும் ரெண்டு மூணு பழம் உங்க கையால செலக்ட் பண்ணிக் கொடுங்க' என்று சிரித்தேன். பக்கத்தில் குடையோடு நிற்கிற அவருடைய பெண்ணை அவரைப் போலவே இழுத்து என்னோடு சேர்த்துக் கொண்டேன்.

தினகரி ஒன்றுமே சொல்லாமல் என் பக்கத்தில் வந்து நின்றாள். அவளுடைய கைகளை சமீபத்தில் என் கைகளில் வைத்துக

கொண்டது இல்லை. எடுத்துவைத்துக் கொண்டேன். லேசாகத் தட்டிக்கொடுத்துக் கொண்டே சொன்னேன், ‘அவரு கொய்யாப் பழம் வாங்க வந்திருக்காரு. நாம மாதுளை வாங்க வந்திருக்கோம். அவ்வளவு தான் மா’.

தினகரியின் கைவிரல்கள் என் கைகளுக்குள் லேசாக அதிர்ந்தது. கொஞ்ச நேரம் அப்படியே இருந்துவிட்டு இறுக்கிப் பிடித்தது. அவள், ‘அவ்வளவு தான் ப்பா’ என்று சொல்லியபடி என்மீது பூப்போலச் சாய்ந்துகொண்டாள்.

குடையை முதுகுக்குப் பின்னால் நன்றாகச் சாய்த்து, எங்கள் இருவரையும் பார்க்கிற அந்தக் குழந்தையின் முகத்தில் திரும்பத் திரும்ப ஒரு முடிக் கற்றை பறந்துவிழுந்து கொண்டிருந்தது

தினகரி என்னை விட்டு விலகி அந்தக் குழந்தையிடம் போனாள். முகத்தில் விழுகிற முடியை ஒதுக்கிவிட்டாள். பக்கத்தில் நிற்கிற அதனுடைய அப்பாவைப் பார்த்துக்கொண்டே

‘கண்ணு ரெண்டும் நல்லா இருக்கு’ என்றாள்.

ஆனந்த விகடன்
17.04.2013

✣

நிரப்புதல்

'சுந்தரி வீடு வந்துட்டுதும்மா' வண்டியை எங்கள் வீட்டு முன்பு நிறுத்தும் போதே சுப்பு குரல் கேட்டது.

இத்தனைக்கும் அது பெரிய வண்டிதான். இறங்குவதற்குத் தோதுவாகத்தான் சுப்பு வண்டியை நிறுத்தியிருக்கிறாள். ஸ்டியரிங் பக்கத்துக் கதவைச் சாத்திவிட்டுச் சுற்றிவருவதற்குள் பின் பக்க இடது கதவைத் திறந்தாயிற்று. 'மெதுவா இறங்குங்கோ' என்று ஹரி நின்றாலும் போதவில்லை. 'அவளை எங்கே?' என்று சத்தம் வருகிறது. 'குஞ்சு, அம்மா கூப்பிடறா' என்பதற்குள் 'வந்துட்டேம்மா' என்று சுப்பு குரல் கொடுக்கிறாள்.

எங்களுக்கு ஆஃபீசில்தான் சுப்பு. சுப்புலட்சுமி. கே. ஆர்., கல்லிடைக்குரிச்சி ராமமூர்த்தி சுப்புலட்சுமி. வீட்டில் எல்லோர்க்கும் குஞ்சுதான். எல்லோர்க்கும் என்ன, இதோ காரில் இருந்து இறங்குகிற தயாரிப்பில் இருக்கிற சுப்புவின் அம்மாவுக்கும், எப்போதும் போல ஒரு பழைய முழுக்கைச் சட்டையைப் போட்டுக்கொண்டு சவரம் செய்யாத முகத்துடன், பிடித்துத் தள்ளினால் ஒடிந்துவிடுவது போல இருக்கிற ஹரி இரண்டு பேருக்கும் குஞ்சுதான்.

இந்த இரண்டு பேர் தவிர மூன்றாவதாக ஒருத்தியாக சுப்புவுடைய தங்கை ரமணி இருந்தாள். பி.காம் பரீட்சையில் தேறி எம்.காம் சேர விண்ணப்பம் எல்லாம் வாங்கி வைத்திருந்தாள். ஹரி மாமா மாதிரியோ குஞ்சு அக்கா மாதிரியோ அவள் பாங்க் வேலைக்குப் போக மாட்டாளாம். காலேஜ் லெக்சரர் வேலைக்குத்தான் போவாளாம். இப்படி எல்லாம் சொன்னவள் ஏன் அப்படிச் செய்தாள் என்று தெரியவில்லை.

ரொம்ப நாள் புத்திசுவாதீனம் இல்லாமல் இருந்து ரமணிக்கு நான்கு வயதாக இருக்கும் போதே உத்தரக் கட்டையில் தொங்கி

விட்ட அவளுடைய அப்பா வழியையே அவள் எடுத்துக்கொண்டாள். முந்தின நாள்தான் கை கொள்ளாமல் மருதாணி வைத்திருக்கிறாள். ஆற்றுத் தண்ணீர் பிடித்துவைத்த செப்புப் பானை மூடியில் 'தெறிக்கிற மாதிரி' விளைந்த ஏழெட்டு நெல்லிக்காய்கள். கிருஷ்ணன் கோவில் வரை நடந்தே போய்விட்டு வந்திருக்கிறாள். 'மாமா திருந்தறதாவே இல்லையாம்மா?' என்று ஹரியை சாராயக் கடைப்பக்கம் பார்த்ததற்கு வருத்தப்பட்டிருக்கிறாள். ஒரு துண்டு நார்த்தங்காய் ஊறுகாய் அதிகம் என்று தனியாக ஒரு சின்னத் தட்டில் அதை எடுத்துவைத்திருக்கிறாள். மாக்கல் சட்டியில் பருக்கையும் மோரும் இன்றிக் கழுவிக் கவிழ்த்தியாயிற்று. அடுக்களைக் கதவைச் சாத்தும் போது 'அரிசி டின்னுக்குள்ளே சுண்டெலி விழுந்து கல்கல்னு அரிசியைச் சிதற அடிச்சுக் குதிக்கிறது. கார்த்தால வரைக்கும் சதிர்க் கச்சேரி நடக்கட்டும்' என்று சொன்னவள், அம்மாவிடம் 'தூக்கம் வரலையாம்மா?' என்று கேட்டிருக்கிறாள். 'இன்னிக்கு என்ன கிழமை?' என்று கேட்ட அம்மாவிடம். 'சித்தே கண்ணை அசந்தேள்னா முழிச்சுப் பார்க் கிறச்சே புதன் கிழமை. புத வார்' என்று சிரித்திருக்கிறாள். ஆனால் மறுநாள் காலை பார்த்தால், முக்காலி உருண்டுகிடக்கிறது. சிலம்பு மாதிரி மருதாணி அப்பின கால் தரைக்கு நாலடி உயரத்தில் முறுக்கிக் கொண்டு திரும்புகிறது.

பாங்கிற்குத்தான் ஃபோன் வந்தது. இன்னும் எல்லா கவுண்ட்டர்கள் முன்னாலும் ஆட்கள் வரக்கூட இல்லை. நானும் சுப்புவும் காசாளர்கள். இரண்டு பேரும்தான் எதிரே வீஃபோரஸ் கடைக்குப் போயிருந்தோம். அவர்களுமே அப்போதுதான் திறந்திருந்தார்கள். சாயந்திரம் வருவதாகவும் பேரீச்சம் பழங்கள், பிஸ்கட் வகைகள், வறுத்த முந்திரி தவிர காலி வட்ட பிஸ்கட் டப்பாக்கள் இருந்தால் இரண்டோ மூன்றோ வேண்டும் என்று சொல்லிவிட்டு வந்தோம்.

'பிஸ்கட்களும் பேரீச்சையும் அம்மாவுக்கு. ஹரி இஷ்டமா முந்திரி சாப்பிடும். செங்கோட்டைக்குப் போனா கொல்லாம் பழம் வாங்கிட்டு வந்து, ஒவ்வொரு கொட்டையா சுருசுருண்ணு எண்ணெய் வடியச் சுட்டு எல்லாருக்கும் கொடுத்துக்கிட்டு இருக்கும். வட்ட பிஸ்கட் டப்பா எல்லாம் ரமணிக்கு வளையல் போட. அது ஒரு வளையல் கிறுக்கு. யாராவது ஒரு வளையல் செட்டியைத் தான் கட்டிவைக்கணும் அதுக்கு' சுப்பு யார் யாருக்கு எது என்று சொல்லிக்கொண்டே வரும்போது மாரியப்பன் சிரித்தான். பஸ் ஸ்டாப்பிற்குக் கீழ்ப்பக்கம் மருத மரத்து நிழலில் கூடை கூடையாக மாம்பழங்கள்.

பொதுவாக நான்தான் நிறைய மாம்பழம் வாங்குவேன். ‘மல்கோவா நல்லாருக்கு. எல்லாம் தெக்குமேடு, புளியரை தோப்புக் குத்தகையில் எடுத்தது’ என்று அவன் சொன்னது என்னைப் பார்த்துத் தான். சுப்புவுக்கு என்ன தோன்றிற்றோ, தினசரி அவனிடம் பேசுகிறது போல, ‘மாரியப்பா, சுந்தரி அம்மாவுக்குத் தர்ரா மாதிரி எனக்கும் நல்லதா ஒரு அரை டஜன் எடுத்து வை. சாயுங்காலம் போறச்சே வாங்கிக்கறேன். சரியா?’ என்றாள். எதைச் சொன்னாலும், ‘சரியா? என்பது சுப்புலட்சுமியின் பழக்கம்.’

எனக்குக் கூட ஞாபகம் இல்லை. அந்தத் தந்திக் கம்பத்தைக் கடந்து போகும் போது சுப்புதான் சொன்னாள், ‘இந்தப் போஸ்ட்ல தானே அந்தப் பையனைக் கட்டிவச்சு போறவா வாறவா எல்லோரும் ஆளாளுக்கு உதைச்சா? அந்தப் பொட்டிக்கடைப் பாட்டை யாவுக்கு என்ன வந்தது? ரொம்ப சிரத்தையா ஒரு வாழைத்தார் காம்பைத் தூக்கியாந்து மொத்துறார். கடைவாய்ப் பல்லு தெறிச்சு அங்கேர்ந்து ரத்தம் வழியறது. பார்க்கவே கண்ட்றாவியா இருக்கு. என்ன பசியோ. சாபமோ, நீட்டத் தெரியாம கையை நீட்டியிருக்கான். தப்புதான். அதுக்கு இப்படியா? குன்னி முத்து மாதிரி ரத்தம் ஒரு சொட்டு இப்போ விழட்டுமா அப்புறம் விழட்டுமாண்ணு உதட்டில தொங்கித்து. ‘எல்லாம் ஏதோ இன்றைக்கு நடக்கிறது போல சுப்பு ரோட்டின் குறுக்கே திரும்பித் திரும்பிப் பார்த்துக்கொண்டே வந்தாள். நைட் டூட்டி முடிந்து போகிற வாட்ச் மேன் சூடன் பொருத்தி கருப்பசாமியைக் கும்பிட்டு எங்களையும் கும்பிடுகிறார். கதலிப் பழத்தில் குத்திவைத்த சர்வோதயா பத்தி கருப்பசாமியை விட்டு விலகி எங்களைப் பார்த்து நாடாவாக நெளிகிறது.

‘டூட்டி முடிஞ்சுதா வடிவேலு?’ சுப்பு சிரிக்கிறாள்.

‘இன்றைக்கு என்ன, எல்லாத்தையும் பேரைச் சொல்லி அட்டெண்டென்ஸ் எடுக்கிறதா உத்தேசமா?’ நான் கேட்கிறேன்.

‘இன்னிக்கு என்னமோ எல்லோரையும் பேரைச் சொல்லிக் கூப்பிட்டுப் பேசணும்னு தோண்றது சுந்தரி என்று என் தோளில் கை வைத்தாள். இப்படித் தோளிலே கை வைப்பது சுப்புவின் இன்னொரு பழக்கம். அதிகம் சிரிக்கும்படி யாராவது பேசினால் பக்கத்தில் நிற்கிறவர் தோளில் முகத்தை வைத்துக் குனிந்து கொள்வாள். ஏதாவது ஒரு பெயர், தொலைபேசி எண் ஞாபகம் வரவில்லை என்றால் கூட அப்படித்தான். சுப்பு அதே மாதிரி என் தோளில் முகம் வைத்து அழக்கூடிய தூரத்தில் நாங்கள் இருந்திருக்கிறோம் என்று அப்போது தெரியாது.

ஹெட் கேஷியர் மேஜையில்தான் தொலைபேசி உண்டு. அட்டெண்டன்ஸ் ரிஜிஸ்தரில் கையெழுத்துப் போடவந்த செல்லப் பெருமாள்தான், 'சுப்புலட்சுமி மேடம், ஃபோன்' என்று சத்தம் கொடுத்துவிட்டு அவருடைய நாற்காலிக்குப் போனார்.

ஒரு நாற்பது ஐம்பது வருடத்திற்கு முந்திய அகலமான மேஜையில், ஒரு இன் அவுட் ட்ரே, ஒரு வருகைப் பதிவேடு, ஒரு டெல் டேல் ரிஜிஸ்தர் தவிர படுக்கை வசத்தில் இருக்கும் ஒரு கருத்த தொலைபேசி ரிசீவர். அதன் மறுமுனையில் இருந்து என்னென்னவெல்லாம் பரவும்?

'குஞ்சுவா?' என்று கேட்டவுடன் ஹரி நேரடியாகவே விஷயத்தைச் சொல்லிவிட்டிருப்பார் போல. ' எப்போ? எப்போ?' என்று மட்டும் திரும்பத் திரும்பக் கேட்டுக்கொண்டு சுப்பு பெரும் குரலில் அழ ஆரம்பித்திருந்தாள். யாரோ நாற்காலியை இழுத்துப் போட்டு அவளை உட்காரச் சொன்னார்கள். தண்ணீர் டம்ளரைக் கொண்டுவந்து குடிக்கச் சொன்னார்கள். என்னுடைய கையை மட்டும் மிக அழுத்தமாக சுப்பு பிடித்துக்கொண்டாள். வாடிக்கை யாளர்கள் சிலர் வாசலில் நின்று எட்டிபார்த்துக்கொண்டு இருந்தார்கள். பக்கத்துத் தியேட்டரில் இருந்து பணம் செலுத்த வருகிறவர் வழக்கமாக சுப்புலட்சுமி கவுண்ட்டரில்தான் நிற்பார். நெற்றியில் மிகப் பெரிய வட்டமாக அவர் வைக்கிற குங்குமம் கவலையில் சுருங்கி உதிர்ந்து அவர் மூக்குத் தண்டில் கிடந்தது.

முத்தரசுதான் சுப்புவிடம் நம்பரை வாங்கி ஹரியிடம் பேசினார். விபரம் கேட்டார். உடனே பொது மருத்துவ மனை, காவல் துறை என்று யார் யாரிடமோ பேசினார். ஒரு வாடகைக் கார் ஏற்பாடு செய்தார். 'சுந்தரி மேடம் நீங்க இவங்க கூடப் போகலாம் இல்லையா?' என்று கேட்டார். சுப்புலட்சுமி வாடகைக்கு இருந்த உறவினர் வீட்டு வழியாக, என் வீட்டுக்குக்குப் போய் தகவல் சொல்லிவிட்டு, பத்திரமாகப் போக வேண்டும் என்று டாக்ஸி டிரைவரிடம் வழி சொன்னார். காஃபி வாங்கிவரச் சொல்லி எங்கள் இருவரையும் குடிக்கக் கேட்டுக்கொண்டார். நாங்கள் குடிக்கவில்லை. 'முடிந்தால் ஃபோன் செய்யுங்கள் சுந்தரி' என்றார். டாக்ஸி டிரைவரைப் பார்த்து, 'போய்ச் சேர்ந்ததும் பேங்குக்குப் பேசுறீங்களா? நம்பர் இருக்கா, வேணுமா?' என்று கேட்டுக் கொண்டார். அதுவும் போதாதது போல, 'ஹரி ஸார் கிட்டே பேசிக்கிறேன். புறப்படுங்க' என்று முத்தரசு சொன்னார்.

'ஹரி ஸாராம் இல்லே, ஹரி ஸார்' என்று கதவைப் பெருஞ் சத்தத்துடன் சுப்பு அடைத்தபோது டிரைவர் திரும்பிப் பார்த்தார்.

‘புழுத்த நாயி. புழுத்த நாயி. இன்னும் எத்தனை பேரு உனக்கு வேணும்?’ என்று உரக்க முனங்கினாள். முன் சீட்டை மாறி மாறி ஓங்கி அடித்தாள். டிரைவர் ஒரு கம்பியில் கோர்க்கப்பட்டது போல விரைப்பாக அமர்ந்து ஓட்டத் துவங்கினார். அதிக வேகம் அடைந் திருந்தது வாகனம்.

‘நாயி. நாயி’ என்று முன் சீட் விளிம்பில் நெற்றியை வைத்துக் குனிந்தபடியே திரும்பத் திரும்பச் சொல்லிக்கொண்டே வந்தாள். நான் அவள் தலையை நீவி விட்டேன். முதுகைத் தட்டிக் கொடுத்தேன். அவளுடைய வலது பக்கத் தோள்பட்டையில் சற்றுக் கையை வைத்திருந்தேன். ‘சுப்பு, சுப்பு’ என்று சொன்னபடி தட்டிக் கொடுத்துக் கொண்டிருந்தேன். அவள் சொல்வது எனக்கு ஏதோ புரிந்த மாதிரியும் புரியாத மாதிரியும் இருந்தது. அந்த புரிந்த, புரியாத நிலையில் சுப்புவை நெருக்கமாகத் தொடுவதில் நானே வேறொரு பரபரப்பான உணர்வை அடைந்துகொண்டு இருந்தேன்.. தேவையற்று அவள் முதுகில் கை வைத்திருப்பது போலவும் இவ்வளவு நீண்ட நேரம் சுப்புவின் தொடையில் நீவி ஆறுதல் சொல்ல அவசியம் இல்லை என்பதாகவும் தோன்றியது. ‘நாயி, நாயி’ என்று சுப்பு குனிந்துகொண்டே அருவெறுக்கிற போது, அவளைச் சுற்றி நிற்கிற நாய்களில் ஒன்றாக நானே ஆகிவிட்டது போல இருந்தது. அப்புறம் வீடு வருகிற வரை, சுப்புவின் இடது கையை மட்டும் என் கையில் வைத்திருந்ததோடு சரி.

அலுவலகத்தில் இருந்து வேறு யாரும் வரவில்லை. இந்த மாதிரியான சாவுக்கு எதற்கு உடனடியாக என்று தள்ளிப் போட்டிருந்தார்கள். முத்தரசு மட்டும் பைக்கில் அங்கிருந்து இவ்வளவு தூரம் வந்திருந்தார். அம்மாவைப் பார்க்கலாமா என்று கேட்டார். பக்கத்தில் இருந்தவர்கள் அவரைப் பார்த்தபடி எழுந்திருந்து போனார்கள். சுப்பு அம்மாவை எழுப்பி உட்கார வைத்தாள். அம்மாவுக்கு சுப்புவின் அப்பா போனது பாரம். தம்பி ஹரியுடன் இரண்டு பெண் குழந்தைகளையும் இதே வீட்டில் இருந்து ஆளாக்கியது பாரம். அதையெல்லாம் விட அவளுடைய உடம்பே அவளுக்கு ஆகப் பெரிய பாரம். கன்னம் தொங்கும். கழுத்துச் சதை அப்படி. மேல் புஜம், முன் கை இப்படி கால் சுண்டுவிரல் வரைக்கும் சொல்லிக்கொண்டே போகலாம்.

அம்மா எழுந்திருந்து உட்கார்கையில் மர பெஞ்ச் மூச்சுவிட்டது. பாதம் வரை சேலையை இழுத்துவிட்டுக் கொண்டு சுப்பு முத்தரசுவை அம்மாவிடம் சொல்லிவைத்தாள். ‘அம்மா. இவா எங்க ஆஃபீஸில ஓர்க் பண்றா. எல்லாத்துக்கும் உதவி. அதிலும் இன்னிக்கு எனக்குப்

பெரும் ஒத்தாசை. ஊரு வாயை அடைக்க முடியறதோ இல்லையோ? போலீஸ்காரரா வாயி, அறுத்துத் தெச்சி ஓலப் பாயில் சுருட்டிக் கொடுப்பாளே அவா வாயி எல்லாத்தியும், திறக்கறதுக்கு முன்னமே போறுமா போறுமாண்ணு அடைச்சி வச்சது இவா தான்' சுப்பு அழ ஆரம்பித்தாள். சுப்புவின் அம்மா அழவில்லை. எத்தனை காலம்தான் எது எதற்கெல்லாம்தான் ஒரு மனுஷி அழுவாள்? ஆயுசு பூராவும் அழ யாரால் முடியும்? முத்தரசுவைப் பார்த்துக் கூப்பின கையை அப்படியே தன்னுடைய முகத்தை மூடுகிற மாதிரி வைத்துக் கொண்டு அப்படியே இருந்தார்.

யாருமே கொஞ்ச நேரம் பேச வில்லை. கொஞ்சநேரம் கூட இல்லை. சற்று அதிக நேரம் தான். துளைபோடுகிற மாதிரியான அந்த மௌனம் என்னவோ செய்தது.

'ஹரி ஸார் எங்கே?' என்று முத்தரசு கேட்டார். சுப்புலட்சுமி ஒன்றும் சொல்லவில்லை. மூக்கு விடைக்க ஆரம்பித்திருந்தது. நான் ஸ்டோர் ரூம் பக்கம் கையைக் காட்டினேன்.

"இருட்டிக் கிடக்கு. லைட் ஒண்ணும் காணோம்" முத்தரசு எழுந்தார். அவர் சட்டையெல்லாம் வியர்த்திருந்தது. வலது கையை ஜன்னல் விளிம்பில் ஊன்றியிருந்தார் இவ்வளவு நேரம். முழங்கைப் பக்கத்து ஈரத்தில் ஏதோ தாள் கிழிசல் ஒட்டியிருந்த்து.

'படுத்திருப்பார்னு நினைக்கிறேன்' என்றேன்.

'குடிச்சுட்டு விழுந்து கிடக்கிறா ன்னு நேரா சொல்லு சுந்தரி' சுப்பு கண்களை அகட்டினாள். சுப்புவின் அம்மா லேசாக சுப்புவை நிமிர்ந்து பார்த்துவிட்டு மறுபடி குனிந்தாள். இதுவரை வராத கண்ணீர் இப்போது இறங்கிக்கொண்டு இருந்தது.

முத்தரசு ஸ்விட்சை வலது பக்கம் தேடினார். அவரவர் வீட்டில் புழங்கின ஞாபகத்தில் தானே இருட்டில் கை போகும்.

'லெஃப்ட்டிலே இருக்கும் ஸார்' சுப்பு சத்தம் கொடுத்தாள். முடிப்பதற்குள் அடுத்த அறை கருப்பு இருட்டிலிருந்து மஞ்சள் இருட்டுக்கு மாறியது. ஹரி எழுந்திருந்து உட்கார்ந்தார். மேல் சட்டையில்லை. துண்டை இழுத்துப் போர்த்திக் கொண்டார். குடித்திருந்தது உண்மைதான். ஆனால் நிதானம். நீண்ட காலம் குடிக்கிறவர்களுக்கு வருகிற நிதானம் மட்டும் இல்லை. ரமணியின் இந்தக் காரியம் சார்ந்த துயரம் உண்டாக்கிய நிதானம்.

முத்தரசு அவர் பக்கத்தில் போய் உட்கார்ந்து லேசாக ஹரியின் தோளில் கை வைத்தார். ஹரி குலுங்கிக் குலுங்கி அழ ஆரம்பித்தார்.

‘குஞ்சு நினைக்கிறா மாதிரி அப்படியொண்ணும் நான் கேடு கெட்டவன் இல்லை’ என்று சொல்லிவிட்டு நிறுத்தினார். அந்த மஞ்சள் வெளிச்சம் மட்டும் ஒரு ஆறு போல் சகலதிசைகளிலும் ஓடிக்கொண்டு இருந்தது. படித்துறையில் உட்கார்ந்து பார்த்தபடி இருப்பது போல முத்தரசுவும் ஹரியும் தரையையே பார்த்துக் கொண்டு இருந்தார்கள். செக்கடியில் இருக்கிற ஒரு எண்ணெய் மக்கு வாடை எங்கிருந்தோ வந்துகொண்டிருந்தது.

‘இப்போ அம்பது ஆகிறது எனக்கு. அப்போ நாப்பது இருக்கும். தூக்கத்தில புரண்டு படுக்கும் போது நம்மை அறியாம கைகால் பட்டு தலைமாட்டில் இருக்கற செம்பு ஜலம் கொட்டிப் போறா மாதிரி ஏதோ ஆயிப் போச்சு. குஞ்சு அதை நினைக்கலாம். நினைக்கக் கூடாதுன்னு சொல்லலை. ஆனா அதையே நினைச்சுக்கிட்டு எல்லாத்தையும் பார்த்தா எப்படி?’

முத்தரசு கேட்டுக்கொண்டே இருந்தார். குண்டு பல்புக்கும் முறுக்கு வயருக்கும் இடையே தொங்கிய நூலாம்படையின் நிழல் எதிர்ச் சுவரில் அரூபச் சித்திரங்களை வரைந்து வரைந்து விலகியது.

‘காக்கா கொட்டினதா ஒரு ஆற்றைச் சொல்றா. அது வேணும்னு கொட்டித்தா, வேண்டாம்னு கொட்டித்தா தெரியலை. ஆனா இன்னிய தேதிக்கு அதில இறங்கி நிண்ணா கரண்டைக்குக் கூட ஜலம் இல்லை. ஜலத்தை விடுங்கோ. குனிஞ்சு அள்ளிடலாம்னு பார்த்தா ஒரு குத்து மணல் இல்லை. இதைக் கொட்டின கணக்கில் சேர்க்கிறதா, அள்ளின கணக்கில் சேர்க்கிறதா?’

இங்கே ஹரி பேசுகிற சத்தத்தைக்கேட்டு சுப்புலட்சுமி கோபத் தோடு எழுந்தது போல இருந்தது. மடியில் இருந்ததோ என்னவோ, அமிர்தாஞ்சன் டப்பி விழுந்து உருண்டு மூடி திறந்து விரீர் என்று அறை முழுவதுக்கும் தைலம் பூசியது. நான் சுப்பு பின்னாலேயே போனேன்.

‘நான் ஒண்ணு உங்ககிட்டே கேட்கலாமா?’ என்றார் முத்தரசு. ஹரி அவர் முகத்தையே பார்த்தார். நாங்கள் வாசல் நடைக்கு இந்தப் புறமே நின்றோம்.

‘சுப்புலட்சுமியை நான் கட்டிக்கிடலாம்னு நினைக்கிறேன். உங்களுக்கு ஆட்சேபணை உண்டா? சொல்லுங்க. அடுத்த வாரமோ அடுத்த மாசமோ கேட்கணும்னு இருந்ததை இப்பவே கேட்டுரலாம்னு தோணிட்டுது. அதுக்கு, கொஞ்ச நேரத்துக்கு முந்தி

நீங்க பேசினது அல்லது அந்த நூலாம்படை நிழல், இந்த குண்டு பல்ப் வெளிச்சம், உங்களோட லிக்கர் வாடை, என்னுடைய வேர்வை வாடை எது வேணும்னாலும் காரணமா இருந்துட்டுப் போகட்டும்'

முத்தரசு ஹரியின் முகத்தையே பார்த்துக்கொண்டு இருந்தார். தன்னுடைய அமைதிக்குள் அமிழ்ந்தபடி ஹரி. ஒரு சிறு நொடியில் அவர் பெரும் தூரத்தைத் தாண்ட வேண்டியிருந்தது.

'சுந்தரி' என்று சுப்பு என்னை இழுத்தாள். வழக்கமாக அவள் செய்கிறது போல என் தோளின் மீது முகத்தை வைத்துக் குனிந்து கொண்டே நின்றாள். எத்தனையோ காலத்திற்கு முந்திய இந்த நிலை வாசலும் எத்தனையோ காலமாக வந்துவந்து நீங்கும் இருட்டுமாக இருக்கிற இந்த இடத்தில் சுப்புவை எனக்கு அணைத்துக் கொள்ள வேண்டும் போல இருந்தது. 'சுந்தரி' என்று சுப்பு மீண்டும் சொல்லி விசும்பும் சமயம் நான் இன்று காரில் புறப்படும்போது இருந்த அதே பரபரப்பில் இருந்தேன். சுப்பு ஒரு ஈரமான வாடையுடன் இருந்தாள்.

இத்தனை வருஷங்களுக்குப் பிறகும் தாண்டவே முடியாத, உலரவே உலராத ஈர வாடை.

'பார்த்து வாங்கோ. ஈரமாக் கிடக்கறது' என்று ஹரி சொன்னார்.

"இந்தப் பக்கம் தண்ணீர்க் கஷ்டம்னு சொல்றா. சுந்தரி ஆத்துல அரளிச்செடி வரைக்கும் குளிப்பாட்டி ஆகிறதே" என்று சுப்பு, அம்மாவின் இடது புஜத்தைப் பிடித்தாள்.

'குஞ்சு, முதல்'லே பாத் ரூம் போகணம் குழந்தே' சுப்புவின் அம்மா வெளிப்படையாகவே சொன்னார். ஒரு வயதில் எல்லாம் வெளிப்படையாகி விடுகிறது.

'ஒன்பது வருஷத்துக்கு மின்னாடி முதல் முதல் சுந்தரி வீட்டுக்கு வரச்சேயும். 'பாத் ரூம் எங்கே இருக்கு' ன்னுதான் சுந்தரியோட ஆத்துக்காரர் கிட்டே கேட்டே'

'இப்போ எங்கே அவரை?' என்று கேட்ட சுப்பு அம்மா அதற்குப் பதிலை எதிர்பார்க்கவில்லை. ஆனாலும் சுப்பு சொன்னாள் சிரித்துக் கொண்டே, 'நாம அரசுவையும் பசங்களையும் அழைச்சுண்டு வராததுலே கோவமாம். அவரையும் பொண்ணையும் கண் காணாம ஒளிச்சு வச்சிருக்கா சுந்தரி'. இதைக் கேட்டோ அல்லது வேறு எதற்கோ சுப்பு அம்மா சிரித்தார். கொஞ்சம் குனிந்து வாசலில்

இருக்கிற சிறு கல்திண்ணையைத் தடவினார். மேல் கைச் சதை கொளகொளவென்று அசைந்தது.

'வழவழண்ணு இருக்கறதே. இங்கே சித்தே உட்கார்ந்துக்கட்டுமா? ரெண்டு பேர் மட்டும் உட்காரதுக்குன்னு அளவா பண்ணியிருப்பா போல. எனக்கு ஒருத்திக்கே பத்தலை' என்று உட்கார்ந்தார்.

'ரெண்டு பேர் இடத்தை ரெண்டு பேர் நிரப்புகிறதுல என்ன இருக்கு. ஒரே ஒருத்தர், இப்படி ரெண்டு பேர் இடத்தை அஞ்சு பேர் இடத்தை பத்து பேர் இடத்தை நிரப்புகிறதுதானே விஷேசம்.' நான் சுப்புவின் கையைப் பிடித்துகொண்டே சொன்னேன்.

'அப்படியா சொல்றாய்?' என்று சுப்புவின் அம்மா கேட்டார். 'யாரை யாரால நிரப்ப முடியறது?' என்று சுப்புவைப் பார்த்தார். சுப்பு ஒன்றும் சொல்லவில்லை. ஒரு பதில் வேண்டியிருந்தது போல சுப்புவின் அம்மாவுக்கு. 'நீ என்னடா சொல்றே ஹரி' என்று கேட்டு விட்டுப் பதில் வராததும், 'அவனே எங்கே காணோம் குஞ்சு?' என்றார்.

'வீடுகட்டியிருக்கோம்ணு கூப்பிட வந்துட்டு இப்படி வாசக் கல்லுலேயே நாம உக்காந்துண்டுட்டா எப்படி? இன்விடேஷன் எடுக்கப் போயிருக்கான். காரில தானே இருக்கறது எல்லாம்' சுப்பு அம்மாவிடம் சொல்லிக்கொண்டே என்னைப் பார்த்து 'ஹரி சிகரெட் பிடித்துவிட்டு வருவார்' என்று அவளே பாவனையாகப் புகை இழுத்துச் சைகை காட்டிச் சிரித்தாள்.

எனக்கு சுப்பு எப்போது வீட்டுக்குள் வருவாள் என்று இருந்தது. இப்படிச் சிரித்தபடியே வந்து என்னுடைய தோளில் முகத்தை வைத்துக்கொண்டால் சரிதான்.

உயிர் எழுத்து
மே 2013

✣

எதுவும் மாறிவிடவில்லை

அந்த அறையிலிருந்து சம்போக வாடை அடிக்கிறது.

வார இறுதியில் வருகிற என்னுடைய தாதியின் கணவனை, இந்த இரண்டாவது படுக்கை அறையைப் பயன்படுத்திக் கொள்ள நானே அனுமதித்திருந்தேன். அந்த இளைஞன் ஜெயராஜை எனக்குப் பிடித்திருந்தது. அவன் கண்கள் பொய் சொல்லாத வையாக இருந்தன. ‘எனக்குத்தடையில்லை. நீங்கள் அந்த அறையை உப யோகித்துக் கொள்ளலாம்’ என்று சொன்னபோது அவை மிகவும் உண்மையுடன் ஒளிர்ந்தன.

அவன் இருந்த பொழுதுகளிலும் அவன் இல்லாத வார நாட்களிலும் நான் பெயர் சொல்லியே, ‘நிர்மலா’ என்று கூப்பிட்டேன். நிர்மலாவை நிம்மி என்று கூப்பிட எனக்கு விருப்பம் இல்லை. எந்தப் பிரியத்தின் பொருட்டும் காதலை முன்வைத்தும் நான் என் மனைவியை ‘சிவகாமி’ என்றே அழைத்தேன். ஆறு கீமோ, பன்னிரண்டு கதிரியக்க மருத்துவத்திற்கும் தாண்டி, அவளுடைய மிகப் பிந்திய மஞ்சட்காமாலை தினங்களில் கூட எந்தச் செல்லப் பெயரிட்டும் அழைக்கவில்லை. அவள் தன்னுடைய அறுபத்தாறு வயதின் இறுதி தினத்தைக் கிழித்துப் பறக்கவிடும் வரை, தான் வேறேனும் அப்படியொரு செல்லப் பெயரால் அழைக்கப்பட விரும்பினாளா என்று தெரியாது.

மனிதர்கள் கடைசிவரை இன்னொரு மனிதரிடம் முற்றிலும் தன்னை வாசித்துக் காட்டிவிடுவது இல்லை. ஒளித்துவைத்தவை என்று அல்ல, வாசிக்க அவசியமற்றவை என்று தீர்மானிக்கப்பட்ட பக்கங்கள் உள்ள ஒரே ஒரு பிரதிப் புத்தகம் அது. குறிப்புகளுக்காக சில சமயங்களில் விடப்பட்டிருக்கும் வெள்ளைக் காகிதங்களில் தான் சில வரிகள் பூரணமாக மரணத்திற்குப் பின்பு வாசிக்கப்பட

வேண்டிய உயிலாக, ஒரு ரசாயன லிபியில், வேறென்ன கண்ணீரால், எழுதப்பட்டிருக்கின்றன.

சிவகாமி தன் இறுதி இரவில் மிக மஞ்சளாக இருந்தாள். நாட்களை எண்ணிக்கொண்டு நாங்கள் மருத்துவ மனை வாடையில் இருந்து விடுபட்டு வீட்டிற்கு வந்திருந்தோம். அதில் எங்கள் மகனுக்கு மிகுந்த கோபம். அவன் அவனுடைய தாயாரைக் கடைசி நொடிவரை காப்பாற்றிவிட விரும்பினான். நான் மிகச் சுருக்கமாக, 'மருத்துவம் முந்திய நொடிவரையே காப்பாற்றும்' என்று சொன்னேன். அதி வெறுப்புடன் என்னைப் பார்த்து, சிவகாமியின் கையை கட்டிலின் பச்சை விரிப்பில் வைத்துவிட்டு வெளியே போனான். அவனுக்குக் கேட்கட்டும் என்றே, 'அவள் மட்டுமல்ல. எல்லோருமே அவரவர் வீட்டில்தான் அந்தக் கடைசிக் கதவைத் திறந்துவைக்க நினைக்கிறோம்' என்றேன்.

மருத்துவர் குழு அதைப் புரிந்துகொண்ட விதம் அருமை யானது. எனக்குச் சற்று இளையவராகத்தான் இருப்பார் அந்தப் பெண் மருத்துவர். நடுவகிடு எடுத்து நரைத்திருந்த கூந்தலில் இடவலமாக மருத்துவக் காருண்யம் வழிந்துகொண்டிருந்தது. சிவகாமியின் பக்கத்தில் அமர்ந்திருந்த என்னுடைய வலது கையை, இடது கை சிவகாமியின் மேல் இருந்தது, எடுத்து முத்தமிட்டுத் தோளைத் தட்டிக்கொடுத்தார். 'எங்களின் அக்கறைக்குரிய நோயாளியின் அக்கறை மிகுந்த கணவர் நீங்கள்' என்று சொல்லி விட்டு நகர்ந்தார். எத்தனை மரணங்களின் சாட்சியாக இருந்தாலும், ஒரு மருத்துவர் மீண்டும் ஒரு மரணத்திற்குச் சாட்சியமளிக்க விரும்புவது இல்லை போலும். திரும்பிவந்து சிவகாமியின் சிகை வருடி, மருத்துவக் கோப்பில் சிறுகுறிப்பு எழுதிவிட்டு என்னைப் பார்த்துப் புன்னகைத்தார். சிறிய கீற்றுப் போன்ற அவருடைய உதடுகள் எங்களை வழியனுப்பிய விதம் அது.

வீட்டில் திரைச்சீலைகள் வேறு விதமாக அசைகின்றன. ஒரு நோயாளியின் கட்டிலை நோக்கி எப்படிச் சாய்ந்து விழவேண்டும் என்று வீட்டின் வெளிப்பக்க வெயில் அறிந்திருக்கிறது. பின் வீட்டு மா மரம் இந்த வீட்டுச் சுற்றுச் சுவரின் மேல் தணிந்து கிடக்கும் கிளையில் உள்ள இலைகள் செப்புப் போலத் தொங்கும் நாக்கு களை அசைக்காமல் மரணத்தை நக்கக் காத்திருக்கின்றன. சிவகாமி மிக மஞ்சளாக இருந்தாள். வளர்ந்தும் வளராமலும் இருந்த தலைமுடியின் கீழ் அவளுடைய முகம் வேறு யாருடையதோ போல இருந்தது. தோல் கருத்து உரிந்த உதடுகள். காற்றோசை யுடன் தொண்டையிலிருந்து கிளம்பும் சப்தம் உலர்ந்த உதடுகளைத்

தாண்டமுடியாமல் நாக்கின் கீழ் உள்ப்பக்கம் உதிர்ந்தது. அப்போது எனக்கு உண்டான உணர்வைக் குறித்து எனக்கு எந்த வெட்கமும் இல்லை. யாரிடம் சொல்வதிலும் தயக்கம் இல்லை.

'ஜெயராஜ். நிர்மலா எங்கே?' என்று கேட்டேன்.

'குளித்துக்கொண்டு இருக்கிறாள், வந்துவிடுவாள்' என்று குனிந்துகொண்டே சொன்னான். வெட்கம் இருந்தது. 'நீயும் குளிக்கவேண்டியவன் தானே' என்று சொன்னபோது என்னைப் பார்த்துச் சிரித்துவிட்டு மறுபடியும் முன்னால் கிடந்த ஆங்கிலத் தினசரியின் ஞாயிற்றுக் கிழமை இணைப்பைப் பிரித்தான்.

'நிர்மலா குளிக்கிறாள் என்ற ஞாபகத்துடன், எனக்குத் தெரியும், உன்னால் முழுதாக இரண்டு வரிகள் கூட வாசிக்க முடியாது' என்று நான் சிகரெட்டைப் பற்றவைத்தேன்.

'நீங்கள் புகைப்பதை மட்டுப்படுத்த வேண்டும்' என்று சற்றுப் பதற்றத்துடன் ஜெயராஜ் சொன்னான். 'நிர்மலா உங்களைக் கண்காணிக்கச் சொல்லிவிட்டே போனாள்' அவன் சொன்ன போது நான் என் முதல் கொத்துப் புகையை வெளியேற்றினேன். தங்க மினுமினுப்புடன் ஒன்றே ஒன்று மட்டும் உருவப்பட்டுச் செறிவாக இருந்த, புகையிலைத் துணுக்கு சிந்தாத, சிகரெட்களின் அடுக்கு எனக்குப் பிடித்திருந்தது. டப்பாவின் பிளந்த வாயை மூடி வலப்புறம் வைத்தேன்.

'நேற்றிரவு நீ என்னுடன் குடிக்கும் போது உன்னை நான் மட்டுப்படுத்தினேனா? இல்லையே ஜெயராஜ்.'

'இல்லை. நிம்மி நீங்கள் புகைப்பது குறித்து சொல்லிவிட்டுப் போனாள்'

'ஒரு தாதி தாதியாக இருக்கட்டும். ஜெயராஜ் ஜெயராஜாக இருக்கட்டுமே' நான் இப்படிச் சொன்னது ஜெயராஜிற்கு சௌகரியத்தை விட அசௌகரியத்தையே உண்டாக்கியிருந்தது. நான் சொல்லப் போகும் விஷயத்திற்கு அவனை மேலும் கொஞ்சம் தளர்த்த விரும்பினேன். நேற்று இரவு ஜெயராஜை வாசிக்கச் சொன்ன விஸ்லவா சிம்போர்ஸ்கா கவிதைகள் நினைவுக்கு வந்தன.

'வாதைகள், இறந்தவனுடன் திட்டமிடுவது, இரண்டு கவிதைகளையும் நீ நன்றாகவே வாசித்தாய். அந்த நல்ல வாசிப்பை அடைய உனக்கு மூன்று மிடறுகள் தேவைப்பட்டன. நிர்மலாவின் குறைந்த படிப்புக்கு அவளுடைய ஆங்கில உச்சரிப்புக் கூடுதலா னவை. உன்னுடையது ரசனையும் பாவமும் நிரம்பியது. ஒரு வரி

வாசித்தால் போதும். எழுதிய சிம்போர்ஸ்காவைக் கேட்க வைத்து விட்டால் சரி'

ஜெயராஜ் சட்டென்று மனனத்தில் சொல்ல ஆரம்பித்தான்.

'எதுவும் மாறிவிடவில்லை.

நதியோட்டம் தவிர,

காடுகள், கரைகள், பாலைகள், பனிவரைகள் தவிர.

ஒரு சின்ன ஆத்மா அலைகிறது நிலவெளிகளில்

மறைகிறது, திரும்பவருகிறது,

பக்கம் நெருங்குகிறது, தூர விலகுகிறது,

நழுவி நழுவி அதற்கே அது வேறொன்றாக..'

அவன் சொல்லிக்கொண்டே போனான்.

'இப்போது நீதான் வேறொருவனாக ஆகிவிட்டாய் ஜெயராஜ்'

'சில நேரங்களில் அதே ஒருவனாக இருக்க முடிவதில்லை ஸார்' என்றவன் 'எதற்கு நீங்கள் நிர்மலாவைத் தேடினீர்கள்?' என்றான் என்னிடம்.

'நீ வேறொருவன் ஆகிவிட்ட பொழுது, நான் வேறொருவனாக ஆகியிருந்த கதையைச் சொல்லத்தான். அவள் இல்லாத போது உன்னிடமே சொல்ல விரும்பினேன். நிர்மலா மேலும் குளிக்கட்டும். மேல் நிலைத் தொட்டியில் என்றென்றைக்கும் தண்ணீர் வற்றா திருப்பதாக' இதைச் சொல்லும் போது வழக்கமான அளவு சிகரெட்டைப் புகைத்து முடித்திருந்தேன். ஜெயராஜ் என் கண்களை விலகாமல் பார்க்கிற நிலையில் இருந்தான்.

நான் துவங்கினேன்.

'நிறைய இடைவெளி ஆகிவிட்டது. நிர்மலா எங்கே என்று உன்னிடம் கேட்ட நிமிடத்தில் இதைச் சொல்லத் துவங்கியிருந்தால், என்னுடைய மனைவி மரணத்திற்குக் காத்திருந்த கட்டிலின் மேல் விழுந்த வெயிலைப் பற்றிய ஞாபகத்தின் வாக்கியம் முடிவதற்குள் இதை உன்னிடம் ஆரம்பித்திருக்க முடியும். குறைந்த பட்சம் அதனுடைய அடுத்த வாக்கியமாகவாவது'

முகங்களைப் பார்க்கத் துவங்கி, அவற்றிலிருந்து விலகி, அவற்றைத் தொலைத்து அப்பால் போய்விடுவதுதான் ஞாபகங் களைச் சொல்வதற்கான திறந்த மைதானங்களை நமக்குத் தர

முடியும். நான் எழுந்து நகர்ந்து, புதைந்துபோகிறது மாதிரிக் கிடந்த கருப்பு சோபாவின் பின்னால் நின்று சொல்லத் துவங்கினேன்.

‘எனக்கும் சிவகாமிக்கும் உடலுறவு அற்றுப் போய் வெகு காலம் ஆயிற்று. அது ஒரு பதினைந்து வருடங்கள் இருக்கும். அப்போது அவள் அவளுடைய நிச்சயமற்ற மாத விலக்குகளிலும் உதிரப் பெருக்கிலும் இருந்தாள். என்னைச் சந்தேகிக்கவே சந்தேகிக் காதவள் ஆகவும். சந்தேகிப்பதைத் தவிர வேறொன்றும் செய்யாதவள் ஆகவும் அவள் இருந்த இடைவெளியில்தான் என்னுடைய அந்த ஒரே ஒரு விலகல் நிகழ்ந்தது. ஆறு பாறைக்கு விலகி ஆற்றோடு சேரும் நேரத்திற்குள் உண்டாகும் அத்தனை சுழிப்பும் நுரைப்பும் இன்னொரு பெண் குறுக்கிடும் அந்த விலகலுக்கு இருந்தது உண்மைதான். சிவகாமி அதிகபட்சமாக என்னைத் தண்டித்தாள். தண்டனையைக் குறைக்கவே இல்லை. அதன் பின் ஒரு முத்தத்திற்குக் கூட அவள் என்னை அனுமதித்தது கிடையாது.’ நான் ஜெயராஜையோ, சோபாவையோ, புத்தக அலமாரிகளையோ, தொலைக்காட்சி பெட்டியையோ, ஒரு சிறுவனைப் போல இடக் கால் மடக்கி வலக் கால் முட்டியில் முகம் சாய்த்துப் பார்க்கும் புத்தர் சிலையையோ எதையுமே பார்க்கவில்லை.

பத்துப் பன்னிரண்டு அடி உயரத்திற்குக் கண்ணாடிச் சட்டமிட்டுத் துடைக்கப்பட்டுத் தெளிவாக இருந்த ஜன்னல் பக்கம் வந்திருந்தேன். இப்போது அனேகமாகக் காணாமல் போய்விட்ட, கல்வாழைகள் பூத்திருக்கிற முன் வாசலையே பார்த்தேன். வெயிலின் தள்ளாட்டத்தோடு ஒரு மஞ்சள் வண்ணத்துப் பூச்சி அவசரம் அவசரமாகத் தரையில் விழும் நிழலை பொறுக்கி எடுத்து அப்புறப்படுத்திப் பறந்துகொண்டு இருந்தது. குறைவற்ற வெயிலில் களகளவென்று தண்ணீர் ஓடுகிற ஒரு ஓடையாக என் சொற்கள் குளிர்ந்திருந்தன.

‘ஜெயராஜ். எனக்கு எழுபத்தி இரண்டும் கூடுதலும். அவளுக்கு அறுபத்தாறு. கட்டிலில் ஒரே ஒரு புதிய வைக்கோல் துரும்பு போலக் கிடந்தாள். அடைக்கலாங் குருவிகள் கூடுகட்டக் கவ்விக் கொண்டு போகும்போது தவறி விழுமே அந்தத் துரும்பு. முற்றிய மஞ்சள் காமாலையில் விடைபெற்றுக் கொண்டிருந்த அவளையே பார்த்துக்கொண்டு இருந்தேன். நீ நம்ப மாட்டாய் ஜெயராஜ். யாருமே கூட. இந்த பதினைந்து பதினாறு வருடங்களின் தண்டனையை நான் அக்கணம் முடித்துக்கொள்ள விரும்பினேன். சிவகாமியை முழுவதுமாக மறுபடி பார்க்கவேண்டும் போல

இருந்தது. அவளுடைய மஞ்சளில் குளித்து நானும் மஞ்சளாகிவிட வேண்டும். அப்படி நினைக்கும் போது என்னிடம் பல வருடங்கள் குறைந்துவிட்டிருந்தன. பழைய சினிமாக்களில் படிப்படியாக கால், இடுப்பு, மார்பு, முகம் என்று கல் சிலைக்கு மனுஷ உரு வருவதைக் காட்டுவார்களே அது மாதிரி ஆகியிருந்தேன். என் அடிவயிற்றுக்குக் கீழ் நிகழ்ந்ததை என்னாலேயே ஒரு ஆச்சரியமாக மட்டுமே உணரமுடிந்தது. கிளர்ச்சி என்று அதைச் சொல்ல மாட்டேன். அது ஒரு நிலை. அது ஒரு உயரம். என்னுடைய உயரத்தில் என்னை நிறுத்திவிட்டு அவள் மஞ்சளாகப் படுத்திருந்தாள்.'

நான் உட்பக்கம் திரும்பி, 'ஜெயராஜ். நான் புகைக்கவேண்டும்' என்றேன். ஜெயராஜ் இம்முறை ஒன்றும் சொல்லவில்லை. சிகரெட் பெட்டியையும் தீப்பெட்டியையும் என்னிடம் கொடுத்துவிட்டு, 'போ. போய் உன் இடத்தில் உட்கார்' என்று நான் சொன்னது போல மறுபடி அதே இடத்தில் அதே போல உட்கார்ந்தான். ஏற்கனவே வரையப்பட்டிருந்த சித்திரத்தின் ஒரே மாறுதலாக, மாடிப் படிக் கட்டுகளில் இருந்து இறங்கி, சாப்பாட்டு மேஜையின் கீழ் வரை போய், பூனை படுத்துக்கொண்டு தன்னை நாக்கால் சுத்தப்படுத்தத் துவங்கியிருந்தது.

'அடுத்த கணமே அந்த உயரம் போதுமென்று தோன்றிவிட்டது. நான் என்னைத் தளர்த்திக் கொண்டேன். 'நீ தராததை நான் எடுத்துக் கொள்வதற்கில்லை சிவகாமி' என்று அவளையே பார்த்துக் கொண்டு நின்றேன். அவளை அப்போதுதான் பார்ப்பது போல என்னால் பார்க்க முடிந்தது. அவள் மஞ்சள் வெயில் போல இருந்தாள்.'

நான் திரும்பிய போது ஜெயராஜ் பக்கத்தில் நிர்மலாவும் இருந்தாள். அவள் கலங்கிய கண்களுடன் நின்றாள். குளித்து முடித் திருந்த அவளை, இந்தக் கண்கலங்கல் ஒரு பீங்கான் பொம்மை போலத் துல்லியமாக்கி இருந்தது.

'இதையெல்லாம் இப்போது எதற்கு ஸார் சொல்கிறீர்கள்?' நிர்மலா தன் கையில் வைத்திருந்த தேநீர்க் கோப்பையை வாங்கிக் கொண்டு ஜெயராஜ் என்னிடம் வந்துகொண்டு இருந்தான்.

'எதையும் எப்போதும் சொல்வதற்குரிய வயதையும் தனிமை யையும் சிவகாமி இறந்த தினத்திலிருந்தே நான் அடைந்துவிட்டேன் என்பது அந்தத் தேனீர்க் கோப்பைக்கே தெரியும். உனக்கும் நிர்மலாவுக்கும் தெரியாவிட்டால் எப்படி?' நான் நிர்மலாவைப் பார்த்தபடி சொன்னேன்.

'நீங்கள் நேற்றிரவு சரியாக உறங்கவில்லை என்று நினைக்கிறேன். உங்களுக்கு ஓய்வு தேவைப்படுகிறது ஸார்' நிர்மலா தொண்ணூறு சதவிகித மரியாதையுடன் பத்து சதவிகிதப் புன்னகை கலந்து சொன்னாள். உடனடியாக என்னை உட்கொள்ளச் செய்ய வேண்டிய அவசர மாத்திரைகளை அவள் மனதில் வரிசைப் படுத்தியிருக்க வேண்டும்.

'உண்மைதான். நேற்று இரவு உறங்கவில்லை. ஆனால் சற்று முன்பு உறங்கிவிட்டிருந்தேன். ஒரு கனவு காணும் அளவுக்கான உறக்கம். கனவிலும் சிவகாமி அல்லது சிவகாமி போன்ற ஒருத்தியே வந்தாள். நிறை அம்மணமாக. மேலிருந்து கீழ் வரை மஞ்சள் பூசியிருந்தாள். அப்போது அரைத்து அப்போதே பூசிக்கொண்டது போல, திப்பி திப்பியாக மஞ்சள். பூசின விரல் அடையாளம் நெஞ்சில் தெரிகிறது. வயிற்றில் தெரிகிறது. அதற்கும் கீழேயும். நான் இதே போல ஒரு கண்ணாடி ஜன்னலுக்குள் நிற்கிறேன். பெய்கிற மழையில் அவள் தூரத்தில். தூரத்திலா பக்கத்திலா என்பது உறுதியில்லை. அவளையும் தாண்டி நீலமாக மலைகள். இறுதிவரை மலைகள். வெள்ளி ரிப்பன் போல அருவி வழிவது கூட. ஒரு நேர் கோட்டில் வைத்தது போல எல்லாவற்றையும் பார்க்கிறேன். ஆனால் தீர்மானமாக, அவள் என்னைப் பார்க்கவே இல்லை. பார்த்திருக்கலாம். கனவிலாவது பார்த்திருக்கலாம்.'

சற்று அமைதியாக நின்றேன். அந்த இடத்தில் என்னை ஆணியிட்டு அந்தக் கனவுடன் சேர்த்து முறுக்கியது போல இருந்தது. 'எதுவும் மாறிவிடவில்லை. இல்லையா ஜெயராஜ்?' என்று சிரித்தேன்.

ஜெயராஜிடமிருந்து தேநீர்க் கோப்பையை வாங்குவதற்குக் கையை நீட்டினேன். கோப்பைக்கும் என்னுடைய விரல்களுக்குமான இடைவெளி முற்றிலும் குறைவதற்குள்

'சரியாகத்தான் சொன்னாய் நிர்மலா. எனக்கு ஓய்வு தேவைப் படுகிறது' என்று சொல்லிக்கொண்டு இருக்கையில், இடது புறமாக என்னை யாரோ வலுவாகத் தள்ளுவது போல இருந்தது.

மலைகள்.காம்
02.05.2013

கல்பனா ஸ்டுடியோவில் ஒரு ஃபோட்டோ

பிரமநாயகம்தான் ஃபோனில் கூப்பிட்டான்.

‘அகஸ்தியர்பட்டி வரைக்கும் ஒரு லோடு இருக்கு. வார வியாழக்கிழமை போகணும். சந்திப்பிள்ளையார் முக்குல வந்து ஏறிக்கிடுதியா? கரெக்டா எட்டு மணிக்கு வந்து நில்லு. லேட்டாக் கியிரக் கூடாது’ என்றான்.

பிரமுவிடம் பேச்சுவாக்கில் ஏற்கனவே சொல்லியிருந்தேன். ‘அம்பாசமுத்திரத்துக்கு ஏதாவது லோடு அடித்தால் என்னிடம் ஒரு வார்த்தை சொல்லு டே’ என்று சொல்லும்போது அவன் வழுதூர்ப்பிள்ளை நூல்கடை முன்னால் நின்றான். ‘தனபேரின்பம்’ லாரிப்பக்கம் இருந்து பிரமுதான் என்னைக் கூப்பிட்டான். கட்டுக் கட்டாக நூல் இறங்கிப் போய்க்கொண்டிருந்தது. நான் லாலாக் கடையில் நின்றுகொண்டு இருந்தேன். நம்மை யார் பெயரைச் சொல்லி இந்த நேரத்தில் கூப்பிடப் போகிறார்கள் என்று காரச் சேவுக்கும் பக்கோடாவுக்கும் காசு கொடுத்துவிட்டு, ‘வரட்டுமா முதலாளி. பார்ப்போம்’ என்று நகர்கையில், ‘கைலாசம்’ என்று மறுபடி தெளிவாக என் பெயரைச் சொல்வது கேட்டது. சண்முகா ஒலிபெருக்கி முதலாளி பையனைத் தெரியும். அவராக இருக்குமோ என்று மேலே பார்த்தால், இவன், பிரமநாயகம். ‘சரியான செவிட்டு மட்டை. எத்தனை மட்டம் கூப்பிட்டாச்சு. நான் நிக்கித திசையைத் தவிர மத்த எல்லாத் திசையையும் பார்க்கியே தவிர, என்னைப் பார்க்க மாட்டேங்கியே மாப்பிளே’ என்று பிரமு வந்து என் முதுகில் ஒரு அடி அடித்தான். முதுகில் அடிக்காமல் பிரமுவால் பேச்சை ஆரம்பிக்கவே முடியாது.

'இது நகைக்கடைக்காரர் வீடுல்லா?' நான் பிரமுவிடம் கேட்டேன். பழுப்பு நிறத்தில் பேல் பேலாக இறங்கிக்கொண்டிருக்கும் நூல் வாசனை நன்றாக இருந்தது. அதைச் சொல்லாமல் இருக்க முடியவில்லை. 'நூல் வாசனை நல்லா இருக்கு' என்று பிரமுவிடம் சொன்னேன். அவன் அதைக் கவனிக்கவில்லை.

'ஊரு உலகத்தில எவ்வளவு நடந்துக்கிட்டு இருக்கு. கண்ணை மூடிக் கண்ணைத் திறக்கிறதுக்குள்ளே கடல் கரைக்கு வந்திருது. கரை கடலுக்குள்ளே போயிருது' என்று சொல்லிவிட்டு பிரமு அந்த வீட்டு முகப்புச் சுவரின் நெற்றியையே பார்த்தான். 'எம்.என்.எம்' என்ற பெயர் எப்போதோ அடித்த நீலச் சாயத்துடன் அப்படியே இருந்தது. எம்.என்.எம் சீல் இருந்தால் ஒருகாலத்தில் நகைக்கடை பஜாரில் அப்படி ஒரு பெயர். சினிமா ஸ்லைடு போடும்போது கூட, 'மக்களின் நம்பிக்கைக்கு உரியது எம்.என்.எம் சீல். மாற்றுக்குறையாத தங்கத்துக்கு என்றென்றும் மாறாத உத்தர வாதம் எம்.என்.எம் சீல்' என்று ராகம் போட்டு வாசிப்பார்கள். ஓவல் வடிவத்தில், டி.எம்.சௌந்திரராஜன் மாதிரி ஒருத்தர் கும்பிட்டுக்கொண்டு இருப்பார் படத்தில்.

'நகைக்கடை நூல் கடை ஆகிட்டுது. அடுத்த வீடு தெரியுதா? அரியகுளம் பண்ணையார் வீடு. மேற்படி புள்ளிக்காரியை ஞாபகம் இருக்கா? 'மேற்படி' என்று சொல்லும்போது கண்ணைச் சிமிட்டினான். நெஞ்சு மட்டத்திற்குக் கை இருந்தது. அவளுக்கு எழுதி வச்சது. பண்ணையாரும் சரி. அவளையும் சரி. அட்ரெஸ்ஸையே காணோம். வடக்கத்தி சேட் வாங்கிட்டான். தேரடியில பிளாஸ்டிக் சாமான் கடை போட்டிருக்கான் லா, அவந்தான்.' என்று பிரமு சிரித்தான்.

ஒருகாலத்தில் இப்போது பிரமு குறிப்பிட்ட மூன்று வீட்டுப் பெண்களைப் பற்றியும் பிரமு என்னிடம் அப்படிப் பேசியிருக்கிறான். நகைக்கடைக்காரர் மகள் அவனுடன் இந்து எலிமெண்டரி பாடசாலையில் படித்ததாகவும், 'அந்தப் பிள்ளையை எனக்கு ரொம்பப் பிடிக்கும். பெரிய லட்சணம் எல்லாம் கிடையாது. ஆளு இம்புட்டுப் போல நறுங்கிப் போய்த்தான் இருக்கும். ஆனாலும் அதுகிட்ட என்னமோ இருந்தது. என்னண்ணு சொல்லத் தெரியலை' என்பான். 'சேட் வீட்டில ஏறிக்குதிச்சு அந்த வெள்ளைப் பாச்சாவை ஒரு நாள் அம்பாசிடர்ல தூக்கிட்டுப் போகாட்டா நான் பிரமு இல்லை' என்று சொல்லும் போது பிரமநாயகம் டாக்ஸி ஓட்டிக் கொண்டிருந்தான். அரியகுளம் பண்ணையார் வர,போக இருந்த அந்த வீட்டுப் பெண் அதிகமாக வெளியே கூட வருவது இல்லை.

பிரமநாயகம் அவளை எங்கே பார்த்தானோ தெரியவில்லை. அந்தப் பெண் மேல் அவ்வளவு பெரிய ஈடுபாடு அவனுக்கு. 'எப்படி இருப்பா தெரியுமா?' என்பான். 'என்னமோ உலகத்தில இல்லாத ஜாமான் அவள்கிட்டே இருக்கிற மாதிரியில்லா அலட்டிக்கிடுதா.' என்பான். இன்னும் ஒரு படி கூடுதலாக, 'எங்கேயாவது கண்ணுல படாமலா போவா. அப்படி என்ன வச்சிருக்கிறதா நினைப்புண்ணு கேட்டு அப்படியே ரெண்டா வகுந்திருதேன்' என்று அவன் சொல்லும்போது உச்ச போகத்தில் இருக்கிற மாதிரி அவன் முகம் இருக்கும்.

இப்படி எத்தனை பேரை, விழுகிறதையும் எழுந்திரிக்கிறதையும் நாம பார்த்திருப்போம். இனிமேயும் பார்க்கப் போறோம்.' பிரமநாயகம் சொல்லிவிட்டு, 'அப்புறம் மாப்பிளை' என்று மறு படியும் தோளில் கையை வைத்தான். நான் பிரமுவையே பார்த்தேன். நெற்றியில் திருநீறு இட்டு ஐம்பது பைசா அகலத்துக்குக் குங்குமம் புருவமத்தியில் வைத்திருந்தான். 'பிரமு, சிவப்பழமா இருக்கியே ப்பா' என்று சிரித்தேன். 'பட்டை போட்டா சிவப்பழமா மாப்பிளை? சிவப் பழம் எல்லாம் இல்லை. ஆனால் பழம். எவ்வளவோ பழுத்தாச்சு. கனிஞ்சாச்சு. நாட்டுப் பழம்'னா தாரிலே இருந்து பிய்ச்சு இழுக்கணும். கோழிக்கூடு'ன்னா காம்பிலே இருந்து தானாக் கழண்டு கையோடு வந்திரும். அது பெட்டிக்கடைக்காரன் கையில இல்லை. 'பழம் எப்படி?'ன்னு தொங்குகிற தாரைப் பார்த்துக்கிட்டே வாங்க வருவாம்'லா அவனைப் பொறுத்தது அது'

'ஓடுதது லாரியில. ஆனால் பேச்சுப் பூராவும் பெட்டிக் கடைக்காரன் மாதிரி' நான் இதைச் சொல்லும்போது பாதியிலேயே பிரமு ஆரம்பித்தான்.

'உனக்கு ராமையா தெரியுமா? சிவத்த ராமையா இல்லை. கருத்த ராமையா. அவன் படிச்சு நல்லா முன்னிலைக்கு வந்திட்டான். கால் மேல கால் போட்டுக்கிட்டு மெட்ராஸில உட்கார்ந்த இடத்தில் சம்பாத்தியம் பண்ணிக்கிட்டு இருக்கான். என்னை அவன் எப்போ எங்கன பார்த்தாலும், 'இது என்ன டே செத்த பிழைப்பு இங்கே. பேசாமல் ஊரில வந்து ஒரு பொட்டிக்கடை வச்சிருந்தால் கூட நல்லா இருந்திருக்கும். கோயில் வாசலில் ஒரு சவுரி, குங்குமம் கடை போட்டால் கூட போதாதா, நிம்மதியா இருந்திரலாம்' பான்.' இப்படிச் சொல்லும்போது என் காலில் போட்டிருக்கிற கட்டைப் பிரமு பார்த்தான். என்னை அறியாமல் இடது காலின் மேல் உட்கார்கிற ஈயை வலது காலை மடக்கி

விரட்டியது அவனை அங்கே பார்க்க வைத்திருக்கும். ஈயா அல்லது பழைய வேட்டியைக் கிழித்துப் போட்டிருக்கிற துணிக்கட்டில் நீளமாகத் தொங்கிக்கொண்டு இருந்த நூல் படுகிற கூச்சமா தெரிய வில்லை. கால் முடியில் படுவது ஈ உட்கார்கிற மாதிரிதான் இருந்தது.

'இன்னும் புண்ணு சரியா வரமாட்டேங்குது போல' பிரமு அப்படிச் சட்டென்று கீழே உட்கார்ந்து என் இடதுகாலைத் தொட்டுப் பார்ப்பான் என்று எதிர்பார்க்கவில்லை. ஆனால் அவன் அப்படித் தொட்டுப்பார்த்தது பிடித்திருந்தது. பிரமு கால் பாதத்தின் மேல் பகுதியை ஒரு விரலால் அமுக்கிப் பார்த்தான். 'நல்லா வீக்கம் இருக்கே' என்று சொல்லியபடி எழுந்திருந்தான். 'வலி இருக்கோ?' என்று கேட்டவன், 'உனக்கு இது வேண்டாம். என்னை மாதிரிக் கூட்டாளின்னாவாவது போகிற இடம் வருகிற இடம்'னு செய்யாத சேட்டை இல்லை. நேத்து அவள் கூட, இன்னைக்கு இவள் கூட'ண்ணு தெரிஞ்சு பாதி தெரியாமல் பாதிண்ணு எல்லாத் தப்பும் பண்ணியாச்சு. நீ அப்பிராணி. உனக்கு எதுக்கு இதுண்ணு தெரியலையே கைலாசம்' பிரமுவுக்கு குரல் கம்மியது. வெற்றிலை போட்டிருந்த நாக்கால், பொய்யாகத் துளாவி, இல்லாத பாக்கைத் துப்புவது போல வாருகால் பக்கம் போனான். அதிர அதிர இரண்டு நாசியையும் சிந்திவிட்டு வந்தான்.

அவனுக்கே அவன் கண் கலங்கியது தேவையில்லாதது போலப் பட்டிருக்கும் போல. பிரமு சிரித்துக்கொண்டே பேச்சை மாற்றினான். எனக்கும் வேறு ஏதாவது பேசவேண்டும் போல இருந்தது. 'பக்கடா சாப்பிடுதியா பிரமு?' என்று கேட்டேன்.

பிரமுவிடம் சிரிப்பு அப்படியே இருந்தது. முன்னைவிட அழகாக இருப்பது போலக்கூடத் தோன்றியது. 'வயசாக வயசாக மைனர் மாதிரியே இருக்கியே ப்பா' என்றேன்.

'மைனர்னு சொன்னதும்தான் ஞாபகம் வருது. இப்போ யாருகிட்டே காலைக் காட்டிக்கிட்டு இருக்கே. உன்னால மச்சுப்படி ஏறமுடியுமா? வெயிலுப்பிள்ளை அண்ணாச்சி பையன்கிட்டே எதுக்கும் காட்டீருவமா? என்ன கள்ளத்தனம் பண்ணியிருக்கான் கைலாசம், யாரு மைனர்னு எனக்கும் தெரிஞ்சு போகும் இல்லையா?' என்று சிரித்தான்.

நூல்கடையின் கணக்குப் பிள்ளை எல்லாவற்றையும் இறக்கி ஆயிற்றா என்று பார்த்துவிட்டு, பிரமுவைப் பார்த்து, 'நல்லா இருக்கியா டே?' என்று கேட்டுவிட்டு உள்ளே போனார். கோவணம்

பாய்ச்சி அதன் மேல் வேட்டி கட்டியிருப்பார் போல இருக்கிறது. நடு இடுப்பில் முடிச்சுத் தெரிந்தது. 'சித்தே நில்லு கைலாசம். சிட்டையில கையெழுத்து வாங்கிட்டு வந்திருதேன்' என்று பிரமுவும் அவர் பின்னால் போனான்.

நூல்கட்டுகளை இறக்கிவைத்துவிட்டு வந்த லோட்மேன்களில் இருவர் வெளியே வந்து பீடியைப் பற்றவைத்தார்கள். இவ்வளவு நேரம் நான் பிரமுவுடன் பேசிக்கொண்டு நின்றதைப் பார்த்திருப் பார்கள் போல. எனக்கு ஏதோ மரியாதை கொடுக்கிற மாதிரி, என்னைப் பார்த்துச் சிரித்துவிட்டு என் முன்னால் புகைக்காமல் விலகி, அந்த அரியகுளம் பண்ணையார் வீட்டுப்பக்கம் போனார்கள். நூல் கடைக்கும் அந்த வீட்டுக்கும் இடையில் இருந்த சாக்கடையின் மேல் பனங்கட்டைகளால் ஒன்றோடு ஒன்றாகத் தைத்து மூடி போட்டிருந்த இடத்தில்நின்று புகைக்க ஆரம்பித்த அவர்களிடம் ஏதாவது நான் சொல்லவேண்டும் போல இருந்தது. 'கீழே சாக்கடை. பார்த்து..' என்று சொன்னேன். இவ்வளவு சொல்ல முடிந்தது குறித்து எனக்கும், இப்படி நான் சொன்னது அவர் களுக்கும் போதுமானதாக இருந்தது.

இப்போது சேட் வாங்கிவிட்டதாகப் பிரமு சொன்ன பண்ணையார் வீட்டையே பார்த்தேன். வாஸ்தவம்தான். அந்தப் பெண் அப்படித்தான் இருப்பாள். பிரமு எல்லாவற்றையும் வாய் விட்டுச் சொல்லிவிடுகிறான். எனக்கு முடியவில்லை. ஆனால் அந்த வீட்டுத் திரையை விலக்கிவிட்டு இப்போது அவள் என்னை வந்து பார்க்க மாட்டாளா என்றுதான் இருந்தது. நானும் பிரமுவும் பார்க்க, அவளுக்கு அப்போதே நாற்பது வயதுப் பக்கம் இருக்கும். உயரம் கம்மிதான். ஆனால் முன்னாலும் பின்னாலும் அப்படி. திருப்பித் திருப்பிப் பார்க்க வைக்கிறதுக்குப் பெயர் அழகா? ஒரு தடவை பார்த்தால் இரண்டாவது தடவை பார்க்கமுடியாமல் அப்படியே திகைக்க வைத்துவிட வேண்டும். அதுதான் அழகு. ஒரு தடவை வாகையடி முக்கில் தேர் திரும்புகிறது. அந்த வீட்டுத் தட்டோட்டியில் ஒரு மாம்பழக்கலர் பட்டுச் சேலையைக் கட்டிக் கொண்டு அவள் நின்றாள். திருவிழாக் கூட்டத்தில் பாதிப் பேர் தேரையும் பாதிப் பேர் அவளையும்தான் பார்த்திருக்கவேண்டும். யார் அந்தப் பக்கம் பார்த்து எச்சில் மாங்கொட்டையை வீசினார்கள் என்று தெரியவில்லை. பார்க்கிற எல்லோரையும் ஏதாவது இப்படிச் செய்யத் தூண்டிவிடுகிற மாதிரித்தான் அவள் பார்க்கவைத்துக் கொண்டிருந்தாள். அங்கேதான் இந்த ஊர்ப் பெண்பிள்ளைகளுக்கும் அவளுக்கும் வித்தியாசம் இருக்கிறது. அப்படி எறிந்ததை ஏதோ

பாராட்டு நடத்தியது மாதிரி ஒரு சிரிப்பு சிரித்தாள். சிரித்தபடியே திரும்பி மச்சுக்குள் போய்விட்டாள். போகும்போது பின்பக்கம் ஏதோ பட்டுச்சேலையில் தூசி இருப்பது மாதிரி ஒரு தடவல் வேறு.

நான் மேலே பார்த்துக்கொண்டு இருக்கையில் பிரமநாயகம் வந்தான். 'என்ன? சேட்டு எத்தனை நாற்காலி வாங்கி அடுக்கியிருக்கான்'னு இங்கே இருந்தே எண்ணிப்பார்த்துக்கிட்டு இருக்கியா? ஐவுளிக்கடை கணக்குப்பிள்ளை புத்தி போகாதுல்லா. கடையைப் பூட்டிச் சாவியைக் கொடுத்தமா, வடக்கு ரதவீதியோட கழுதையை அங்கனயே விட்டுட்டு வந்தோம்னு இராமல், உன் கூடவே சுந்தரத்தான்முடுக்கு வரை அதைக் கூட்டிக்கிட்டே போவியோ?' பிரமு கேட்டான். நான் சாதாரணமாகவே அதை எடுத்துக்கொண்டேன். நான் ஏதாவது தப்பாக எடுத்துக்கொள்ளக் கூடாது என்று அவசரமாக 'காரச் சேவு யாருக்கு, பேத்தியாளுக்கா?' என்று சகஜப்படுத்தினான். எந்தச் சிறு இடைவெளியிலும் நான் பதிலுக்காக யோசனையில் தடுக்கி நின்றுவிடக்கூடாது என்பதற்காக, 'வடிவு எப்படி இருக்கா? இப்பவும் தையல் எல்லாம் தச்சுக் கொடுத்துக்கிட்டு இருக்காளா? கெட்டிக்காரப் பிள்ளையில்லா அது' என்று என் மருமகளைச் சிலாகித்தான்.

'சுடுசோறோ, தண்ணி ஊத்துனதோ, பொம்பளையாள் இல்லாத நமக்கு தட்டில போட்டு, ரெண்டு உப்புக்கல்லும் ஊறுகாயும் கண்ணுல காட்டிச் சாப்பிடச் சொல்லுததுக்கு இந்தக் காலத்துல ஒரு மனசு வேணும்'லா' இதைச் சொல்லும் போது எனக்குத் தொண்டை கம்மி மரகதம் ஞாபகம் வந்துவிட்டது.

'சரி. கைலாசம், சரி' என்று சொன்னவன், மினி லாரியின் விலாவில் இருந்த தூசியில் 'வடிவு' என்று எழுதி, உடனே அதை அழித்துவிட்டு முன் விரல்களில் அப்பியிருந்த தூசியையே பார்த்துக் கொண்டு சொன்னான் 'உனக்காவது இருந்தாள், போனாள்னு சொல்கிறதுக்கு ரெண்டு வருஷம் முன்னால வரை ஒருத்தி இருந்தா. எனக்கு அப்படியா? கிளப்புக் கடை செட்டியார் மகன் இப்படி ஊர் ஊராக ஏறி இறங்கி லோல் படுவேன்'னு எங்க அம்மை கண்டிருப்பாளா? உன் கிட்டே இண்ணைக்குச் சொல்லுதேன் மாப்பிளை. டெல்லி பாம்பேன்னு கூட அசராம போயிட்டு வந்திருவேன். இங்கனைக்கு உள்ளே இருக்கிற கங்கை கொண்டானைத் தாண்டும் போது நேற்று வரைக்கும் படபடண்ணுதான் வருது' பிரமு அழுத்தியதில் என் தோள்ப்பட்டை வலித்தது. எதையோ தேடுவது போல எங்களைச் சுற்றி அப்படியே பார்த்து

விட்டு அது அகப்படாதது போல, மறுபடி ரோட்டுக்கு எதிரே கையை உயர்த்தி நீட்டினான். 'இந்தா எதுத்தாப்'ல இருக்கிற கல்பனா ஸ்டுடியோவுல மாப்பிளையும் பொண்ணுமா ரெண்டு பேரா நிண்ணு ஒரு ஃபோட்டோ எடுத்துக்கிடுததுக்குத் துப்பில்லாமப் போச்சு எனக்கு' என்றான். கை இன்னும் முழுதாகத் தணியாமல் அப்படியே அந்தரத்தில் நின்றது. அவன் காட்டின திசை பூராவும் பிரமநாயகமும், பக்கத்தில் முகமே இல்லாத ஒரு அருவமான பெண்ணுமாகச் சட்டமிடப்பட்ட படங்கள் ஆயிரம் ஆயிரமாக அந்தரத்தில் தொங்கின.

பிரமுவுக்குக் கங்கைகொண்டானில் பெண் பார்த்திருந்தார்கள். கல்யாணம் அங்கே வைத்துதான். வீட்டில் விளக்குக்கு முன்னால் வைத்துத் தாலிகட்டுவதாக ஏற்பாடு. மாப்பிள்ளை அழைப்பு எல்லாம் லயன் கம்பெனி பஸ்ஸில் முடிந்துவிட்டது. பெண்ணுடைய சொந்தக்காரர் ஒருத்தருடைய வீட்டில் பிரமநாயகத்தையும் என்னையும் தங்க வைத்திருந்தார்கள். இரண்டு பேரும் பள்ளிக்கூட வாத்தியார்கள். அந்த டீச்சர் ரொம்பப் பிரியமாக இருந்தார்கள். பிரமநாயகத்தை விட என்னிடமே அவர்கள் பேசிக்கொண்டு இருந்தார்கள். அதே தெருவில் இன்னும் ஒரு கல்யாணவீடு போல. 'விழியே கதை எழுது', 'தொட்டால் பூ மலரும்', 'நீல நயனங்களில்' என்று ஒரே எம்.ஜி.ஆர் பாட்டாகப் போட்டுக்கொண்டு இருந்தார்கள். அந்த டீச்சர், ஒவ்வொரு பாட்டுப் போடப் போட, அவர்களுக்கு மட்டும் வெளியே கேட்கும்படி வீட்டுக்குள் பாடிக்கொண்டே நடமாடினார்கள். கல்யாண வீட்டுக்கு வாங்கின இரண்டு மூன்று கதலிப் பழக் குலை மூலையில் சாத்தியிருந்தன. இலைக்கட்டு வாசனை அடித்தது இருட்டுக்குள். அது வரை எல்லாம் சரி.

அதே டீச்சர்தான் பெரிய ஈய இட்லிக்கொப்பரையில் இட்லி வெந்து தட்டிக்கொண்டிருந்த ஒரு ஓலைத் தடுப்புப் பக்கம் என்னை அழைத்துப் போய் அதைச் சொன்னார்கள். பிரமுவுக்குப் பார்த் திருந்த பெண் காணாமல் போயிருந்ததை, 'எல்லா இடத்திலும் ஒண்ணு பாக்கியில்லாமல் தேடிப் பார்த்தாச்சு' என்று சொல்ல ஆரம்பித்தார்கள். 'தகராறு எதுவும் இல்லாமல் நீ தான்'யா பார்த்துக்கிடணும். உன் கையைப் பிடிச்சுக் கேட்டுக்கிடுதேன்' என்று கெஞ்சினார்கள். பிரமுவிடம் விஷயத்தைச் சொன்னேன். கொஞ்ச நேரம் அப்படியே இருந்தான். 'சரிதான் மாப்பிளே' என்று மட்டும் சொன்னான். எதற்கு அப்படிச் சொன்னான் என்று தெரிய வில்லை. துக்கத்தை எப்படிச் சரிதான் என்று ஏற்றுக்கொள்ள முடிகிறது?

துக்கத்திற்கான ஆறுதலையும் அவன் அப்படியேதான் சொல்கிற வனாக இருக்கிறான். கொஞ்ச நேரத்திற்கு முன், ‘சரி, கைலாசம், சரி’ என்று என்னிடம் சொன்னது ஆறுதல் அல்லாமல் வேறென்ன? நான் அவன் வார்த்தைகளை அவனிடமே சொல்ல வேண்டும் என்று திட்டம் எல்லாம் இடவில்லை. ஆனால் என்னையறியாமல் அப்படித்தான் வந்தது.

‘சரி. பிரமு இருக்கட்டும். சரி.சரி’ என்று சொன்னேன். இந்த இடத்தில் அவன் முகத்தைப் பார்த்துச் சொல்லமுடியவில்லை. ஒப்பிடுவது போல அவனுடைய கால் விரல்களையும் என்னுடைய கால் விரல்களையும் பார்த்துக்கொண்டு இருந்தேன். இன்னும் முகமற்ற பெண்ணுடன் அந்தரத்தில் பிரமுவின் ஃபோட்டோ மிதப்பது போலவே இருந்தது. இறகு உதிர்வது போல எங்கள் காலைச் சுற்றி அதில் ஒன்றிரண்டு விழக்கூடும் என்று கூட நினைத்துக் கொண்டு நிஜமாகவே சிறிது நகர்ந்ததில் என் கால் கட்டின் வெள்ளைக்குள் முள்குத்தினது போல லேசாக வலித்தது. கால் புண்ணின் ஞாபகம் வந்தது.

‘ஒண்ணு செய்வியா பிரமு’ என்று ஆரம்பித்தேன். லேத் பட்டறை வைத்திருக்கிற பெரியசாமியைப் பார்த்ததையும் நம்முடன் படித்த கோவிந்தனின் பையன், (கோவிந்தன் யாரு என்று பிரமு கேட்டு அவனுக்கு விபரம் சொல்லவேண்டியிருந்தது), இப்போது அம்பாசமுத்திரம் ஆஸ்பத்திரியில் டாக்டராக இருப்பதாகவும் யார் போனாலும் நல்லபடியாகப் பார்த்து அனுப்புவதாகவும், பெரியசாமியின் வீட்டுக்காரிக்குக் காட்டினதில் இப்போது வள்ளிசாகக் குணமாகிவிட்டது என்றும், வேண்டுமானால் நானும் போய்ப் பார்ப்பது நல்லது என்று சொன்னதாகவும் தெரிவித்தேன்.

‘அதுக்கு நான் என்ன பண்ணனும்?’

‘இப்போ ட்ரெய்ன் ஓடலை’ல்லா’

‘அதுக்கு?’ பிரமு மறுபடியும் என்னைக் கேட்டான்.

‘நீ அந்தப் பக்கம் ஜோலியாப் போனேண்ணா, உன் கூடப் போயிட்டு லாரியில உன் கூடவே வந்திரலாம்னு தோணுச்சு’

‘அது வரைக்கும் காலை இப்படியே ஈ அரிக்க வச்சுக்கிட்டு இருக்கப் போறியா?’ பிரமு என் காலைப் பார்த்தான். அவன் பார்வையே ஒரு ஈ மாதிரிப் பறந்து பறந்து உட்கார்கிற மாதிரி இருந்தது.

✧ ✧ ✧

'பூக் கடைப் பக்கம் இறக்கிவிடுதேன். கோர்ட்டு, தாலுகா ஆபீஸ் எல்லாம் இருக்கிற மாதிரி ஆஸ்பத்திரியும் அங்கனைக்குள்ளேதான் இருக்கும். விசாரிச்சா தெரியும். டாக்டர்கிட்டே காண்பிச்சு என்ன ஏதுண்ணு விபரம் கேட்டுக்கோ. மறுபடியும் எப்ப கொண்டாந்து காட்டணும்? இல்லை, நம்ம ஹைகிரவுண்ட் ஆஸ்பத்திரியிலேயே சொல்லி மருந்து வாங்கிக்கிடமுடியுமாண்ணு வாயைத் திறந்து கேளு. இதையெல்லாம் கேக்க, நான் கூட வரணும்னாலும் சொல்லு.' என்னை இறக்கிவிட, வண்டியை ஒரு பக்கமாக ஒதுக்கும் போது சங்கு ஊதுகிற சத்தம் கேட்டது.

தீச்சட்டியும் ஈரவேட்டியுமாக இரண்டு மூன்று பேர் முன்னால் போக, சிவப்புப் பட்டுப் போர்த்தின பாடை கடந்து போனது. நடந்து போகிறவர்கள், பக்கவாட்டில் சைக்கிளைத் தள்ளினபடி பேசிக்கொண்டு செல்பவர்களுடன் ஒரு பத்து இருபது நிமிடங்கள் அந்தப் பாதையே முற்றிலும் வேறுவிதமாக மாறிவிட்ட ஒரு நகர்வை அடைந்திருந்தது. பிரமு ஓரமாக நின்று செருப்பைக் கழற்றி, கைலியைத் தளர்த்திவிட்டு, கைகளைப் பூட்டியபடி கிட்டத்தட்ட கடைசி ஆள் போய்முடிகிறவரை ஒரு சொல் கூடப் பேசாமல் கும்பிட்டான். தலையில் துண்டை வெயிலுக்கு மடித்துப் போட்டு, காலைச் சுழற்றி இடது தொடையில் கை ஊன்றித் தாங்கித்தாங்கி போகிற ஒருத்தரைப் பார்த்ததும் கையை நெஞ்சோடு பொத்தி, அவரைப் பாராட்டுகிறதாக அப்படியே நின்றான். எனக்கென்னவோ பள்ளத்துக்குள் இறங்குகிற மழைத் தண்ணீர் மாதிரி அத்தனை பேரும் ஒரு சரிவுக்குள் பாய்ந்து அப்படியே காணாமல் போய் விட்டதாகவே தோன்றியது.

'அப்போ நான் வரட்டுமா? எனக்கு மிஞ்சி மிஞ்சிப் போனால் பன்னிரண்டு ஒரு மணிக்குள்ளே ஜோலி முடிஞ்சிரும். உனக்கு சீக்கிரம் முடிஞ்சுதுண்ணா நீ ரெகு விலாஸ் பக்கம் நில்லு. எனக்கு முடிஞ்சுதுண்ணா நான் வந்து நிக்கேன். சரியா?' என்று வண்டியை எடுத்தான். ஒடுக்கமான அந்த பஜாரில், நான் இதுவரை முன்பக்கம் உட்கார்ந்து வந்த வண்டி கொஞ்சம் கொஞ்சமாக சிறிதாகி மறையத் துவங்குவது பிடித்திருந்தது. யாராவது சுமைகாரர்களாக இருக்க வேண்டும். கமலா ஸ்டோர்ஸ் பக்கம் வரை லாரி பின்னாலேயே ஓடித் தொத்தி ஏறிக்கொண்டார்கள். கொஞ்சம் வேகம் குறைத்து அவர்கள் ஏறிக்கொண்டதை அங்கீகரித்து பிரமு நகர்கிற சமயம், எதிரே வருகிற பாபநாசம் வண்டி வைத்த விரலை எடுக்காமல் ஹார்ன் அடித்தது.

✧ ✧ ✧

பூக்கடை முக்கு வாழைப்பழ மண்டிப் பக்கம் வந்துவிடும் என்று சாயவேட்டி கட்டின ஒருத்தர் நீண்ட கம்பினால் தரையைத் தட்டிக் கொண்டு இருக்க, ஏழு எட்டு எண்ணிக்கை உள்ள அந்தக் குரங்குக் குடும்பம் ஒவ்வொரு கடையாகத் தாண்டி, சர்வோதயா கடைக்கு மேல் உட்கார்ந்திருந்த போது, அதற்கு அடுத்த மெடிக்கல் ஸ்டோர் பையன் வெளியே வந்து ரோட்டுக்கு நடுவில் நின்று மேலே பார்த்துக் கையை வீசி விரட்டினான். எதிர்த்த கடை முதலாளி சத்தம் கொடுத்தார், 'ஏ. முருகேசா. பார்த்துடே. எல்லாரும் உங்க முதலாளிக்கு பெந்துக்கள். அவங்களை எப்படி விரட்டப் போச்சுண்ணு உன் சீட்டைக் கிழிச்சிரப் போறாரு. பார்த்துக்க. சொல்லிட்டேன் டே' என்று சொல்லும் போது நான் இங்கிருந்தே அதைக்கேட்டுச் சிரித்துக் கொண்டேன். அந்த மருந்துக்கடை முதலாளி நான்தான் என்றுகூடத் தோன்றியது. என்ன வகை என்று தெரியாமல் ஒரு சந்தோஷம் வந்து சேர்ந்திருந்தது.

இன்று இவ்வளவு தூரம் புறப்பட்டு வந்து பார்த்தால், அந்த டாக்டர் வராதது, என் காலைக் காட்டாதது என்பது எல்லாம் ஒரு பெரிய ஏமாற்றமாகவே தெரியாத அளவுக்கு தரையில் அசைகிற நிழலைப் பார்ப்பது மாதிரி இருந்தது. இந்தக் காலோடு எவ்வளவு தூரமும் நடக்க முடியும் என்று தோன்றியது. ஊரில் தினசரி நான்கு ரதவீதியிலும் கிட்டத்தட்ட நடக்கிறவன் இங்கே நடக்க மாட்டேனா என்ன?

செத்த பாடைக்குத் தெரு முழுவதும் வீசிக்கொண்டு போயிருக்கும் பூவை அடையாளமாக வைத்துக் கூடவே போனால் கூட மேலப்பாளையம் தெருவுக்குப் போய்விடலாம். மேலப்பாளையம் தெருவில்தான் மரகதத்தின் அக்கா இருக்கிறாள். செண்பகத்தக்காவை மரகதம் செம்பாக்கா என்றுதான் சொல்வாள். செம்பாக்கா என்றால் அவளுக்கு உயிர். மரகதத்தின் ஆட்டத் திவசத்திற்கு அப்புறம் செம்பாவைப் பார்க்கவே இல்லை. செம்பாவுக்கு ஆண்பிள்ளை மாதிரிக் குரல். அந்தக் குரலை எதனாலோ எனக்குப் பிடித்திருந்தது. அதைக் கேட்டால், மரகதத்தைக் கட்டின புதிதில் விறுவிறுவென்று விஷம் ஏறினது மாதிரிக் கூட இருந்தது உண்டு.

கடையில் பற்று எழுதி, வருஷக் கழிவில் கனகாம்பரக் கலரில் ஒரு பட்டுச் சேலை கூட செம்பாவுக்கு எடுத்துக் கொடுத்திருக்கிறேன். 'கொழுந்தன் எடுத்துக் கொடுத்தோ' என்று அதைக் கட்டின நேரம் எல்லாம் செம்பா எல்லோரிடமும் சொல்வதாக மரகதம் என்னிடம் சொல்வாள். மரகதத்திற்கு எல்லாம் தெரியும். செம்பாவிற்கு எல்லாம் தெரியும். எல்லோர்க்கும் எல்லாம் தெரிந்துதான் இருக்கிறது.

செம்பா அதே குச்சு வீட்டில்தான் இருந்தாள். இரண்டு மூன்று பேராக காலை நீட்டிச் சுளவில் பீடி சுற்றிக் கொண்டு இருந்தார்கள். எஃப்.எம் ரேடியோ பாடிக்கொண்டு இருந்தது. பக்கத்து வீட்டில் படம் வரைகிறவர்கள் யாரோ இருக்கிறார்கள் போல. பழைய கொண்டையா ராஜு வரைந்த முருகனைப் பிரதி பண்ணின ஒன்று சுவரில் ஈரமாகச் சாய்ந்திருந்தது. ஆண்டாள் அல்லது மீனாட்சியாக இருக்க வேண்டும். பச்சை நிறத்தில் பாதியாகப் பிறந்து நின்றவள் தோளில் கிளி அமர்ந்திருந்தது.

'அண்ணாச்சி இல்லையா?' என்றுதான் சத்தம் கொடுத்தேன். இரண்டு மூன்று பேருக்கு மத்தியில் இருக்கும்போது 'செம்பா' என்று பெயர் சொல்லிக் கூப்பிடமுடியாது அல்லவா. ஒரு நிமிஷம் செம்பாவுக்கு ஒன்றும் ஓடவில்லை. 'எப்போ வந்தியோ?' என்று சிரித்தபடி எழுந்தாள். நீட்டிக்கொண்டிருந்த காலை மடக்கி எழுந்திருக்கும் போது என்னைப் பார்க்கவில்லை. முகம் கீழே பார்க்க இருக்க சத்தம் மட்டும் கேட்டது. பீடி இலை நெடியை இவ்வளவு பக்கத்தில் உணர்ந்தது இல்லை. அது தொந்தரவு செய்தது. 'அண்ணாச்சி இல்லையா?' என்று மறுபடி கேட்டேன். இல்லா விட்டால் நல்லது என்கிறது மாதிரித்தான் அந்தக் கேள்வி இருந்தது.

'அவ்வொ ரெண்டு மாசமா ஸ்கூல் வேனில் கண்டக்டரா ஓடுதாக. பெரிய முதலாளி பழக்கம். சும்மா ஒரு ஆள் பேருக்கு இருக்கட்டும்னு போட்டுக்கொடுத்திருக்கோ. வயசாயிட்டு வருதுல்லா' செம்பா இப்போது என்னைப் பார்க்க ஆரம்பித்து இருந்தாள். குரல் சுண்ணாம்புச் சுவரில் உரசினது போலக் கரகர வென்று என்னவோ செய்தது.

'என்ன? அண்ணாச்சிக்கு என்னை விட ரெண்டு மூணு வயசு கூடுதல் இருக்குமா?'

'ஆனா, உங்களுக்கு வயசு தெரியலை' செம்பா இப்படி இதைச் சொல்லவேண்டும் என்று ரொம்ப நாட்கள் சேகரித்து வைத்திருந்தது போல இருந்தது. அந்த கனகாம்பரக் கலர் சேலையைக் கட்டியதும் அவிழ்த்ததும் அதை அப்படிச் சொன்ன நேரத்துக்குள் நிகழ்ந்து முடிந்துவிட்டது என்பதே நிஜம். எனக்குப் போதும் என்று ஆகிவிட்டது. புறப்பட ஆரம்பித்தேன்.

'எல்லாரும் நல்லா இருக்காங்களா?' என்று செம்பா கேட்டாள்.

'வேறு ஒரு ஜோலியா வந்தேன். எட்டிப் பார்த்துட்டுப் போலாம்னு தோணுச்சு' என்று எங்கும் பார்க்க முடியாமல்,

அவளுடைய இடது கை மணிக்கட்டில் துருத்தியிருந்த எலும்பைப் பார்த்தேன். ஒரே ஒரு எலும்புத் துருத்தலில் முழுச் செம்பாவையும் பார்த்துவிடமுடிவதாக அந்த நேரம் இருந்தது.

'அண்ணாச்சி கிட்டே சொல்லுங்க' என்று செருப்பை மாட்டும் போது 'காலில என்ன கட்டு?' என்று செம்பா கேட்டாள். சாக்கடையை வழித்துப் போட்ட கருஞ்சகதியில் ஒரு செத்த பெருச்சாளி கிடந்தது.

'அது ஒண்ணுமில்லை' என்று நடக்க ஆரம்பித்தேன்.

✧ ✧ ✧

செம்பாவைப் பார்த்ததைச் சொல்லவேண்டும். பிரமுவை ரொம்ப நேரமாக எதிர்பார்த்தேன். வெயில் ஜாஸ்தி. ஒரு கூறு வெள்ளரிப் பிஞ்சு வாங்கினேன். இன்னும் தரையில் சாக்கு விரித்து வெள்ளரிப் பிஞ்சு விற்கிற அதே முகத்தை எல்லா ஊர்களிலும் பார்க்க முடிவது எப்படி என்று தெரியவில்லை. ஒரு நன்னாரி சர்பத் குடித்தாயிற்று. இன்னும் வாயில் வந்த எலுமிச்சம்பழக் கொட்டையைத் துப்பக் கூட இல்லை. வாய்க்குள் அது வழுவழுவென்று நகர்வது நன்றாக இருந்தது. எதிர்த்த ஹோட்டலில் 'சாப்பாடு ரெடி; என்கிற போர்டைக் கூரை மாதிரி இரண்டுபக்கமும் பிளந்து வைத்து விட்டுப் போனார்கள்.. சாம்பார் வாசனையை நினைத்தால் இப்போது நிச்சயம் சாம்பார் வாசனை அடிக்கும். அவியல் வாசனையை நினைத்தால் அவியல்.

'ரொம்ப நேரமா வெயில்'ல நிக்கியோ. யாரையோ எதிர் பார்க்கியோ போல. அவ்வொளுக்கு என்ன ஜோலியோ? என்ன அர்ஜெண்டோ? வார நேரத்துக்கு வரட்டும். சந்தை நாள் வேறே. முன்னைப் பின்னே ஆகும். பேசாம அந்த நடையில உட்காருங்க. ஏற்கனவே காலில என்னமோ கெட்டு வேறே போட்டிருக்கியோ. எதுக்கு நட்டமா நிண்ணுக்கிட்டு இருக்கணும்?' வெள்ளரிப் பிஞ்சு விற்கிற அம்மாதான் சொன்னாள். எனக்கு என்னவோ செம்பாதான் இவ்வளவு தூரம் பின்னாலேயெ வந்து சொல்வது போல இருந்தது. சொன்ன மரியாதைக்கு நடை சாத்தியிருந்த அம்மன் கோவில் பட்டியல் கல்லில் உட்கார்ந்தேன்.

'வெயிலடிச்ச கல்லு. சுடப் போகுது. துண்டு கிண்டு இருந்தா போட்டுக்கி லாம்' 'லா' இதையும் அந்த அம்மாதான் சொல்லியது.

ஹார்ன் அடிக்கிற சத்தம் கேட்டது. தெரியாதா, தனபேரின்பம் லாரிதான். இடதுபக்கம் ஓரமாக ஒதுக்கி நின்றுகொண்டு மறுபடியும் ஹார்ன் அடித்தான். பிரமு எப்படி ஹார்ன் அடிப்பான் என்பது எனக்குப் பிடிபட்டிருந்தது. ‘கைலாசம்’ என்று டிரைவர் சீட் கதவைத் திறந்து கூப்பிட்டான். பெரிய லாலா கடையில் கருப்புக் கோட்டைக் கையில் மடித்துப் போட்டுக்கொண்டு நின்ற வக்கீல் ஒருத்தர் லாரிக்குள் பார்த்துக்கொண்டே எதையோ வாயில் போட்டார். பிரமு பக்கத்தில் யாரோ உட்கார்ந்திருந்தார்கள். சேலை கட்டி, பூ வைத்த ஒருத்தி முன்சீட்டில் லாரியில் இருந்தால் வக்கீல் என்ன போலீஸ்காரர் கூட அப்படிப் பார்க்கத்தான் செய்வார்கள்.

‘ரோட்டைக் க்ராஸ் பண்ணி வா மாப்பிளே’ பிரமு சந்தோஷமாக இருந்தான். அந்த மனுஷி முகமும் அப்படித்தான் இருந்தது. செம்பா, அந்த வெள்ளரிப் பிஞ்சு விற்றவள். பிரமு பக்கத்தில் இருக்கிற இவள் எல்லோருமே ஒன்றுபோல ஒரே ஜாடையில் ஒரே மாதிரி கருணையும் சிரிப்புமாக இருப்பது போல இருந்தது.

‘இது கைலாசம். நம்ம மாப்பிள்ளை. உனக்கு அண்ணன்னு வச்சுக்கயேன்’ என்று என்னைப் பார்த்ததும் அவளிடம் சொல்லி அவளுடைய தோளில் இடது கையால் அடித்தான். ‘உம்ம தங்கச்சி சந்தை வாசலில் மரச் சீனிக்கிழங்கு வித்துக்கிட்டு உட்கார்ந்து இருந்தா. பார்த்ததுதான் தாம்சம். ஏறு வண்டியிலே’ண்ணு சொல்லீட்டேன்’ என்று என்னைப் பார்த்துச் சொன்னான். அவள் சிரித்த மாதிரியே நானும் சிரித்தேன். இந்த மாதிரி சமயங்களில் வழக்கமாக நான் சொல்கிற ‘நல்லது’ என்கிற வார்த்தை வாய் வரை வந்தது. சொல்ல வில்லை. எல்லாம் சரியாகவே இருக்கிறது இன்றைக்கு.

‘ஒண்ணு பண்ணு மாப்பிளே. ஒரு பஸ் பிடிச்சு கல்லிடக் குரிச்சிக்கு வந்திரு. பஞ்சாயத்து போர்டு இல்லை. ரயில்வே ஸ்டேஷன் ஸ்டாப்புண்ணு கேட்டு இறங்கு. இவளை இறக்கி விட்டுட்டு வெயிட் பண்ணுதேன். தப்பா நினைச்சுக்கிடாத மாப்பிளே. அப்புறம் விபரம் சொல்லுதேன்’ என்றான் . இதுவரை உறுமிக் கொண்டிருந்த வண்டி நகர ஆரம்பித்த போதும் அந்த மனுஷி சிரித்தாள். எனக்கு கும்பிடத் தோன்றியது. கும்பிட்டேன்.

வண்டி நகர்ந்து பத்தடி முன்னால் போனது. ரஹ்மத் ஹோட்டல் தாண்டி, குமார் பழக்கடை தாண்டி, முருகன் பழமுதிர்சோலை தாண்டி, அம்மையப்பர் கோவில் போகிற முடுக்குப் பக்கம் நின்றது. பிரமு இறங்கி என்னைப்பார்க்க வருவது போலத்தான் இருந்தது.

'அங்கேயே நில்லு' என்பது போலச் சைகை காட்டினேன். பிரமு நிற்கவில்லை. கோர்ட் பக்கம் செருப்புத் தைக்கிறவர், இளநீர் விற்கிறவர் எல்லாவற்றுக்கும் அப்பால் பிளாட்பாரத்தில் கடை போட்டு சின்னக் குழந்தைகள் ஜட்டி பனியன் வியாபாரம் செய்கிறவர் பக்கம் நான் போகிறபோது, பிரமு வலமும் இடமும் பார்த்து ரோட்டின் குறுக்கே இளம் ஓட்டமாக என்னைப் பார்த்து ஓடிவந்தான். சாம்பாரோ சால்னாவோ ரப்பர் முடிச்சுப்போட்டு வாங்கிப் போன ஜவ்வுத்தாள் பை ரோட்டில் தவறிவிழுந்து வெயிலில் மினுங்கிகொண்டு இருந்தது.

வந்ததும் வராததுமாக பிரமு என் கையைப் பிடித்துக்கொண்டு அழ ஆரம்பித்தான். அவன் அப்படி நட்ட நடுவில்தான் அதைச் சொல்லத் துவங்கியிருக்கவும் முடியும்.

'பதினாறு பதினேழு வயசுப் பையன் கல்லிடைக்குரிச்சியில புரோட்டா கடையில நிக்கானாம். அவன் எனக்குப் பிறந்தவனாம். அவ சொல்லுதா மாப்பிளே' என்று மேலும் அழ ஆரம்பித்தான். நான் தூரத்தில் நிற்கிற லாரியைப் பார்த்தேன். ஒரு களங்கமற்ற ரகசியம் போல முன்னால் நகர்வதற்குத் தயாராக அது அதிர்ந்து கொண்டு இருந்தது. நான் மெதுவாக பிரமுவைத் தட்டிக் கொடுத்தேன்.

எனக்குப் புரிந்தது. இது இப்படித்தான் இருக்கும். எனக்கு வேறு எதையும் பிரமுவிடம் கேட்கத் தோன்றவில்லை. இப்போது நான் கேட்க வேண்டியது கல்பனா ஸ்டுடியோக்காரரிடம்.

பிரமுவையும் அவளையும் ஒரு ஃபோட்டோ எடுக்கவேண்டும் என்று சொன்னால் அவர்கள் மாட்டேன் என்றா சொல்லப் போகிறார்கள்?

உயிர் எழுத்து
ஜூன் 2013

❖

தண்ணீருக்கு மேல் தண்ணீருக்குக் கீழ்

லட்சுமணன் வீட்டின் முன்னால் பைக்கை நிறுத்த முடியவில்லை.

கரையடி மாடசாமி என்று எழுதிய ஒரு ஆட்டோ. அதைத் தவிர ஏற்கனவே ஒரு அயர்ன் வண்டி ரொம்ப காலமாக அதே இடத்தில் நிற்கிறது. காற்று இறங்கிப்போன அதன் ஒரு சக்கரத்திற்கும் இன்னொரு சக்கரத்திற்கும் சைக்கிள் சங்கிலி போட்டுக் கட்டி யிருந்தது. ஒரு டைகர் பூட்டு வேறு. உபயோகித்து வெகுநாட்கள் ஆகிவிட்டதற்கு அடையாளமாக, பக்கத்து வீட்டு ஜன்னல் வழியாக வீசப்பட்ட வெங்காயத் தொலி சருகுகள் அதில் விழுந்து கிடந்தன. வலது மூலையில் கங்கு போடுவதற்கு வைத்திருந்த கரித்துண்டுகள். மிகவும் நைந்துபோன ஒரு பச்சைக்கட்டம் போட்ட துண்டு ஒன்றின் சுருணைக்குள் இருந்து எட்டிப்பார்க்கும் பல்லித் தலை.

எனக்கு அந்தப் பச்சைக்கட்டம் போட்ட துண்டைத் தலைப் பாகையாகக் கட்டிக் கொண்டு துணிகளை இஸ்திரி போட்டுக் கொண்டிருக்கிறவரின் முகம் ஞாபகம் வந்தது. துணி தேய்க்கும் போது உண்டாகிற ஒரு சூடான நெருடல் வாடையை அந்த இடம் இப்போதும் தன்னிடம் வைத்திருந்தது.

செய்தித்தாளில் சணல்போட்டுக்கட்டி, ஒரு சுண்டு சுண்டி இழுத்து, அத்துக்கொடுத்த உருப்படிகளை கைகளில் வாங்கிக் கொண்டு ஒருதடவை இதே இடத்தில் மங்கை நின்றிருக்கிறாள். வலது பக்கம் நான்கைந்து முடி சிலுப்பிக்கொண்டு இருக்க, 'வாங்க' என்று சிரித்தாள். 'சனிக்கிழமை அஞ்சு மணி ஆகப் போகுது. மணி அத்தானை எங்கே காணோம்னு நினைச்சுக்கிட்டு இருந்தேன். வந்துட்டீங்க' என்று இன்னும் கொஞ்சம் சிரித்தாள். 'இண்ணிக்காவது ரேவதி அக்காவைக் கூட்டிக்கிட்டு வந்தா என்ன? நீங்களும் உங்க

ஃப்ரண்டும் பேசிக்கிட்டு இருக்கிற மாதிரி நாங்களும் என்னத்தை யாவது பேசிக்கிட்டு இருப்போம் இல்லே?' என்று மங்கை சொல்லும் போது அவளுடைய மூக்கையும் மூக்குத்தியையும் பார்த்துக் கொண்டு இருந்தேன்.

நல்ல நீளமும் கூர்மையுமான மூக்கு. 'லட்சுமணா, ஒரு வைரத் தோடு வாங்கிப் போடுப் பா' என்று நான் சொன்னால், அவன் இரண்டு விரல்களைத் தன் பெண்குழந்தைகளைப் பார்த்து நீட்டி, 'அந்தா இருக்கே ரெண்டு வைரமும்' என்பான். 'அவங்க வாங்கிக் கொடுக்கிறதுக்கு நீங்க என்ன அண்ணாவியா? கொழுந்தியாளுக்கு நீங்க வாங்கித் தாரேம்னு சொல்லுங்க. வேணும்னா பாலத்து ஆசாரிகிட்டே போய் இன்னோரு பக்கத்து மூக்கையும் மணி அத்தான் பேரைச் சொல்லி, குத்திக்கிடுதேன்' என்று வலது பக்க முடியை ஒதுக்கிக்கொண்டு, 'பெரியப்பாவுக்கு குடிக்கத் தண்ணி கோரிக்கிட்டு வா ஸ்னேகா' என்று பெரிய மகளைப்பார்த்துச் சொல்வாள்.

ஸ்னேகாவுக்கு அவளுடைய அம்மா போலவே முன்பற்கள் கொஞ்சம் தூக்கல். அதே மூக்கு. வலது பக்க முடியும் அப்படி. சின்னவள் அப்படியில்லை. நிறம் கொஞ்சம் கூடுதல். மூக்கு அவ்வளவு நீளமில்லை. ஆளும் பொதுக்குப் பொதுக்கென்று இருப்பாள். லட்சுமணனே என்னிடம் கேட்டிருக்கிறான். 'மணி, ஜயந்தி யார் ஜாடை டே? எங்க அம்மை மாதிரி இருக்காண்ணு முரப்ப நாட்டு அத்தை பார்க்கிற நேரம்லாம் சொல்லிக்கிட்டு இருக்கா. அப்படியா? என்பதற்கு நான் உடனடியாக ஆமா. சிரிக்கும் போது எல்லாம் அப்படித்தான் தெரியுது. காந்திச் சித்தி கண்ணு அப்படியே இவளுக்குத்தான் வாய்ச்சிருக்கு' என்று பொய் சொன்னேன்.

சில சமயங்களில் இப்படிப் பொய்சொல்ல வேண்டியதிருக்கிறது. எனக்கு லட்சுமணனின் அம்மா ஜாடையை விட அவனுடைய தங்கச்சி பெரியநாயகிதான் ஞாபகம் வருகிறது. பெரியநாயகியை வீட்டில் எல்லோரும் பேபி என்று கூப்பிடுவார்கள். லட்சுமணன் எங்கள் தெருவிலேயே இருந்தான். வீடும் மூன்று தட்டு வீடுதான். அவனையும் சேர்த்து ஐந்து பேர் நடமாட்டம் அந்த வீட்டில் இருக்கவே செய்தது. லட்சுமணன்தான் எனக்குப் பழக்கம். நானும் லட்சுமணனைப் பார்க்கமட்டுமே போனேன், வந்தேன். இதை எல்லாம் மீறியதாகவே என்னவெல்லாமோ எனக்கும் பேபிக்கும் இடையில் நடந்தது. எப்படித் தானாக நடந்ததோ அது போலத் தானாக நின்றும் போனது. அது ஒரு ஆச்சரியம்தான். அதற்கப்புறம்

இரண்டு வருஷம் கழித்த பிறகே கல்யாணம் ஆகி, பேபி களக் காட்டிற்குப் போனாள்.

‘களக்காட்டு மலையில் இருந்து நான்கைந்து யானைகள் ஊருக்குள் இறங்கி யிருக்கிறது. உங்களுக்குப் பிடிக்கும். இன்றைக்கு ந்யூஸ்லே கூடக் காட்டி இருப்பாங்களே’ என்று ஒருதடவை ஃபோன் செய்திருக்கிறாள். எப்போது அவளிடம் பிடிக்கும் என்று சொன்னேனோ தெரியவில்லை. பி.வி.ஆர் எழுதிய ‘கூந்தலிலே ஒரு மலர்’ தொடர்கதையை யாரோ பைண்ட் செய்து வைத்திருந்தார்கள் போல. பழைய புஸ்தகக்கடையில் எங்கேயோ வாங்கி திருநகரில் இருந்து அனுப்பியிருந்தாள். ‘ஆட்டோக்காரன் நாப்பது ரூபா கேப்பான். என்னையும் புள்ளையையும் உன் பைக்கில கொண்டுபோய் பஸ் ஸ்டாண்டில விட்டிருதியா, ராசாமணி’ என்பாள். என் பெயரை முழுதாக எப்போதும் சொல்கிறவள் அவள்தான்.

இப்படி இந்தப் பக்கம் ஒரு முடிச்சை அவிழ்க்கும்போது இன்னொரு முடிச்சு அந்தப் பக்கம் தானாக அவிழ்கிறது தெரிகிறது. எல்லாவற்றையும் முடிச்சுப் போட்டுவைக்கத் தோன்றியது போல, எல்லாவற்றையும் அவிழ்க்கவும் நமக்குத் தோன்றிவிடுவதுதான் காரணம். பேபியைப்பற்றி லேசாகச் சொல்லிவிட்ட பிறகு மங்கை என்கிற மங்கையர்க்கரசி பற்றியும் சொல்லிவிடவேண்டும் இல்லையா. சொல்லாமலே கூடுதல் குறைவாகத் தெரிவதை விட, இப்படிச் சொல்லிவிட்டால், நான், லட்சுமணன், பேபி, மங்கை எல்லோரையும் அவரவர் தாயக்கட்டத்தில் நிறுத்திவிட்டு மேற்கொண்டு விளை யாடுவது சௌகரியம்.

லட்சுமணன் இருக்கிற தெருவுக்கு வரும்போது எங்கள் அப்பா பூர்வீகமாக நடத்திக்கொண்டுவந்த ரைஸ் மில் நொடித்துப்போய், வாடகைக்கு வீடு பார்த்து இங்கே வந்தோம். சொந்தவீடு வழுக் கோடை பக்கம், அப்பாவின் ரைஸ் மில்லோடு சேர்ந்து இருந்தது. அந்த வீட்டுப்பக்கம்தான் மங்கை என்கிற மங்கையர்க்கரசியின் வீடும் இருந்தது. மங்கையின் அம்மாவை நாங்கள் செல்லம்மா அத்தை என்று கூப்பிடுவோம்.

ஆனால் செல்லம்மா அத்தைக்கும் எங்கள் அப்பாவுக்கும் ரைஸ் மில்லில் தங்கி, அங்கே இருக்கிற திருக்கு பைப்பில் குளித்து விட்டு வருகிற அளவுக்குப் போக்குவரத்து இருந்தது. இன்னும் வெளிப்படையாகச் சொன்னால், ரைஸ் மில்லில் இருந்த முள் முருங்கை மரத்தில் ரத்தினம் வளர்த்த முயல்குட்டி சாப்பிட இலை

பறிக்கப் போனபோது, நானே அப்பாவையும் செல்லம்மா அத்தை யையும் அப்படிப் பார்த்து இருக்கிறேன்.

அந்த வயதில் முயல்குட்டி, முள் முருங்கை இலை, செல்லம்மா அத்தை, ரைஸ் மில் கூரையில் எப்போதும் உட்கார்ந்திருக்கிற புறாக்கள் எல்லாம் ஒன்றுபோலத்தான் இருந்தது. பார்த்தது பார்த்த படி. அதற்கு மேல் ஒன்றுமில்லை. அது எல்லாம் நடந்து ரொம்ப நாட்களுக்குப் பின்பு ஒருதடவை செல்லம்மா அத்தை எங்கள் அம்மாவுடன் அடுப்படியில் உட்கார்ந்து பேசிக்கொண்டு இருந்தாள். விளையாடிக்கொண்டிருக்கிற புழுதிக் காலோடு நான் மண்பானையில் தண்ணீர் குடிக்கப் போகிறேன். 'இங்கே வா, ராசாமணி' செல்லம்மா அத்தை என் கையைப் பிடித்து இழுத்து மடியில் போட்டு முத்தம் கொஞ்சினாள். அம்மா பார்த்துக் கொண்டே இருந்தாள். எத்தனைபேருக்கு எல்லாரையும் எல்லா வற்றையும் அப்படிப் பார்த்துக்கொண்டே இருக்க முடிகிறது?

'செல்லம்மா அத்தை சின்னப் பிள்ளையில் இப்படித்தான் கொஞ்சுவாள்' என்று என்னவோ அத்தை தினசரி என்னைக் கொஞ்சிக்கொண்டிருந்தது போல ரேவதியிடம் சொல்வேன். அத்தை மாதிரி ரேவதி என் கையைப் பிடித்து இழுத்துப் போடுகிற நேரமாக அது இருந்தால் இப்படியெல்லாம் சொல்லலாம்தானே. ரேவதியிடம் ரைஸ் மில் கதை உட்பட எல்லாம் சொல்லியிருக்கிறேன்.

'அத்தையாம் லே அத்தை. உங்களுக்கா அத்தை? முறைப்படி பார்த்தால் எனக்கு அல்லவா அவங்க அத்தை' என்று ஒருவிதமான புளகத்தில் கரகரக்கிற குரலுடன் என்னை இறுக்குவாள். ரேவதிக்கு எப்படி எல்லாவற்றையும் அப்படி அப்படியே எடுத்துக்கொள்ள முடிகிறது என்று தெரியவில்லை. நானும் அவளும் ஏதோ ஒரு கல்யாண வீட்டுக்குப் போய்விட்டு வெயிலோடு வெயிலாக ஆட்டோவில் வந்துகொண்டு இருக்கிறோம். கல்லத்தி முடுக்குத் தெருவில் இருந்து பெரிய தேர் பக்கமாக செல்லம்மா அத்தை நடந்துபோவதைப் பார்த்துவிட்டாள். ஆட்டோவை நிறுத்தி, 'ஏறுங்க. வீட்டில கொண்டுவிட்டிருதோம்' என்றாள். 'ஓம் வீடு எங்கே இருக்கு. ஏம் வீடு எங்கே கிடக்கு?' என்று அத்தை மறுத்தாள். 'எல்லார் வீடும் ஒண்ணாத்தான் இருக்கு. அப்படியே தூரமா இருந்தால் கூட பக்கத்தில நகட்டி வச்சுக்கிடலாம்' என்று ரேவதி வலுக்கட்டாயமாக அத்தையை ஆட்டோவில் ஏற்றினாள். 'ஏறுங்க அத்தை' என்று நான் சொல்லும் போது அத்தை வெட்கப்பட்டாள். 'அப்பா சத்தம் அப்படியே இருக்கு' என்று கீழே குனிந்தபடி சொல்லிக்கொண்டு உள்ளே ஏறினாள். என் தோள்ப்பக்கமாக

கையைப் போட்டு ஒரு கிள்ளு கிள்ளிவிட்டு, ரேவதி சிரித்தாள். கண்கலங்கிக்கொண்டு அவள் சிரிக்கிற சிரிப்பு எப்போதுமே களையாக இருக்கும்.

இன்றைக்குக் கூட ரேவதிதான் லட்சுமணனைக் கூட்டிக் கொண்டு வரச் சொன்னாள். என்னை 'அத்தான்' என்று கூப்பிடுவ தில்லை. ஆனால் லட்சுமணன் அவளுக்குப் பெரியத்தான். ரேவதியை மங்கை, அக்கா என்கிறாள், மங்கையை இவள் அக்கா என்கிறாள். அது என்ன கணக்கோ?

'பெரியத்தானைப் போய்க் கூட்டிக்கிட்டு வாங்க. தனியா அந்த வீட்டில உட்கார்ந்துக்கிட்டு மண்டையைக் குழப்பிக்கிட்டு இருப்பாங்க. பாவம். இங்கே கூட்டியாந்திருங்க. இந்த நாலஞ்சு நாளாக எங்கே இருந்ததோ, என்ன சாப்பிட்டுதோ, இல்லை குலைப் பட்டினி கிடந்துதோ தெரியலை' என்று சொல்கையில் தலைக்கு எண்ணெய் வைத்திருந்தாள். உச்சி வகிட்டில் இருந்து காதோரம் வரை அதிகப்படியாக மினுமினுக்கிற எண்ணெயுடன் ரேவதியின் முகம் ஆழ்ந்த துயரத்தில், கிணற்றுக்குள் மிதக்கிற இலையை குனிந்து உற்றுப் பார்ப்பது போல இருந்தது.

நேற்று ராத்திரி வீட்டுக்குள் நுழைந்து சட்டையைக் கழற்றியபடி ரேவதியிடம், 'லட்சுமணன் வந்துட்டானாம்' என்று சொல்லும் போதும் இப்படித்தான் அவளுடைய முகம், பந்தல் போட்டது மாதிரி இருட்டுக்குள் கிடந்தது.

'யாரு சொன்னா?' என்று என் சட்டையைக் கையில் வாங்கிக் கொண்டு கேட்டாள். பேசியபடியே சட்டையை வாங்கிக் கோட் ஸ்டாண்டில், போடுகிறது என்பது ஒரு சாதாரண காரியம்தான். ஆனால் ரேவதி நேற்றிரவு அதை வாங்கி அப்படிக் கையோடு வைத்துக்கொண்டு நின்ற நேரம் அப்படியில்லை. அவரவர்களின் நிழல்களே எங்களைப் பட்டாசல் தரையில் இருந்து பாளமாக நெம்பி, அந்தரத்தில் நிறுத்தி இருந்தது.

நான் வருகிறவரை ரேவதி படித்துக்கொண்டு இருந்த பத்திரிக்கை தரையில் தன் பக்கங்களைத் திருப்பியபடி காகிதச் சத்தம் உண்டாக்கியது. அவளுக்கு அந்தச் சத்தத்தைத் தாங்க முடிய வில்லை. குனிந்து எடுத்து கம்பிக்கொடியில் கவிழ்த்தித் தொங்க விட்டாள்.

'லைப்ரரியன் ஸார்தான் சொன்னாரு. இந்த மாதிரி லட்சுமணன் வந்து புஸ்தகம் எடுத்துக்கிட்டுப் போனான். ஆளு ரொம்ப டல்லா இருக்கான்'னு' நான் சொல்லிமுடிப்பதற்குள் ரேவதி,

'மனசு இத்துப் போயிருக்கும்'லா. அப்புறம் உடம்பு எப்படிக் கதியா இருக்கும்?' என்றாள்.

'எல்லாத்துக்கும் எல்லாம் தெரிஞ்சுதான் இருக்கும் போல ரேவதி'

'ஏன், அவரு ஏதாவது கேட்டாரா?'

'அவரு கேட்கவும் இல்லை. நான் சொல்லவும் இல்லை. எனக்குத்தான் எதையாவது கேட்டிருவாரோ? கேட்டால் என்னத்தைச் சொல்லன்னு படபடப்பா இருந்து.'

'பொதுவா, உருத்தான் ஆட்கள் என்றால், இந்த மாதிரி நேரத்தில் எதையும் கேட்கவும் மாட்டாங்க. சொல்லவும் மாட்டாங்க.'

'நீ வேணும்னா அவன்கிட்டே பேசுதியா? நான் கூப்பிட்டால் கூட யோசிப்பான். நீ கூப்பிட்டால் தட்டமாட்டான். சரிண்ணு வந்திருவான்.'

'எனக்கு முகம் பார்த்துப் பேசணும். முகம்கிறது என்னத்துக்கு இருக்கு? போங்க. போயி கூட்டியாங்க. பெரியத்தான் வரட்டும் பேசணும் பேசவேண்டாம்கிறதை அப்புறம் பார்த்துக்கிடலாம்'

'லட்சுமணன் வந்துட்டான், சரி. ஒரு வகையில நிம்மதி. ரெண்டு பொம்பிளைப் பிள்ளைகளையும் கூட்டிக்கிட்டு அவ எங்கே போனா? என்ன செய்யுதா? உன்கிட்டேயாவது ஒரு தகவல் சொல்லியிருக்கலாம் இல்லையா?'

'ரெண்டு வருஷமா மங்கையக்கா எல்லா கண்ட்ராவியையும் எங்கிட்டே சொல்லிக்கிட்டு தானே இருந்தா. எவ்வளவு காலத்துக்குத் தான் இப்படி உப்பைக் கரைச்சு கடலில ஊத்திக்கிட்டே இருக்கிறதுண்ணு அவளுக்குத் தோணி இருக்கும்'லியா.?'

'அதுக்கில்ல ரேவதி. இந்த ரெண்டு வருஷமா, கூடப் பிறந்த வகிட்டே சொல்ல முடியாததைக் கூட, உள் அந்தரங்கம் ஒண்ணு பாக்கியில்லாம உன்கிட்டே சொன்னவளுக்கு, இதைச் சொல்லத் தெரியாமல் போச்சே.'

இதைக் கேட்டுக்கொண்டு இருந்த ரேவதி சட்டென்று இதுவரையில் இருந்த ஆளாக இல்லாமல் இன்னொரு ஆளின் குரலில் பேச ஆரம்பித்தாள். அவளே மங்கை அல்லது மங்கையின் வக்கீல் ஆகிவிட்டது போலவும், எதிரே நிற்கும் லட்சுமணனைப் பார்த்து சுட்டுவிரலை நீட்டிக் கேள்வி கேட்பது போலவும் ஆரம்பித்தாள்.

'நீ ஆம்பளை. உனக்கு இயலும். இயலலை என்று வாய் விட்டுச் சொல்ல வெக்கமா இருக்கும். வெட்கத்தை விட அது கெளரதை குறைச்சல்னு நினைப்பே. இத்தனை வருஷம் உன் கூடக் குடித் தனம் போட்டு, வெள்ளிக் கட்டியா ரெண்டு பிள்ளையையும் பெத்துப் போட்டிருக்கிறவளுக்குத் தெரியாதா, உனக்கு என்ன ஏலும், எவ்வளவு ஏலும்னு? நீ என்ன செஞ்சிருக்கணும்? யோக்கியம்'னா பொத்திக்கிட்டு இருந்திருக்கணும். என் யோக்யதையைப் பத்தி உனக்கு என்ன கேள்வி?'

மறுபடியும் கொடியில் கவிழ்த்துவைத்த புத்தகத்தின் பக்கங்கள் வேறுவிதமாகச் சரசரப்பதையே பார்த்தாள். கோட் ஸ்டாண்டில் இருந்து கீழே விழுந்துகிடந்த சட்டையை எடுத்து வேறு ஒரு காம்பில் தொங்கவிட்டாள்.

'உனக்கு அல்லவா கேவலமா இருக்கணும். அடுத்த மனுஷி கிட்டே போய், நேற்றுப் பட்டினி, முந்தா நேற்றுப் பட்டினின்னு ஒருத்தி சொல்லிக்கிட்டு இருக்கிறா. உன்கிட்டே வக்கு இல்லை. இதில் நீ யார் வீட்டில சாப்பிட்டே? எத்தனை நாள் சாப்பிட் டேண்ணு அவள்கிட்டே கேட்டால் என்ன அர்த்தம்? தாங்குவியா? தாங்குவியா நீ? ஆமய்யா, பசிச்சுது சாப்பிட்டேன்னு பதில் சொன்னா பஸ்பமாயிரமாட்டே. அதையெல்லாம் சொல்லாமல் தான், சொல்ல வேண்டாம்னுதான் போயிட்டா'

ரேவதிக்கு லட்சுமணன் மேல் இவ்வளவு கோபம் இருக்கும் என்று எதிர்பார்க்கவில்லை. நான் லட்சுமணன் தங்கை பேபி பற்றி, மங்கையின் அம்மா செல்லம்மா அத்தை பற்றி எல்லாம் எவ்வளவு சொல்லவேண்டுமோ அவ்வளவு சொல்லியிருக்கிறேன். எல்லாவற்றையும் அவள் கேட்டுக்கொண்டு, தண்ணீருக்கு மேல் பூ இவ்வளவு பெரியது என்றால், தண்ணீருக்குக் கீழ் தண்டு இவ்வளவு நீளம் இருக்கும் என்று புரிந்தவள் ஆகவே ஒரு சிரிப்புடன், நீச்சல் அடித்துக்கொண்டு இருப்பாள்.

லாரி ஆபீஸ் புரோக்கராக இருந்த அவளுடைய தாத்தாவிற்குப் பழக்கமான பெண் ஒருத்தி, பழனியம்மா அவள் பெயர், தாத்தா இறந்த பின்பும் கூட, ஆச்சி கடைசிக் காலத்தில் கிடையில் கிடந்து மண்டையைப் போடுகிறவரை ஆச்சிக்கு உதவிபண்ணியது பற்றிச் சொல்வாள். அவளுடைய கூடப் பிறந்த அக்காவின் பையன், ஏற்கனவே கல்யாணம் ஆகிப் பிள்ளைகுட்டி இருக்கிற ஒருத்தியுடன் சென்னைக்குப் போய்விட்டதை, 'அவன் வந்தால் நம்ம வீட்டுக்குக் கூப்பிடணும். என்கிட்டே அந்தப் பய சித்தி, சித்திண்ணு பிரியமா இருப்பான்' என்று சொல்லியிருக்கிறாள்.

லட்சுமணனைப் பற்றிக் கூட ஆரம்பத்தில், 'பாவம். மங்கை அக்காவுக்குக் கஷ்டமாத்தான் இருக்கும். என்ன பண்ணுதது? ஒவ்வொருத்தர் உடம்பு வாகு ஒவ்வொரு மாதிரி. எனக்கு இருபதில நரைக்குது, உங்களுக்கு அறுபதில நரைக்குது' என்று சாதாரண மாகவே சொன்னாள். மங்கையிடமும் பட்டும் படாமலும் எதை எதையோ, 'உடம்பு கூடக் குறையா இருந்தா என்ன? பெரியத்தான் மனசு யாருக்கு வரும்?' என்று எல்லாம் சொல்லி சமாதானப் படுத்திக்கொண்டுதான் இருந்தாள். அது எல்லாம் ஒரு கட்டம் வரைக்குத்தான்.

என்னிடம் கேட்டது போல, பேச்சுவாக்கில், ரெண்டாவது பொண்ணு யார் ஜாடையில் இருக்கா? என்று ரேவதியிடமும் லட்சுமணன் கேட்டிருப்பான் போல. அதை அவளால் தாங்கவே முடியவில்லை. 'அது என்ன, ஊர் பூரா யார் ஜாடை, யார் ஜாடைன்னு கேட்கிறது? உன் ஜாடை இல்லைன்னு உனக்குத் தோணினதுக்கு அப்புறம் அது யார் ஜாடையா இருந்தால்தான் என்ன?' என்று எல்லாம் கோபப்பட்டது அதற்குப் பிறகுதான்.

'உங்க வேட்டியையும் மங்கையக்கா சேலையையும் முடிச்சுப் போடாதது ஒண்ணுதான் பாக்கி' இதைச் சொல்லும் போது ரேவதிக்கு அதிகம் வேர்த்திருந்தது. தண்ணீர் டம்ளரை நீட்டியபடி, 'கொஞ்சம் குடிச்சுட்டு அமைதியா ஃபேனுக்குக் கீழே காத்தாட உட்காரு. லட்சுமணன் ராமன் எல்லாத்தையும் அப்புறம் பார்க்கலாம்' என்றேன்.

ரேவதி தரையில் உட்கார்ந்தாள். தண்ணீரை முழுவதுமாகக் குடித்தாள். அப்படியே கொஞ்ச நேரம் படுத்துக் கிடந்தவள், 'ஆனாலும் பெரியத்தான் பாவம்தான்' என்று முனங்கிக்கொண்டே எழுந்து உட்கார்ந்தாள்.

'நாளைக்குக் காலையில போய்க் கொஞ்ச நேரம் பேசிக்கிட்டு இருந்துட்டு, கையோடு கூட்டிக்கிட்டு வந்திருங்க. ஆளில்லாத வீடு. ஒத்தையில இருப்பாங்க. ஒண்ணு கிடக்க ஒண்ணு தோணி சட்டுண்ணு என்னமாவது பண்ணிவிடக்கூடாது' ரேவதி என்னைப் பார்த்தாள்.

'அதெல்லாம் ஒண்ணும் பண்ண மாட்டான்' என்று ரேவதியிடம் சொன்னேனே தவிர, இதோ பைக்கை நிறுத்துவதற்கு இடம் தேடிக்கொண்டு இருக்கிற இந்தப் பொழுதுவரை அந்த பயம் இருக்கவே செய்த்து.

இஸ்திரி வண்டி, அதற்குப் பின் ஆட்டோ, அதற்குப் பின்னால் யார் வீட்டில் இருந்தோ அப்புறப்படுத்தப்பட்டு ரோட்டில்

விடப்பட்ட ஒரு கனத்த ஆட்டுரல் எல்லாம் இருந்தன. பக்கத்துச் சுவரில் மழைத்தாரைக்கான வடிகால் குழாயின் இடுக்கில் இருந்து ஒரு அரசங் கன்று அசைந்தது. ரொம்ப காலத்திற்குப் பின், அதுவும் இப்படி ஒரு மனநிலையில் அந்த அரசங் கன்றின் இலைகளைப் பார்க்கச் சொல்லமுடியாத நிறைவு உண்டாயிற்று.. அதன் சிறிய இலைகள் கூர்ந்து ஒரு புல்போல முடிந்ததில் எதையோ புரிய முடிந்தது,

'தள்ளு, தள்ளு' என்று மாறி மாறி வெவ்வேறு குரல்களின் சத்தம் லட்சுமணன்வீட்டுக்குப் பக்கவாட்டுத் தோட்டத்தின் அகலமாகத் திறந்துகிடந்த கதவின் வழியே அதிர்ந்தது. மூங்கில் கழியில் இரண்டிரண்டு கால்களாக இறுகக்கட்டிக் கோர்த்துத் தலைகீழாக உடம்பு தொங்குகிற ஒரு செவலை நிறப் பசுவை நான்கு பேர் அவசரம் அவசரமாகத் தூக்கிக்கொண்டு வெளியே போனார்கள். கடைசியாகக் கடித்த வைக்கோல் பற்களுக்கு இடையில் இருந்தது. திறந்த அகலமான நீலக்கண்களும் கொம்பு களுமாக கனத்த தலை அசைந்து நம்மைத் தாண்டுகையில் ஏதோ ஒரு வலியின் கிளை உள்ளுக்குள் முறிந்தது. உப்பிய வயிறு வாசல் சட்டத்தின் இரண்டுபக்கமும் உரசி சன்னமான மாட்டு ரோம வாடை அடித்தது. வாலின் கீழ் அண்டி தள்ளித் தொங்கிக் கொண்டிருந்தது. காம்புகளின் இளம் சிவப்பில் இன்னும் சீம்பால் சுரப்புக்கான தயார் சுருங்க ஆரம்பித்துவிட்டது தெரிந்தது. ஒரு பிரசவ விடுதியின் துர்வாடையை அது தெருவில் கரையவிட்டுப் போயிருந்ததை உணர்ந்து என் நாசி நுனி சுருங்கியது. என்னிடம் கைக்குட்டை அப்போது இல்லை.

என்னைப் போலவே மோட்டார் சைக்கிளில் கால் ஊன்றி, அந்தக் காட்சி உண்டாக்கிய கலவரமான அதிர்ச்சியுடன் இரண்டு பேர் அசையாமல் நின்றனர். வாயைச் சேலை நுனியால் பொத்தியும் மூக்கின் கீழ் விரல் மடக்கியும் சுவரோடு சுவராக ஒட்டி அது எடுத்துச் செல்லப்படும் திசையையே பார்த்துக்கொண்டு நின்றவர்கள், 'கண்ணுக்குட்டியை ஈணிவிட்டதோ இல்லையோ?' என்று காற்றிடம் கேட்டுக்கொண்டார்கள்.

இடது கை இல்லாமல், தோள்ப்பக்கம் சட்டை மடிந்து தொங்குகிற ஒருத்தர், பீடியை ஆழமாக இழுத்துக் கீழே வீசிவிட்டு, 'கண்ணுக் குட்டி போட்ட பிறகுதான் இப்படி ஆகும்' என்று அவர்களையும் என்னையும் பார்த்துக்கொண்டு சொன்னார். அவர் போகிறவரை அவருடைய காவி வேட்டியையே பார்த்தபடி நின்றேன்.

இரண்டு குழந்தைகளையும் பற்றிய மோசமான கற்பனைகள் தீவிரமாகப் பெருகிவிட்டிருந்தன. மங்கையை மூங்கில் கழியில்

கட்டித் தூக்கிப் போகிற ஒரு அவசரமான சித்திரத்தை உடனுக் குடன் அழித்துக்கொண்டிருந்தேன். வண்டியை நிறுத்திய பின் இந்த ஹெல்மெட்டைப் பாதுகாப்பது எரிச்சலாக இருந்தது. தலைக் கவசம், உயிர்க்கவசம், மயிர்க்கவசம்' என்று சொல்லியபடி சாக்கடையில் துப்பினேன்.

நான் லட்சுமணன் வீட்டிற்கு நடையேறும்போது நிச்சயமாக நம்பினேன். மூடியிருப்பது போல சாத்திவைக்கப்பட்டிருக்கும், ஆனால் திறந்திருக்கிற கதவின் பின்னால், பட்டாசலில் அல்லது அடுத்த அறையில் தொங்கிக்கொண்டு இருக்கப்போகிற லட்சுமணனை அனேகமாக நான் பார்த்துவிட்டேன். அவனுடைய கரண்டைக் கால் எலும்பின் மேல்தோல் இவ்வளவு அசிங்கமாகக் காய்த்துப் போய் இருக்கும் என நான் கற்பனையிலும் எதிர்பார்க்கவில்லை.

தரை முழுவதும் கழுவிவிடப் பட்டதாக, சற்று மேடான முற்றத் திலிருந்து தண்ணீர் வழிந்துகொண்டு இருந்தது. செருப்பையும் மீறி பாதத்திற்குள் புகுந்து சிறுசிறு திரிகள் போல தண்ணீர் ஊர்ந்து நெளிந்தது.

'லட்சுமணா' என்று கூப்பிடலாமா என நினைத்தேன். அதற்கு அவசியமின்றி, தோட்டத்துப் பக்கப் பாதையிலிருந்து லட்சுமணன் வந்துகொண்டிருந்தான். கால்களுக்கு இடையில் அடிவயிற்றில் கையைக் கொடுத்து ஏந்திவந்த அவனிடத்தில் அந்த பிறந்த கன்றுக் குட்டி இருந்தது. அவனுடைய வலது சுட்டுவிரலை விருட் விருட் டென்று கன்றுக்குட்டி சப்பியவாறு இருந்த்து.

'ஒரு ஃபீடிங் பாட்டில் வாங்கிக்கிட்டு வாரியா மணி?' என்று லட்சுமணன் கேட்டான். நான் கன்றுக்குட்டியின் தொப்புள் கொடி யையே பார்த்தபடி ஒன்றும் பேசாமல் இருந்தேன்.

'பேபி வந்திருக்கா. எல்லாத்தையும் கேள்விப்பட்டிருப்பா போல இருக்கு' என்று தரையைப்பார்த்துக் கொண்டே லட்சுமணன் சொன்னான்.

மலையில் இருந்து இறங்கி, முதுகில் கருப்புமண்ணும் தழையும் கிடக்க, தும்பிக்கை வீசியபடி வயலில் நிற்கும் யானை ஒன்று தூரத்தில் நிற்பது போல இருந்தது

'பேபி உள்ளேதானே இருக்கா?' என்று கேட்டேன்.

எனக்கு அவளை உடனே பார்க்கவேண்டும் போல இருந்தது.

உயிர் எழுத்து
ஜூலை 2013

✤

அந்தப் பன்னீர்மரம் இப்போது இல்லை

“பாால் ஒரு சொட்டுக்கூட இல்லை. எல்லாவற்றையும் பூனைக்கு ஊத்திவிட்டேன் கதிர்” என்று பாலையா நாடார் நீட்டிய கண்ணாடி டம்ளரை கதிரேசன் பிள்ளை வாங்கிக் கொண்டார். கொதிக்கக் கொதிக்க தேன் நிறத்தில் ஆவி பறந்துகொண்டிருந்த டீயைக் கொஞ்ச நேரம் பார்த்துக்கொண்டே இருந்தவர்,

“ஏன் பாலையா, இந்த கடும் டீயைக் குடிக்கிறதற்கா மழையில் இவ்வளவு தூரம் புறப்பட்டு வந்திருக்கிறேன்? உம்?” என்று ஒரு மடக்கு டீயைக் குடித்துவிட்டு, மறுபடியும் அந்தக் கண்ணாடி டம்ளரையே கதிரேசன் பார்த்தவராக இருந்தார்.

கொஞ்ச நேரம் கழித்துஅவரே, “பால் சேர்த்தாலும் சரி, சேர்க்கா மலும் சரி ஒரு நல்ல டீயை எப்போதும் போட்டுவிட முடிகிறது உனக்கு. ஆனால் எனக்கு வென்னீர் வைக்கக் கூடத் தெரியாது நாடார்.” என்று சொன்னார். பாலையா நாடார் தன்னுடைய கையில் ஒரு மடக்கு அளவு வராத டீயை இன்னொரு கண்ணாடி டம்ளரில் வார்த்துக்கொண்டு வந்தபடியே,

“வென்னீர் கொதிக்க வைக்கத் தேவையில்லாத அளவுக்கு, தான் போகிறவரை உன்னை உன் வீட்டுக்காரி பார்த்துக் கொண்டாள். உனக்கு உன் சாப்பாட்டுத் தட்டு மட்டுமே தெரியும். அவளுக்கு அடுப்பில் எந்த விறகு எப்படி எரியும் என்று தெரிந்திருக்கும். அடுப்பைத் தெரிவது நெருப்பைத் தெரிவதுதான். பெண்கள் நெருப்பையும் தண்ணீரையும் நம்மைவிட அதிகம் தெரிந்திருக் கிறார்கள். மனிதர்களைப் புரிவது அதனால்தான் சுலபம் ஆகி விடுகிறது அவர்களுக்கு.”

"உனக்கு வேறு எதையும் ஊற்றிக்கொண்டாயா? ஒரு மடக்குத் தேநீரைக் கையில் வைத்திருப்பதற்கே இவ்வளவு நீண்ட பேச்சா? பொதுவாக மாஜி பட்டாளத்துக்காரர்கள் சுருக்கமாகத்தான் பேசுவார்கள் என்று நினைத்தேன்."

இதைக் கதிரேசன் சொன்னபடி இருக்கும்போது, நாடார் வெளியே போய் வாசல் நடைப்பக்கம் கதிரேசன் சாத்திவைத் திருந்த குடையை விரித்துக் காயவைத்துவிட்டு வாசல் பக்கத்து விளக்கையும் போட்டுவிட்டு வந்தார்.

"ஏன் நாடார்? இருட்டுக்குள் இருந்தால் குடை காயாதா? எதற்கு வீணாக விளக்கைப் போடுகிறாய்?"

"எது வீண் கதிர்? ஒரு பழைய துணியைப் போல மூலையில் நீ சாத்தி வைத்திருந்த உன்னுடைய குடை இப்போது ஒரு கருப்புப் பூ போல எப்படி விம்மிக் கிடக்கிறது பார். ஈரமான கருப்புத் துணியில் இந்த பல்பு வெளிச்சம் பரவி மினுங்குவதை ஒரு முத்தம் கூட இடலாம்"

கதிரேசன் முதலில் நாற்காலியில் உட்கார்ந்துகொண்டு சிரித்தவர், குடித்துக் காலியான டீ கிளாசுடன் ஒரு நாடகப் பாத்திரம் போல எழுந்து நின்று மேலும் உரக்கச் சிரித்தார்.

"பாலையா. என் கிறுக்கு பாலையா.. நீ கல்யாணமே ஆகாத கிழட்டுப் பட்டாளத்தானாக இருந்ததில் எந்த ஆச்சரியமும் இல்லை"

"நீ சொல்வதில் பாதி சரி கதிர். கல்யாணமே ஆகாத அல்ல. கல்யாணமே செய்துகொள்ளாத பட்டாளத்தான் என்று இருக்க வேண்டும்".

"கிழட்டுப் பட்டாளத்தான் என்பதை விட்டுவிட்டாய்"

"உனக்கும் எனக்கும் பொதுவான விஷயங்களை நான் திரும்பக் கூறுவதைத் தவிர்த்துவிடுகிறேன்" என்று பாலையா நாடார் சிரித்த போது, தினமும் மழிக்கப்படும் வழக்கத்தில் உள்ள அவருடைய முகத்தின்தசைகள், முக்கியமாக மீசையற்ற மேலுதட்டுப் பகுதி இவற்றின் மேல் காலம் கோடிழுப்பது நன்றாக இருந்தது.

கதிரேசன் பிள்ளையிடம் பேசியவராக இருந்த நாடார், தன்னுடைய காலடியில் வந்து முனங்கி முனங்கிப் பேசிய பூனையைக் குனிந்து எடுத்துக் கையில் வைத்து, "நீ எந்தப் பாதையில் வந்தாய் கதிர்?" என்று கேட்டார்.

“ஏன்? சேரன்மாதேவி ரோடு வழியாகத்தான். எனக்கு இது பக்கம் இல்லையா? அதிலும் மழை வேறு”

“மழை என்ன, மழை கதிர்? அதுதான் குடை வைத்திருக் கிறாயே. ரதவீதி வழியாக வந்திருக்கலாம்.”

“கழுத்தைச் சுற்றி மூக்கைத் தொடச் சொல்கிறாய்.”

“நம்முடைய கழுத்து.நம்முடைய மூக்கு. அப்படி ஒன்றிரண்டு தடவை தொட்டால்தான் என்ன?” பாலையா நாடார் இதைச் சொல்லிவிட்டு வாசலைப் பார்த்தார். அவருடைய கையிலிருந்து இறக்கிவிடப்பட்ட பூனை விரித்துவைத்த குடையைத் தாண்டி, பூந்தொட்டிகள் வரிசைப்பக்கம் சென்றுகாணாமல் போனது.

மறுபடியும் அவரே ஆரம்பித்தார். “எதற்குச் சொல்கிறேன் தெரியுமா கதிர்? இன்று அப்படி வந்திருந்தால் தேரைப் பார்த்திருக்கலாம்”

“தேரோட்டம்தான் முடிந்து, நேற்றே தேர் நிலைக்கு வந்துவிட்டதே”

“ஓடுகிற தேர் மாதிரி, நிலைக்கு வந்த தேரும் அழகு கதிர். நான் தேர் இழுக்க எல்லாம் போகவில்லை. தேர் நிலைக்கு வந்து விட்டது என்று எனக்கும் தெரியும். ராத்திரி பதினோரு மணிக்கு மேல் புறப்பட்டுப் போனேன்”

“ஏதாவது இரண்டு டோஸ் மருந்து சாப்பிட்டுருப்பாய்”

“உனக்கு எப்போதும் அதே ஞாபகம்தான் கதிர். வந்ததிலிருந்து பார்க்கிறேன். ஒரு கண்ணாடி கிளாஸை வெறும் டீ ரெங்குவுடன் பார்க்க உனக்குத் தயாரில்லை”

“இல்லை நாடார். மழை பெய்தது. சரி. பாலையா ஏதாவது வைத்திருப்பானே என்று தோன்றிவிட்டது”

“நேற்றும் மழை பெய்தது கதிர். தேர் ஓடின ரதவீதி மழை பெய்து எப்படிக் கிடக்கும் பார். ஓடுகிற தேரை விட ஓடி நிற்கிற தேரில் கூடுதலாக என்னவோ வந்து சேர்ந்துவிடுகிறது கதிர். அது ஓடின நான்கு ரதவீதிகள். அதை இழுத்த, பார்த்த நாலாயிரம் பேர் எல்லாம் சேர்ந்து அதன் மேலே புழுதி மாதிரி, சந்தனம் மாதிரி அப்பிக்கிடக்கும். இந்த வடம், பூண் பூணாக அதிலிருக்கிற வளையம் எல்லாம் வெறும் தேங்காய் நாரா? வெறும் இரும்பா? அது எப்படி இப்படி வளைந்து, நெளிந்து, கனத்து, தரையோடு தரையாக இவ்வளவு அழகாகக் கிடக்கிறது?! நான் தேரைக் கூட அதிக

நேரம் பார்க்கவில்லை. அந்த தொம்பை, குதிரை எல்லாவற்றையும் விட, தரையோடு தரையாகக் கிடக்கிற வடத்தையே ரொம்ப நேரம் பார்த்துக்கொண்டு இருந்தேன். அதைப் பார்க்கப் பார்க்க எனக்குக் கண்ணீர் முட்டிவிட்டது தெரியுமா?”

“கிட்டத்தட்ட கண்ணீர் முட்டுகிற மனநிலையில்தான் நானும் உன்னைப் பார்க்க வந்தேன் நாடார். இந்த கண்ணாடி கிளாஸை நான் பார்ப்பது பற்றிய உன் குற்றச்சாட்டை ஒப்புக்கொள்கிறேன்.”

“ஏன் கதிர்? அப்படி நான் சொல்லியிருக்கக் கூடாதா?”

கதிரேசன் பிள்ளை எழுந்து, கிராமஃபோன் இருக்கிற மேஜையைத் தாண்டி அதன் வலப்புறம் இருக்கும் நான்கு இலை கருப்பு விசிறியை ஓடவிட்டு, அதன் காற்று சில அடிகள் தூரம் போய்ச் சேர்ந்து, எதிர்ச் சுவரில் உள்ள அங்குவிலாஸ் காலண்டரின் தினத் தேதிகள் படபடத்ததும், நிறுத்திவிட்டுப் பேச ஆரம்பித்தார். அவருடைய குரல் கம்மியும் தழுதழுத்தும் இருந்தது.

“என் தங்கச்சி உனக்குத் தெரியும் இல்லையா நாடார்?”

“கூடலாங் கோவில் பண்ணையாருக்கு வாழ்க்கைப் பட்டிருந்தாரே அவரா?”

“எனக்கு சகோதரி அவள் ஒருத்திதானே”

“இல்லை. பண்ணையார் என் வாடிக்கையாளர் அல்லவா? என்னுடைய வாடிக்கையாளர் நுனியில் இருந்துதானே என் ஞாபகத்தை நான் துவங்க முடியும்” கன்னம் ஒடுங்கிய பாலையா நாடாரின் கண்களில் ஒரு ஈரப் பளபளப்பேறி விரிந்தன. ரோமன் இலக்கக் கடிகாரத்தின் பெண்டுலம் அசையும் ஓசை மட்டும் கேட்கிற அமைதியில் அந்தப் புகைப்படத்தை அவர் நெருங்கி நின்றார்.

பன்னிரண்டுக்குப் பத்து அளவில சட்டமிடப்பட்ட அந்த மாரார் ஸ்டுடியோ புகைப்படத்தின் முட்டை வடிவத்துக்குள் ஒரு கருப்பு ஆஸ்டின் வண்டிக்கு முன்னால், கத்தி போன்ற காக்கிக் கால் சட்டையும் இடுப்பு வாரும் கால் ஜோடும் சட்டையுமாக நிற்கிற பாலையா நாடாரின் முகத்துக்கும், இதோ இந்த நிமிடத்தின் பாலையா நாடார் முகத்துக்கும் அதிக வித்தியாசம் ஒன்றுமில்லை. ஒவ்வொருத்தரின் ஜீவனைத் துலக்க இப்படி ஏதாவது சிறியதாகவோ பெரியதாகவோ ஒன்று எப்போதும் இருந்து விடுகிறது. “அவர் கார் வாங்குவதற்கு முன்பு என்னுடைய ஆஸ்டின் வண்டிதானே எல்லா பிரயாணத்திற்கும்.”

"ஆமாம். எல்லா பிரயாணத்திற்கு என்றாலும், முக்கியமாக அவருடைய விருப்பப் பெண்ணின் வீடு நோக்கிய பிரயாணத்துக்கு"

"அவர் இறந்துவிட்டார் அல்லவா?"

"பத்துப் பதினைந்து வருடங்கள் இருக்கும்."

"எதற்குக் கேட்டுக்கொள்கிறேன் தெரியுமா கதிர்? அவருடைய அதே விருப்பப் பெண் என்னுடைய விருப்பப் பெண்ணும் கூட. சில சமயங்களில் இப்படி ஆகிவிடுகிறது."

"இதை இன்றைக்கு நீ சொல்வதில் ஏதோ ஒரு பொருத்தம் இருக்கிறது நாடார்"

"கதிர். நீ உன் தங்கையைப் பற்றிச் சொல்ல ஆரம்பித்தாய்."

'அவள் கணவருக்குச் சொந்தமான வீடு ஒன்று மேல ரதவீதியில் இருக்கிறது தெரியுமா?'

"என் ஆஸ்டின் வண்டி இரவு தங்கிய வீடுகளை எனக்குத் தெரியாதா போகும்?"

"அந்த வீட்டில்தான் இப்போது கொஞ்ச காலமாக என் சகோதரி இருக்கிறாள். உடம்புக்கு முடியவில்லை. நடமாட்டம் கிடையாது. படுத்த படுக்கைதான். அவள் வீம்பு அவளுக்கு. பிள்ளைகள் யாரையும் அண்ட விடவில்லை"

"பிள்ளைகளை விடு. உனக்கு என்ன? நீயும் தனியாகத் தானே இருக்கிறாய் கதிர்?"

"எல்லோரும் தனிதான். ஒரு கட்டத்தில் எல்லோரும் தனியாகத்தான் இருக்க விரும்புகிறோம் நாடார்."

"தனியாக இருப்பது பற்றி எனக்குப் புரியமுடிகிறது. ஆனால் உன் துணை உன் சகோதரிக்கு உதவும் அல்லவா?"

"எழுபது வயதிற்கு மேல் யாருடைய உதவியையும் ஒரு யாசகம் என மனம் வெறுக்கத் துவங்கிவிடுகிறது. ஏன்? நானே அப்படித்தான் நினைக்கிறேன்."

"உன்னுடைய குரலையும் படபடப்பையும் பார்த்தால், நீ அழுது விடுவாய் என நினைத்தேன். ஆனால் நீ எதை எதையோ பேசிக்கொண்டு போகிறாய்"

"எதை எதையோ பேசின பின்புதான், இதைச் சொல்ல எனக்கு முடிகிறது நாடார். திடீரென்று தோன்றிற்று. கோவிலுக்குப் போன

கையோடு அவளைப் பார்த்துவிட்டு வரலாம் என்று போனேன். சந்திப் பிள்ளையார் முக்குக்கும் அவள் வீட்டிற்கும் ரொம்ப தூரம் ஒன்றுமில்லையே.”

“வாசலில் அந்தப் பன்னீர் மரம் நிற்கிறதா கதிர்?”

“கேட்கிறவனுக்கு மட்டும் அல்ல. சொல்கிறவனுக்கும் பழைய ஞாபகங்கள் இடைஞ்சல் நாடார். அந்தப் பன்னீர் மரம் இப்போது இல்லை”

“மன்னித்துக்கொள் கதிர். என் ஐம்பதாம் வயதுகளில் கூட, அந்த வீட்டுப் பன்னீர்ப் பூக்களை நான் பொறுக்கியிருக்கிறேன். இப்போது பொகைன்விலா வளர்ந்து நிற்கும் இந்த வீட்டு வாசலில் ஒரு பன்னீர்மரம் நிற்க நான் விரும்பியிருக்கிறேன். பானெட்டின் மேல் பன்னீர்ப் பூக்கள் உதிர்ந்து கிடக்கும் என் கருப்பு ஆஸ்டின். புரளும் பன்னீர்ப் பூக்களின் மத்தியில் கண் சுருக்கிப் படுத்திருக்கும் என் செல்லப் பூனை. நினைத்துப் பார்க்க எவ்வளவு அழகாக இருக்கிறது.”

“நினைப்பு மட்டுமே வாழ்வில் அழகாக மிஞ்சும் போல இருக்கிறது நாடார். உன்னுடைய ஞாபகத்தையும் தொடர்புபடுத்தி, மேலே சொன்னால், பன்னீர் மரம் இப்போது இல்லாத அந்த வீட்டின் தலைவாசல் கதவை அழுத்தித் திறக்க நான் சிரமப் பட்டேன். இத்தனைக்கும் ஏற்கனவே ஒரு ஆள் நுழைய முடிவது போல் அது திறந்தே இருந்தது.”

“எனக்கு அந்தக் கதவின் பித்தளைக் குமிழ்கள் கூட ஞாபகம் இருக்கிறது கதிர். ஆனால் அதன் பக்கம் செல்வதற்குள் குரைக்கவே குரைக்காத ஒரு அல்சேஷியன் நாயைத் தாண்டிப் போகவேண்டியது இருக்கும். அது உண்டாக்குகிற பயம் அதனுடைய நாக்கிலிருந்து தகடு போலத் தொங்கும்.”

“ஒரு ஆள் உயர மின்விசிறி மூலையில் கடகடவென்று ஓடுகிறது. வலது புறம் திரும்பிப் பார்த்தால் கட்டிலில் தன் ஞாபகமே இல்லாமல் ரெங்கம்மா கிடக்கிறாள். மேலே பொட்டுத் துணியில்லை” பாலையா நாடாரின் முகத்தைப் பார்க்காமல் இதுவரை இருந்தவர், “என், தங்கச்சியை அந்தக் கோலத்தில் பார்க்க முடியவில்லை நாடார்” என்று எதிரே இருப்பவரின் கையைப் பிடித்துக்கொண்டு அழ ஆரம்பித்தார். மீண்டும் மீண்டும் ‘ஒரு பொட்டுத் துணியில்லை’ என்று சொல்லி விசும்பினார்.

“நீ போய்ப் பார்த்தது உன் சகோதரிக்குத் தெரியுமா?”

"தன் ஞாபகமே இருக்கிற மாதிரித் தெரியவில்லை அவளுக்கு. கோட் ஸ்டாண்டில் இருந்து நழுவி விழுந்த பழைய சட்டை மாதிரிக் கசங்கிக் கிடக்கிறாள்."

"அப்படியே நினைத்துக் கொள் கதிர். நீ பார்த்தது தெரியாதது வரை, அப்படி சட்டைத் துணியாகவே இருந்துவிட்டுப் போகட்டுமே"

"அதெப்படி முடியும் நாடார்? என் தங்கச்சி அல்லவா அது" உட்கார்ந்திருந்த நாற்காலியிலேயே சற்றுத் திரும்பி அதன் முதுகுப் பக்கத்தில் முகத்தை வைத்துக்கொண்டு கதிரேசன் பிள்ளை அழுது கொண்டு இருந்தார். மற்ற அனைத்தும் அசைவின்றி இருக்க, பூந்தொட்டிப் பக்கம் இருந்த பூனை ஒரு குட்டியைக் கவ்விக் கொண்டு உட்பக்கமாகப் போயிற்று. சிறிய சிறிய இடைவெளிக்குப் பின் மூன்று குட்டிகளையும் ஒவ்வொன்றாகக் கவ்விக்கொண்டு சென்றது. கதிரேசனின் அழுகை நின்று நான்காவது முறை ஒரு பூனைக்குட்டியை அது கவ்விக்கொண்டு போகும் நகர்வை இருட்டுக்குள் எதிர்பார்த்தபடி குனிந்த தலையுடன் இருந்தார். அவருடைய அழுகையில் வடிந்து வாய்க்குள் இறங்கிய உப்பு அவருக்கு மிகவும் தேவையாக இருந்தது.

"என்ன பண்ணுகிறாய் பாலையா?"

"இரு கதிர். வருகிறேன்" என்று மட்டும் பதில் வந்தது. தண்ணீர்க் குழாய் திறந்து மூடுகிற நீர்ச் சிதறலுடன் நாடார் விசிலில் அதிக சத்தமின்றிப் பாடுவது கேட்டது. அந்த விசில் சத்தத்தையும் தண்ணீர் சிதறும் சத்தத்தையும் கதிரேசன் பிள்ளைக்கு ரொம்பப் பிடித்திருந்தது.

"அங்கே என்ன செய்கிறாய்? இங்கே வா நாடார். இங்கே வந்து விசில் அடி" என்று இவர் சொல்லும்போது, பாலையா நாடார் கையில் ஒரு செவ்வகப் பீங்கான் தட்டை ஏந்திக்கொண்டு வந்தார். இரண்டு குவளைகளும் ஒரு போத்தலும் அதில் இருந்தன.

"அந்த முக்காலியை இழுத்து முன்னால் போடு" என்று சொல்லி அதன் மர நகர்வு இருட்டில் இழுபடும்வரை நின்று, குனிந்து வைத்துவிட்டு. "இதற்கு ஒரு சொட்டுப் பால் கூடத் தேவைப் படுவதில்லை கதிர்" என்றார்.

எதுவுமே சொல்லாமல், அந்தக் குவளைகளை, போத்தலை, பாலையா நாடாரை எல்லாம் கவனித்தபடி இருந்தவர், வாசலைத் தாண்டி வெளியே பார்வையைத் திருப்பினார்.

"உண்மைதான் நாடார். ஈரக் குடையை உன்னால் அழகாக விரித்துவைக்க முடிகிறது" என்று அதையே பார்த்துக்கொண்டு இருந்தார், குடையின் மீது பதிந்திருந்த பார்வையை அகற்றா மலேயே, "உன்னை ஒன்று கேட்கலாமா நாடார்?" என்று தயங்கி, ஒரு சிறு ஓடையைத் தாண்டி அப்புறம் செல்வதற்குக் கால்களை நிதானிப்பது போல அமைதியாகி,

"உன்னுடைய விருப்பப் பெண், அதுதான் என் தங்கை கணவருடைய விருப்பப் பெண் இப்போது இருக்கிறாளா?" என்று கேட்டார்.

கையில் எடுத்து வாயருகே கொண்டுபோக இருந்த கண்ணாடிக் குவளையை அப்படியே நெஞ்சு மட்டத்தில் நிறுத்திவிட்டு, திரவம் படர்வது போல மினுமினுக்கும் கண்களுடன் பாலையா நாடார் அப்படியே இருந்தார்.

அவருடைய தலை இடதும் வலதுமாக அசைந்துகொண்டு இருந்தது.

உயிர் எழுத்து
ஆகஸ்ட் 2013

மன்மத லீலையை...

எழுந்திருக்கும்போது ஞாபகம் வந்தது பரமன் கழுதை மேல் செல்கிற கனவுதான். அதே வெள்ளைச் சட்டை, வெள்ளை வேட்டி யுடன் உட்கார்ந்திருக்கிறான். குதிரை மேல் இருப்பது போல இந்தப் பக்கம் ஒரு கால், அந்தப் பக்கம் ஒரு கால் போட்டிருக்கிறான். காலில் வெள்ளை நிறச் செருப்பு. என்னைப் பார்க்கவில்லை. செம்மண்ணில் செய்தது போல இருந்த உயர உயரமான மலை களை நோக்கி நூற்றுக் கணக்கில் நகர்கிற கழுதைகளின் மந்தையில் அவன் மட்டும் அசைந்தசைந்து போகிற காட்சியை ஒரு சினிமா தியேட்டரின் அகலத் திரையில் நிறைத்துவிடலாம். புழுதி நிறத்தில், இதுவரையில் கழுதைகளின் பக்கவாட்டு வயிற்றில் பார்த்திராத வழவழப்புடன் அவை, உருட்டிவிடப்பட்ட கூழாங் கற்களைப் போல நகர்வதில், எதையும் உச்சரிக்காத ஒரு தியான நிலை இருந்தது.

'என்ன சுந்தரம், எப்படி இருக்கே?' என்று பரமன் ஒரு வார்த்தை கேட்டிருக்கலாம். நான் போகட்டும். 'சிவசைலம் சின்னையா எப்படி இருக்காரு?' என்று கேட்டிருக்கலாம். என்னுடைய சிவசைலம் பெரியப்பா, பரமனுக்கு சிவசைலம் சின்னையா. ஒருத்தருக்கு ஒருத்தரை இரண்டு பேருக்கும் பிடிக்கும். பெரியப்பா என்னைப் பார்த்த இரண்டாவது நிமிஷம், 'என்ன, பண்ணையார் எப்படி இருக்கார்?' என்பார். அப்படிக் கேட்கும் போது கண்ணைச் சிமிட்டுவார். பரமனும் இதே போல கண்ணைச் சிமிட்டிக்கொண்டு என்னிடம், 'அவாள் எப்படி இருக்காக?' என்பான். அல்லது 'சிவசைலம் சின்னையாவை என்ன கண்ணிலேயே காணோம்? எங்கேயாவது டூர் கீர் போய்ட்டாளா?' என்று சிரிப்பான்.

அது என்ன கண் சிமிட்டல், அது என்ன சிரிப்பு, அது என்ன டூர் என்று தெரியவில்லை. விவசாயம் உண்டு, மாடு கன்று உண்டு, தான் உண்டு என்று இருக்கிற சிவசைலம் பெரியப்பா எனக்குத் தெரியாமல் எந்த ஊருக்கு டூர் போனார்?

பரமன் அப்போது ஒரு சிவப்பு ஆம்னி வண்டி வைத்திருந்தான். நாங்கள் நாலைந்து பேராக அதில் குற்றாலம் வந்திருந்தோம். தென்காசிவரை ஒரு கல்யாணத்திற்கு வந்திருந்த சிவசைலம் பெரியப்பா, ஊருக்குத் திரும்ப பஸ் ஏறுவதற்காக நின்றுகொண்டு இருந்தார். அந்தச் சமயம் பெரியப்பா இன்னார் என்றே பரமனுக்குத் தெரியாது. 'கொஞ்சம் வண்டியை நிறுத்து பரமா. எங்க பெரியப்பா மாதிரி இருக்கு' என்று சொன்னேன். டிரைவர் பக்கம் முன்னால் இருந்த பரமன் கதவைத் திறந்துகொண்டு கீழே இறங்கினான். 'வாங்க சின்னையா' என்று கும்பிட்டான். தன்னை அறிமுகப்படுத்திக் கொண்டான். 'ஏறுங்க' என்று கதவைத் திறந்து விட்டு, முன்பக்கம் அவரை ஏறச் சொன்னான். அவரும் பரமனுடைய இந்த வண்டி வருவதற்காகவே காத்திருந்தது போல ஏறிக் கொண்டார். எங்கே, என்ன என்று ஒருவார்த்தை கேட்கவில்லை.

வண்டி புறப்பட்டதும் முன் சீட்டில் இருந்து கழுத்தைத் திருப்பி, பரமன் தோளைத் தொட்டார். 'கையைக் கொடும் வே' என்றார். அது எப்படி காருக்குள் வசம் இல்லாமல் கை கொடுக்க முடியும்? பரமன் வெறுமனே சிரித்தான். 'இப்படித்தான் இருக்கணும்' என்றார். இப்படித்தான் என்று பெரியப்பா எதைச் சொல்கிறார் என்று எனக்குத் தெரியவில்லை. ஆனால் பரமன் மறுபடி சிரித்தான். சிவசைலம் பெரியப்பா பரமனைப் பார்த்து, 'ரொம்பப் பிடிச்சுப் போச்சு' என்றார். பரமன் அதற்கும் சிரித்தான்.

அந்தச் சிரிப்பு அன்றைக்கு ராத்திரி முழுவதும் கேட்டுக் கொண்டே இருந்தது. ஐந்தருவிகளில் கேட்டது. மங்குஸ்தான் பழங்களில் கேட்டது. மிளகாய் பஜ்ஜியில் கேட்டது. மறுபடி மறுபடி நிரம்பிய கண்ணாடி டம்ளர்களில் கேட்டது. தரையில் சிந்திக் கிடந்த காரா பூந்தி உருண்டைகளில் கேட்டது. தளவாய் விடுதியின் குளிர்ந்த கல்கட்டிடச் சுவர்களில் கேட்டது.

சிவசைலம் பெரியப்பா சிவப்பு அருவித் துண்டால் தலைப்பாகை கட்டியிருந்தார். ஒரு மலையாளத்துக்காரரைப் போல் முறுக்கிச் செருகியிருந்த தலைப்பாகையில் அத்தனை அழகாக இருந்தார். அடுக்கடுக்காக அவர் அந்த மாதிரியான கதைகளையே சொல்லிக் கொண்டு போனார். பரமன் 'சின்னையா, சின்னையா' என்று அவரைக் கொஞ்சி முத்தம் கொடுத்துக்கொண்டு இருந்தான். சுத்தமாக சாப்பாடு எதுவும் வேண்டாம் என்று சொல்லிவிட்டார். எல்லோரும் முடித்த பிறகு, அவரும் பரமனும் இன்னொரு புதுக்கணக்கை தனியாக ஆரம்பித்த போது, பெரியப்பா 'மன்மத லீலையை வென்றார் உண்டோ?' என்று துவங்கினார். வரிசையாக, 'தீன கருணாகரனே நடராஜா', 'பூமியில் மானிட ஜன்மம் அடைந்து

என்று அவர் ஒவ்வொரு பாட்டாகப் பாடப் பாட, பரமன் அவர் மடியில் படுத்துக் கொண்டான். நான் பார்க்கும் போது அவர், 'ராஜன், மகராஜன்' பாடிக்கொண்டு இருக்க, பரமன் அப்படியே உறங்கிவிட்டிருந்தான். 'படுக்கலையா பெரியப்பா?' என்று கேட்க நினைத்தேன். கண்களை மூடியபடி அவர் 'சொப்பன வாழ்வில் மகிழ்ந்து' என்று எங்களை விட்டு எங்கோ போயிருந்தார்.

மறு நாள் காலை நாங்கள் எழுந்திருக்கும் முன்பு சிவசைலம் பெரியப்பா ஊருக்குக் கிளம்பிப் போய்விட்டார் போல. ஈரமாக அந்த சிவப்புத் துண்டு ஜன்னல் கதவில் கிடந்தது. வெயில் வந்த பிறகுதான் பரமன் எழுந்திருந்தான். 'என் கிட்டே சொல்லிக்கிட்டு தான் சின்னையா போனா' என்றான். சிரித்தான்.

சிவசைலம் பெரியப்பாவுக்கு பரமனைப் பிடித்த அளவுக்கு, பெரியம்மாவுக்குப் பிடிக்கவில்லை. முதலில் என்னைக் கூட்டிக் கொண்டு சிவசைலம் போனவன், அப்புறம் தனியாகவே போய் பெரியப்பாவைப் பார்க்க ஆரம்பித்து இருக்க வேண்டும். என்னையும் வைத்துக்கொண்டே ஒரு தடவை பெரியம்மை பெரியப்பாவைப் பார்த்துச் சொன்னாள், 'அந்தப் பிள்ளைகள் வயசு என்ன, உங்க வயசு என்ன? ஜமுக்காளத்தை மடிச்சுத் தடுக்காகப் போட்ட மாதிரி, உங்களுடையதிலே பாதி கூட இராது. அதுக கூட விடிய விடிய உட்கார்ந்து என்னத்தைப் பல்லைப் பல்லைக் காட்டி இளிச்சுப் பேசிக்கிட்டு இருக்கியோ? அது என்ன கதை, அவுத்துப் போட்ட கதை? மனுஷி அங்கே ரெண்டு காதையும் பொத்திக்கிட்டுத் தூங்க வேண்டியது இருக்கு. எந்த வயசில என்ன பேசணும்னு ஒரு கணக்கு இருக்கு'ல்லா'

இதைச் சொல்லிக்கொண்டே கையில் பறித்து வைத்திருந்த ஒரு கொத்து கருவேப்பிலையை நனைக்க கிணற்றுப் பக்கம் போனது ஞாபகம் வந்தது. கப்பிக் கிணறு இல்லை. ஏற்றம் போட்டு இறைக்கிற துலாக் கிணறு . நல்ல சச்சவுக்கமாக இருக்கும். பெரியப்பா மாதிரி இல்லை பெரியம்மா. பெரியப்பா சிலம்பக் கழி போல உருவி விட்டது மாதிரி இருப்பார். பெரியம்மா திரட்சி. அவள் துலாவைத் தாழ்த்தி, மொண்டு, வாளித்தண்ணீரைக் காலில் கவிழ்த்து, கவிழ்த்த வாக்கிலேயே கருவேப்பிலையைக் கழுவிக்கொண்டது, கழுதையின் மேல் பரமன் போகிற சொப்பனம் கண்ட இந்த விடியக்காலம் வரை ஞாபகம் வருகிறது.

வாளியினுடைய இரும்புச் சத்தமும், பெரியம்மையின் காலைக் கழுவி சலார் என்று பாய்ந்து வெளியேறும் தண்ணீர்ச் சத்தமும் மட்டுமில்லை, அதோடு சேர்த்து வேறு ஒன்றும் குளிர்ச்சியாகத் தன் கண்ணாடிப் பாளம் விரித்தது. சொப்பனம் கண்ணாடிப்

பாளம் மாதிரி அல்லாமல் வேறென்ன? பரமனைப் பற்றி மட்டும் அல்ல, இன்னொரு சொப்பனமும் நேற்றுக் கண்டிருக்கிறேன். அது இப்போதுதான் ஞாபகம் வருகிறது. சொப்பனங்களின் குமிழி உண்டாகிற இடமும் அந்தக் குமிழிகள் உடைந்து காணாமல் போகிறதும். மழைத்தரையில் அரைக் கொப்புளமாக நகர்வதும் எப்படி நிகழ்கிறது என்று சொல்ல முடியுமா?

சிவசைலம் பெரியம்மையும் பரமனைப் போல, தவறிப் போய் விட்டாள். ஏழெட்டு வருடங்களாவது இருக்கும் அவள் போய்ச் சேர்ந்து. ஆனால் சொப்பனத்தில் அவ்வளவு சந்தோஷமாகக் கிணற்றில் நீச்சல் அடித்துக்கொண்டு இருக்கிறாள். இதுவும் சதுரக் கிணறுதான். துலா இல்லை. திறந்து கிடக்கிறது. நான்கு திசை களையும் அடைத்துச் சுவர் எடுத்தது போல அவ்வளவு பெரியது. பாசிக் கலரில் தண்ணீர் அப்படிக் கிடக்கிறது. பெரியம்மை ஒருத்தி தான் முங்கி முங்கிக் குளிக்கிறாள். உடுத்தியிருக்கிறாளா இல்லையா என்பது எல்லாம் எதற்கு? முங்கி உள்ளே போய்விட்டு அம்பு மாதிரி மேலே வருகிறாள். தண்ணீரைக் கொப்பளிக்கிறாள்.

'அவனை எங்கே? பெரியப்பாவைக் காரிலே ஏத்திக் கூட்டி கிட்டுப் போயிட்டானா? எவள் வீட்டுக்கு, எந்த ஊருக்கு டூர் போயிருக்காங்க ரெண்டு பேரும்?.' இப்படி அவள் கேட்டாளா? பெரியம்மை கேட்டது மாதிரியும் இருக்கிறது. கேட்காத மாதிரியும் இருக்கிறது. இதை ஒருத்தி சிரித்துக்கொண்டே எப்படிக் கேட்க முடியும்? பெரியம்மை சிவந்து கிடக்கிற கண்களோடு, பளிச்சென்று உமிக் கரி போட்டுத் தேய்த்த பல் வரிசையோடு சிரிக்கிறாள். சத்தியமாக ஞாபகமில்லை, துணி இருந்ததா இல்லையா என்று. ஒரு சொப்பனத்தில் இது ஞாபகம் இருக்கும், இது ஞாபகம் இருக்காது என்ற கணக்கெல்லாம் பார்க்கமுடியுமா.

இனிமேல் பரமனிடம் கேட்க முடியாது, 'எங்கே எந்த ஊருக்கு டூர் போய்விட்டு வந்தாய் சிவசைலம் பெரியப்பாவுடன்?' என்று. அடியும் நுனியும் இல்லாமல், பல்லி வால் துடிக்கிற மாதிரிச் சொல்லிவிட்டுப் பெரியம்மையும் போய்விட்டாள்.

அது என்ன போக்கு. அதுவும் கழுதை மேல்? ஒன்று இரண்டு இல்லை. நூற்றுக் கணக்கானவை. இங்கே ஒரு கழுதையைக் கூட சமீபத்தில் பார்க்க முடியவில்லை. எப்போதோ பார்த்த சடைக் கழுதை, கட்டுப் போட்ட பின்கால்களுடன் வினோதமாகக் கெந்திக் கெந்தி நகர்வதுதான் ஞாபகம் வருகிறது. அல்லது அநேகமாக நீங்களும் நானும் பார்த்திருக்கிற ஒரு ஆண் கழுதை. கொஞ்சம் குட்டிதான். ஆனால் அசையாத சிலை மாதிரி அது நிற்கிற நிலையை

வாய்விட்டுச் சொல்ல வேண்டியதில்லை. சொப்பனத்தில் வந்த இந்தக் கழுதைகள் அப்படிக் கிடையாது. ஒன்று போல, குசவன்தட்டித் தெருவில் யாரோ செய்து செய்து அனுப்பிவைத்தது போல இருக்கிறது. கூழாங்கற்கள் உருள்கிறதாகச் சொன்னது கூடச் சரி. தியான நிலை கூடியவை என்பதும் சரிதான். காலையில் அரைகுறையாக ஞாபகம் இருக்கிற ஒரு கனவை வர்ணிக்க முடிகிற அளவுக்குச் சொற்கள் எல்லாம் அதனதன் இடத்தில் நிரம்பியிருக்கின்றன. சந்தோஷம்தான்.

இதை சிவசைலம் பெரியப்பாவிடம் சொல்ல வேண்டும். பரமனா, கழுதையில் போனானா? என்று சிரிப்பார். மாட்டார். சிரிக்க மாட்டார். பொதுவாக நம்மை விட்டுவிட்டு முன்னால் சென்றுவிட்டவர்களின் நினைவைப் பார்த்து நாம் சிரிப்பது இல்லை. முதல் தடவை பரமனைப் பார்த்து, சிவப்பு ஆம்னியில் ஏறி உட்கார்ந்ததும் சொன்னது மாதிரி, 'இப்படித்தான் இருக்கணும்' என்பார். அல்லது 'ரொம்பப் பிடிச்சுப் போச்சு' என்று கண்ணைத் துடைத்துக் கொள்வார். சிவசைலம் பெரியப்பாவுக்கு எதற்குச் சிரிக்க வேண்டும், எதற்குக் கசிய வேண்டும் என்று தெரியும். அவர் வயது என்ன, காரியம் என்ன?

பரமனைப் பற்றிச் சொன்னால் போதுமா? அது எப்படி ஒன்றைச் சொல்லி, ஒன்றைச் சொல்லாமல் விட? பரமன் கழுதையில் போனான். அவன் பின்னால் ஒரு மந்தையே போய்க்கொண்டு இருந்தது. ஊருக்குள் வந்து சேராத ஆறு மாதிரி, படித்துறை இல்லாமல் இருந்தது அந்த நகர்வு. பாறையில் காயப் போட்டிருக்கிற காவி வேட்டி மேல் விழும் வெயில் மாதிரி என்னவோ செய்கிறது அது. தெற்குப் பிரகாரம் திரும்பி மேலப் பிரகாரம் வந்து, நாம் மட்டும் தனியாகக் கல்தளத்தில் நடக்கிறபோது உண்டாகிறது போல ஏதோ பரமனைப் பார்க்கும் போதும் உண்டாகிறது. அதை அதற்குரிய கூடுதல் குறைவுடன் சொல்லிவிடலாம். சொல்லிவிட முடியும். ஆனால் பெரியம்மை குளித்ததை எல்லாம் சொப்பனத்தில் பார்த்ததை எப்படிப் பெரியப்பாவிடம் சொல்ல?

'ஏ, என்னத்தையாவது உடுத்தியிருந்தாளா, இல்லை என்னைப் பார் என் அழகைப் பாருண்ணு வந்து நிண்ணாளா?' என்று சிவசைலம் பெரியப்பா நேரடியாகக் கேட்டாலும் கேட்டுவிடுவார். இதில் உண்டு, கிடையாது, ஆமாம், இல்லை என்று எதையும் திட்டமாகச் சொல்லமுடியுமா? சொப்பனத்தில் பார்த்த தண்ணீரில் பாசி இருந்ததா, இல்லையா என்று கேட்டால் என்ன பண்ண? இலையைப் பார்த்தாயா தண்டைப் பார்த்தாயா பூவைப் பார்த்தாயா

என்று தனித் தனியாகப் பரீட்சை வைத்தால், குளத்தைப் பார்த்தேன் என்றுதானே சொப்பனம் பதில் சொல்லச் சொல்கிறது.

எனக்கு சொப்பனத்தில் வந்த பெரியம்மையின் சிவந்த கண்களை, சிரிப்பை, தலைமுடியைப் பின்பக்கம் கோதி விட்டுக் கொண்டு செய்த தண்ணீர்க் கொப்பளிப்பைப் பிடித்திருந்தது பெரியப்பா என்று எப்படிச் சொல்ல? ஒரு வேளை அப்படி நான் சொன்னால், 'ஆமா டே. அது ஒரு சரியான தண்ணிப் பிசாசு. தரையில விட தண்ணிக்குள்ளே லெச்சணமாகத்தான் இருப்பா' என்று சொல்வாரோ?

பெரியம்மை போய், தனியாகப் பொங்கிச் சாப்பிட்டுக் கொண்டு இருக்கிற பெரியப்பாவிடம் இப்படி நான் போய் நின்று, கொஞ்சம் ஒருவிதமான இந்த சொப்பனத்தைச் சொல்லி அவளை ஞாபகப் படுத்துவது சரியாக இருக்குமா? குனிந்து நடக்கிறவரைப் பிடித்து குப்புறத் தள்ளிவிடுகிற மாதிரி ஆகிவிட்டால் என்ன பண்ண? என்னை விட பரமன் இருந்தால் இப்படி ஒரு சொப்பனத்தை பெரியப்பாவிடம் எப்படிச் சொல்ல வேண்டுமோ அப்படிச் சொல்லி விடுவான். நான் 'பெரியப்பா' என்பதை விட, அவன் 'சின்னையா' என்பதை ஒரு மந்திரம் போல உச்சரித்துவிடுவான். பெரியம்மா இப்படி வந்த சொப்பனத்தை அவன் சிரித்துக்கொண்டே சொல்ல, பெரியப்பாவும் அதைச் சிரித்துக்கொண்டே கேட்டுக்கொள்வார்.

'பரமா. பெரியம்மா குளத்தில் குளிக்கிற இப்படி ஒரு கனவைக் கொடுத்துவிட்டு, நீ இன்னொரு கனவில் கழுதை மேல் ஏறிப் போய்க்கொண்டு இருக்கிறாய். இது உனக்கே நன்றாக இருக்கிறதா?'

இதை நான் என்னிடமே கேட்டபோது, பரமன் கழுதையில் இருந்து லேசாக என்னைத் திரும்பிப் பார்த்துவிட்டு ஒன்றும் சொல்லாமல் செல்ல, பெரியம்மை மட்டும் தண்ணீருக்குள் இருந்து வெளியே வந்து, 'சொன்னால் என்ன கெட்டுப் போச்சு?' என்று சிரித்தாள். சொல்லுக்குக் கட்டுப்படாவிட்டாலும் அந்தச் சிரிப்புக்குக் கட்டுப்பட வேண்டும். ஏற்கனவே லீவு நாளாகப் போயிற்று. பஸ்ஸில் ஏறி உட்கார்ந்தால், ஒரு மணி அல்லது ஒன்றரை மணி நேரத்தில் பெரியப்பா முன்னால் கொண்டுபோய் விட்டுவிடப் போகிறான்.

ஒரு எட்டு போய் சிவசைலம் பெரியப்பாவைப் பார்த்துவிட்டு வந்தால்தான் என்ன? இந்தச் சொப்பனம் இரண்டும் உங்களுக்குத் தான் என்று, தோப்பில் உதிர்ந்துகிடந்த எலுமிச்சம் பழத்தைப் பொறுக்கிக்கொண்டுபோய்க் கொடுக்கிறது போல, அவரிடம் சேர்ப்பித்துவிடலாம். பரமன் இருந்தால், பெரியப்பா உடனே

எலுமிச்சங்காய், நார்த்தங்காய் , மாங்காய், தேங்காய் என்று வேறு மாதிரிக் கதைகள் சொல்ல ஆரம்பித்துவிடுவார். இரண்டு பேரும் அப்படிச் சிரிப்பார்கள். எனக்குத்தான் கதை சொல்லவும் தெரிய வில்லை, கேட்கவும் தெரியவில்லை.

பெரியப்பாவை எப்போது கடைசியாகப் பார்த்தேன்? ஏதோ ஒரு துக்க வீடு என்று நினைக்கிறேன். இப்போது வரிசைவரிசையாக, நல்லது கெட்டது எல்லாவற்றுக்கும் ஒன்றுபோலப் போட்டு வைக்கிற பிளாஸ்டிக் நாற்காலிகளின் கடைசி வரிசையில், சட்டை போடாமல் சவரம் செய்யாத முகத்துடன், ஒரு சிட்டித் துண்டைப் போர்த்திக்கொண்டு உட்கார்ந்திருந்தார். பக்கத்தில் போய்ப் பேச முடியவில்லை. நான் 'எப்போது வந்தீர்கள்?' என்று சைகையில் கேட்க, 'உதயத்தில்' என்பதை உதட்டசைவால் சொல்லிவிட்டு, 'இரு, இரு' என்று பதில் சைகை காட்டினார். சைகைகளால் முழு விபரத்தையும் சொல்லிவிடுகிற மாதிரியான அசைவுகள் பழைய ஆட்களிடம் இன்னும் இருக்கத்தான் செய்கின்றன.

பஸ்ஸில் இருந்து இறங்கி, பெரியப்பா வீட்டுக்குள் போகும் போதும், பெரியப்பா, 'வா, வா, வா' என்று தலையை அசைத்து சைகைகளால் தான் வரவேற்றார். காலைச் சாப்பாட்டு நேரத்திற்கும் மதியச் சாப்பாட்டு நேரத்திற்கும் மத்தியில் அவர் இந்த நேரத்தைத் தேர்ந்தெடுத்துச் சாப்பிட்டு இருக்கவேண்டும். சுட்டு விரலை கடைவாய்கள் ஓரம் கொடுத்து வாய் கொப்பளித்துக்கொண்டு இருந்தார். நார்க்கட்டிலைக் காட்டி, 'உட்கார், உட்கார்' என்று கையை அமர்த்தினார். இடுப்பு வேட்டியில் குனிந்து வாய் துடைத்துக் கொண்டே, 'வா, சுந்தரம்' என்றார். 'பதினொன்னரை சம்பங்குளம் வண்டி அதுக்குள்ளேயே வந்துட்டானா?' என்றார்.

நான் அவரையே பார்த்துக்கொண்டு இருந்தேன். தொழுவில் இருந்த பசு எக்கிக் கூப்பிடுகிற குரல் கேட்டது. வேப்பமர உச்சியில் ஒரு பெரிய காக்காய்க் கூடு இங்கிருந்து பார்க்கத் தெரிந்தது. இவர் கொப்பளித்துத் துப்பின ஈரத்தில் மிக மெல்லிய சத்தத்தில் கனகாம்பரச் செடி விதை வெடித்து வெயிலில் உதிர்ந்தது. கல்லில் கட்டின பொச்சக் கயிறு முனக, துலா வாளியோடு கிணற்றுள் இறங்கி, தண்ணீர் அள்ளி, சளப் என்று சிந்தி, தண்ணீரைத் தண்ணீர் அறைகிற சத்தத்தைக் கேட்பதற்கு விரும்பினேன்.

'என்ன சாப்பிடுதே அய்யா? டீ போட்டுத் தரட்டுமா?' என்றார். என்னை ஐயா என்றதும், அவரே டீ போட்டுத் தருவதாகச் சொன்னதும் ஒரு துக்கத்தை உண்டாக்கியது. வண்டிப் பறைக்குப் பக்கவாட்டில், அவருடைய தனிமை முழுவதும் அம்பாரமாகக் குவிந்துகிடப்பது போல வைக்கோல் போர் மினுங்கியது. குற்றாலம்

துண்டை முறுக்கிக் கட்டிக்கொண்டு சம்மணம் போட்டு உட்கார்ந்து, பரமன் மடியில் படுத்துக் கிடக்க, அவர் பாடின எம்.கே.ட்டி பாடல்கள் ஞாபகம் வந்தன.

எனக்கு எந்தச் சொப்பனங்களையும் சொல்ல முடியாது என்றும், சொல்ல அவசியம் இல்லை என்றும், சொல்லவேண்டாம் என்றும் தோன்றிவிட்டது.

'எப்படி இருக்கீங்க பெரியப்பா?' என்று அவருடைய கையைப் பிடித்துக்கொண்டேன். மாட்டுக்கு வைக்கோல் போட்டுவிட்டு, அதைத் தடவிக் கொடுத்தால் ஒரு வாடை அடிக்குமே, அது பெரியப்பாவிடம் அடித்தது. பெரியப்பா என்னுடைய கேள்விக்குப் பதில் சொல்லவில்லை. என்னைத் தோளோடு சேர்த்து முதுகுப் பக்கமாகக் கையைக் கொடுத்து இறுக்கிக் கொண்டார்.

என்னை அங்கே இங்கே அசைக்காமல் கண்ணை விட்டுக் கண்ணை நகர்த்தாமல் பார்த்தார். என்னுடைய வலது கையை எடுத்து அதன் உள்ளங்கையில் அவருடைய வலதுகையால் அடித்து விட்டுச் சிரித்தார். கீழே குனிந்து கொண்டு சிரிப்பு மாறாமல் உட்கார்ந்திருந்தார். என் உள்ளங் கையில் இருந்த தன்னுடைய கையை எடுத்து, சுட்டு விரலால் நார்க்கட்டிலின் ஒவ்வொரு கண்ணாகக் குத்திக்கொடுத்தபடி என்னிடம் சொன்னார்,

'ஒரு வேடிக்கை தெரியுமா அய்யா. உன் வீட்டுக் காரியை நாலைந்து நாட்களுக்கு முன்னால் சொப்பனத்தில் பார்த்தேன். எப்படித் தெரியுமா? நிறை அம்மணமா. அரணாக் கொடி கூட இடுப்பில இல்லை'

பெரியப்பா கைத்துப் போனது போல சிரித்துக் கொண்டு இருந்தார். ஆனால் இடது கண்ணின் ஓரத்தில் நிறையவும் வலது கண்ணில் குறைவாகவும் கண்ணீர் கசிந்துகொண்டிருந்தது. குனிந்து வேட்டி நுனியால் அவர் கண்ணைத் துடைத்துக் கொண்டார்.

நான் அவருடைய இரண்டு கைகளையும் எடுத்து என் மடியில் வைத்துக் கொண்டேன். ஒன்றும் சொல்லவில்லை.

இதில் எல்லாம் சொல்வதற்கு என்ன இருக்கிறது?

உயிர் எழுத்து
செப்டம்பர் 2013

சந்தனம்

'என்ன தூங்கலையா குட்டி?'

சந்தனத்தைக் கவனித்த மாதிரியே தெரியவில்லை.

லோகாவின் தலைமுடியை விரல்களால் கலைத்துவிட்டு சைலு போய்க்கொண்டிருந்தார். அப்பா ரொம்பப் பிரியமான நேரங் களிலும் சந்தோஷமாக இருக்கிற பொழுதுகளிலும்தான் இப்படிச் செய்வார் என்று லோகாவுக்குத் தெரியும்.

இன்று அப்படி இருக்க நியாயங்கள் உண்டு. அவர் மிகவும் கனவு கொண்டிருந்த அந்த அருவிச் சாலை ரிஸார்ட் கட்டுமானத்தை முடித்து, காலையில் திறப்பு விழா நடத்தியிருந்தார். மலையின் நீல அழைப்புக் கேட்கிற தூரத்தில், அருவியின் வெள்ளி ரிப்பன் அசைவது தெரிகிற நெருக்கத்தில், அதுவும் ஓர் பெரும் நெருக்கடியிலிருந்து மீண்ட முதல் நொடியில் துவங்கி வேகமாகக் கட்டி முடித்து விட்டார்.

ஒரு கட்டத்தில், லோகாவின் பொறியியல் படிப்பு முதல் வருடத்தில் நின்று விடும் போல இருந்தது. மூன்று கார்களில், முதலில் குவாலிஸ், அப்புறம் ஃபியெஸ்டா இரண்டையும் விற்றிருந்தார். சமீபத்தில் உபயோகிக்கவே செய்யாத, அனேகமாக சாலைகளை மறந்துவிட்ட பிரிமியர் பத்மினியை அவரே ஓட்டினார். இப்போது மறுபடியும் இன்னோவா. மறுபடி டென்னிஸ். மறுபடியும் டிஸ்ட்ரிக்ட் க்ளப் பின்னிரவுகள். லோகா படிப்பை வெற்றிகரமாக முடித்துவிட்டாள். அவளுக்குக் கல்யாணம் பேசி தேதி வைத்தாயிற்று.

லோகா அப்பா போவதையே பார்த்தாள். அப்பா அவருக்குப் பிடித்த இரவு உடையான கட்டம்போட்ட வெள்ளை லுங்கியில் இருந்தார். குளித்த புத்துணர்வு முகத்தில். வாசனைத் தெளிப்புடன்

மிதமாக அருந்திய வேறு வாசனையும் அவருடன் நகர்ந்தது. சற்று நேரத்தில் படுக்கையறையில் இருந்து இசை வரும். அனேகமாக வீணை. போகும் போது அப்பா ஒரு இடத்தில் நின்றார். இந்தத் தாழ்வாரத்துக்கும் அவருடைய அறைக்கும் போகிற இடத்தில் வளர்ந்து கிடக்கும் புல்லுக்குள் இரண்டு கீரிப் பிள்ளைகள் வருவது போலவும் போவது போலவும் விளையாடிக்கொண்டு இருந்தன.

'சந்தனத்தை எல்லா விளக்குகளையும் போடச் சொல், லோகா' என்று அங்கே இருந்து சத்தம் கொடுத்தார். இதைச் சந்தனம் தாத்தாவிடமே நேரடியாகச் சொல்லியிருக்கலாம். லோகாவுக்கு நேர் எதிரே தான் அவர் காலை நீட்டி உட்கார்ந்திருக்கிறார். ஆனால் சொல்லமாட்டார். தன் மடியில் இருந்த பூச் செண்டுகளைக் கீழே வைத்துவிட்டு சந்தனம் எழுந்திருக்கச் சிரமப்படவேண்டும். வயதாகிவிட்டது. மூன்று தலைமுறைகளாக இந்த வீட்டோடும் வாசலோடும் சம்பந்தம்.

'நீங்க இருங்க தாத்தா' லோகா எழுந்திருந்து அத்தனை விளக்கு களின் பொத்தானையும் அமுக்கினாள். எது எதற்கானது என்று தெரியாமல் எல்லாவற்றையும் அழுத்தியதால், அழைப்பு மணியும் சத்தமிட்டது. பின் வாசலை ஒட்டியும் ஒரு அழைப்பு மணி வைக்க வேண்டும் என யோசனை சொன்னது சந்தனம் தாத்தா தான். 'என்னை மாதிரி புறவாசல் வழியாகப் புழங்குகிறவனுக்கு அப்படி ஒண்ணு வேணும்'லா' என்று அவர்தான் சொன்னதாகவும், அது நல்லதாகப் போய்விட்டதாகவும் லோகாவின் அம்மா, பின் வாசல் வழியாக நாட்டுக்கோழி முட்டை கொண்டுவந்து கொடுக்கும் பழனித்தெரு அம்மாக்குட்டியிடம் சந்தோஷமாகச் சொல்லிக் கொண்டு இருந்ததை லோகா கேட்டிருக்கிறாள்.

அம்மாக்குட்டிக்கு அப்போதே ஐம்பது வயதுக்கு மேல் இருக்கும். அவளுக்கு சந்தனம் தாத்தாவைப் பிடிக்கும் போல. எழுபது வயதில் முடி எப்படி நரைக்காமல் இருக்கும்? மேல், கால், நெஞ்சு எல்லாம் சுருட்டை சுருட்டையாக வளர்ந்து கிடக்கிற அவரைப் பார்த்து, 'ஆளைப் பாருங்களேன், கரடி மாதிரி இருந்துக் கிட்டு. கரடி. கரடி' என்று குனிந்துகொண்டே சொல்வாள். தாத்தாவும் லேசுப்பட்டவர் இல்லை. அம்மாக்குட்டியின் முட்டைக் கூடைக்குள் கையை விட்டு ஒன்றை எடுத்து, பூப்போல குளியலறைச் சுவரில் தட்டி, அப்படியே இரண்டாகப் பிட்டு வாயில் விட்டுக் கொள்வார். அத்தோடு முடிந்து போகாது. 'இது சைலு அய்யா கணக்குக் கிடையாது. உன் ஆமக்கன் கணக்கில எழுதிக்கோ' என்று வாயைத் துடைத்துக் கொள்வார். 'ஆமக்கன்' என்றால்

லோகாவுக்கு அர்த்தம் தெரியவில்லை. அம்மாவிடம் கேட்டால், 'யாரு சொன்னாங்களோ அவங்க கிட்டேயே போய்க் கேளு' என்று நகர்ந்துவிட்டாள்.

எல்லா விளக்குகளும் பளீரென்று எரிய, இந்தப் பதினோரு மணிக்குப் பிந்திய இரவில் வீடு வேறொரு மாதிரி அழகாகிவிட்டது. விசேடம் நடக்கிற வீடுகளில், ஒவ்வொரு இரவும் ஒரு மாதிரி அழகாக இருக்கிறது. விசேடம் நடக்கப் போகிறபோது ஒன்றாகவும், நடந்து முடிந்த பிறகு முற்றிலும் இன்னொன்றாகவும் அது ஆகி விடுகிறது. அலுப்பில் சற்றுச் சீக்கிரமாகவே படுத்துவிட்ட லோகாவின் அம்மா, எல்லா விளக்குகளும் எரிந்தவுடன் ஜன்னல் வழியாக எட்டிப் பார்த்தாள். வெளியே வரும்போது அவளுடன் தலைவலித் தைல வாசனையும் வந்தது. 'என்ன? தாத்தாவும் பேத்தியும் தூங்குகிறதாக இல்லையா?' என்று கேட்டாள். படுத்து எழுந்திருந்த முகத்துச் சிரிப்பு. லோகாவின் அம்மா வருவதைப் பார்த்ததும் நீட்டியிருந்த கால்களை மடக்கிக்கொண்ட சந்தனம், 'அய்யா கீரிப் பிள்ளைகள் கூடப் பேசிக்கிட்டு இருக்கா' என்றார். லோகாவுடைய அம்மாவிடம் அவர் சிரித்தால் போலப் பேச முடிந்தது.

லோகாவின் அம்மாவைத் தன் பக்கம் வரச் சொல்லி சைலு கையை அசைத்துக் கூப்பிட்டார். லோகாவின் அம்மா பெயர் மணிமேகலை. சைலு, 'பாப்பா' என்றுதான் சொல்வார். கையை அசைக்காமல், ஒரு தடவை 'பாப்பா' என்று அவர் கூப்பிடவேண்டும் போல லோகாவின் அம்மாவுக்கு விருப்பம் உண்டாயிற்று. தானாக வந்த சிரிப்புடன் வழியில் நிற்கிற வெள்ளைச் செம்பருத்திச் செடியைத் தடவியபடி நடந்து போனாள். லோகாவுக்கு அப்பாவை நோக்கிப் போகும் அம்மாவைப் பிடித்திருந்தது. தாத்தாவின் தோள் களைத் தட்டி அவர்கள் பக்கமாகக் காட்டினாள்.

'கண்ணு தெரியலையே' என்று இடது பக்கம் துளாவி, தரையிலிருந்த கண்ணாடியை அணிந்து பார்த்தபடி சிரித்தார். 'நிறைஞ்சாப்பில இருக்கு தாயி' என்றார். லோகாவுக்கு அம்மாவும் அப்பாவும் அப்படி ஒன்றாக நிற்பது இந்த இரவின் மிக நல்ல காட்சியாக இருந்தது. இப்போது கீரிகள் கூட, போய்விட்டிருந்தன. வெறும் புல்லை மட்டுமே பார்த்து நின்றார்கள். எதையுமே பார்க்கா விட்டால் கூட, அவர்கள் அழகாகத்தான் இருப்பார்கள் என்று லோகாவுக்குத் தோன்றியது.

சைலு ஏதோ சொல்ல, லோகாவின் அம்மா சற்று உரக்கச் சிரித்து அவர் தோளில் அடிப்பதும் லோகாவை அங்கே வரச்சொல் வதுமாக இருந்தாள். லோகா போகவில்லை. இங்கிருந்துகொண்டு, ‘நீங்கள் இருவரும் அங்கே இருப்பது நன்றாக இருக்கிறது’ என்று பெருவிரலையும் சுட்டு விரலையும் வட்டமிட்டுச் சொன்னாள். அவர்களை ஒரு புகைப்படம் எடுத்தாள். எப்படி வந்திருக்கிறது எனப் பார்த்துக்கொண்டாள். மேலும் இரண்டு மூன்று எடுத்தாள். எடுத்ததை விரல் தடவி நகர்த்தி, பெரிதாக்கி, இடது வலது புறம் சரிசெய்து சந்தனத்திடம் காட்டினாள். அப்புறம் அவரை அவள் எடுத்திருந்த படங்களையும்.

‘என்னைப் போயி எதுக்கு இம்புட்டுப் படம் பிடிச்சிருக்கிய தாயி?’ என்று சந்தனம் சிரித்தார். கருப்புச் சட்டத்துக்குள் கனத்த லென்ஸில் மினுமினுத்து பூதம் காட்டிய அவருடைய முதிர்ந்த கண்களின் இமைகள் சந்தோஷத்தில் ஒரு வண்ணத்துப் பூச்சி இறகுகளாக அசைந்து மூடின.

‘ஏ யப்பா. எம்புட்டுப் படம். சாகமாட்டாதவனுக்கு வந்திருக்கிற பவுசைப் பார்க்கணுமே’ என்று அவர் அவளிடம் சொல்கையில் பார்த்த படத்தில் அவர் அவருடைய இயல்பான நிலையில் எப்போதும் போல இருந்தார். பழைய காலத்து பச்சை பெல்ட்டும் மணிபர்சும். இடுப்பில் ஒரு சாயல்புரம் சாரம். மேல் சட்டை கிடையாது. இன்னொரு விஷேச அடையாளம் கழுத்தில் போட்டிருக்கிற துண்டின் இரண்டு நுனிகளையும் அவர் வலது இடது கைகளின் கீழ் கக்கத்துக்குள் செருகி வைத்திருப்பது. ஆறு அடி உயரத்தில் வீமனைப் போல அவர் நிற்பதைப் பார்க்கையில் சிலந்திமனிதன் போல லோகாவுக்குத் தெரிந்தது. எல்லாப் படங் களிலும் மெத்தை போல அவருக்கு நெஞ்சில் இருக்கிற முடியைப் பார்த்ததும் அவரே, ’வாஸ்தவம்தான். கரடிண்ணு சரியாத்தான் பேரு வச்சிருக்காங்க கிழட்டுப் பயலுக்கு’ என்று சிரித்தார். வெற்றிலையும் புகையிலையும் சுருட்டும் பல்லில் கறையேற்றி இருக்கிறதே தவிர, ஒன்று கூட விழவில்லை. வரிசை தப்பவில்லை.

லோகா ‘இதைப் பாருங்க’ என்று இன்னொரு படத்தைக் காட்டினாள். ‘இது மோகினிப் பிசாசு மாதிரி இல்லா கூடவே கூட்டிக்கிட்டுப் போகுது. விடிய விடியண்ணாலும் மாத்தி மாத்தி எம் மூஞ்சியைப் பார்த்துக்கிட்டே இருக்கலாம். ஜோலி கெட்டுப் போகும் வள்ளிசா. ஏற்கனவே பதினொண்ணு தாண்டியாச்சு’. சந்தனம் சொல்லிக்கொண்டே தன்னைச் சுற்றிப் பார்த்தார். திறப்பு

விழாவுக்கு அளிக்கப்பட்ட பூச்செண்டுகளில் ஏழெட்டை அவரும் லோகாவும் தனியாகத் தேர்ந்தெடுத்து வைத்திருந்தார்கள். வெள்ளை, மஞ்சள், சிவப்பு ரோஜாக்கள், டேலியா, ட்யூலிப், கருநீல ஆர்க்கிட் மலர்கள்.

முதலில் பொன்னிற, நீல நிற, பச்சை நிற ரிப்பன்களைப் பிரித்து, கண்ணாடி சுற்றுத்தாட்களை அப்புறப்படுத்தி ஆயிற்று. இரண்டு பேர் கைகளிலும் இரண்டு கத்தரிக் கோல்கள் இருந்தன. நீண்ட காம்புகளைத் தேவைக்கு ஏற்ப வெட்டி, வெண்கலப் பாத்திரங்களில் நீர்விட்டு வைக்கலாம் என லோகா சொன்னது அவருக்குப் பிடித்துப் போயிருந்தது. நாளைக் காலையில் எல்லோரும் எழுந்திருப்பதற்குள் மூன்று நான்கு இடங்களில் அவற்றை வைக்க வேண்டும். முக்கியமாக பெரிய அய்யா படத்தின் முன்பு, சைலுவின் அறையில், லோகாவின் அம்மாவின் வணக்கத்திற்கு உரிய ‘அன்னை’ படத்தின் முன்னாலும்.

‘இந்த ஒன்றை மட்டும் பாருங்க தாத்தா’ லோகா அவர் பக்கத்தில் வந்து காட்டும் போது, சந்தனம் மேல் துண்டை இழுத்து கக்கத்துக்குள் செருகிக் கொண்டார். கைவிரல்களுக்குள் கத்தரி விரிந்து இருந்தது. ஒரு தொழில்முறை பூ அலங்காரக்காரர் போல, சீரான அளவுகளில் காம்புகளைச் சந்தனம் நறுக்கியிருப்பதில் ஒரு நுணுக்கம் இருந்தது. வெகுகாலம் தண்ணீர்க் கரையில் நின்ற ஒரு நாணலின் துண்டுகள் என, குளிர்ந்த பச்சையாக வெட்டப் பட்ட அடிக்கட்டைகளை லோகா கையில் அள்ளி உருட்டினாள். அவள் காட்டிய படத்தில் சந்தனம் வானுயர நின்ற ஒரு வேப்ப மரத்தை ஆவி சேர்த்துத் தழுவிக்கொண்டு இருந்தார்.

அந்தப் புகைப்படத்தை எடுக்கும் போது லோகாவிடம் அவர் சொன்னார், ‘இந்த மரம் நான் உங்க தாத்தா கிட்டே வேலைக்குச் சேருகிறதுக்கு மின்னாடியே இருக்கு. நூறு வயசு நூத்தம்பது வயசு இருக்கும். இந்த நூறு நூத்தம்பது எல்லாம் நம்ம சௌகரியத்துக்கு நாமளா வச்சுக்கிடுதது தான். மனுஷாளுக்குத்தான் வயசு எல்லாம். மரத்துக்கு ஆதி அந்தம் கிடையாது. உங்க தாத்தாவுக்கு மின்னாடி அது இருந்தது. உனக்குப் பின்னாடியும் இருக்கும். அந்தா அந்த மலையை ஒரு விரல்கடை நகட்ட முடியுமா? அருவியை நகட்ட முடியுமா? அது மாதிரிதான் இதையும் வச்சுக்கோ தாயி’. இத்தனை சொல்கையிலும் அவருடைய முழு உயரமும் உடம்பும் படுகிற வகையில், அதன் மேல் அப்பிக்கிடந்து ஊர்ந்துசெல்லப் போகும் ஒரு உயிர்ப்பிராணி போல சந்தனம் அந்த வேப்பமரத்தின் தூரைக் கட்டிப்பிடித்திருந்தார்.

மேற்கே தூரத்தில் மலையும், வடகிழக்காகத் திரும்பியதும் பாதை பள்ளமாகிற இடத்தில் இதே போல பெரும் வழுவழுத்த சுவராக நிற்கிற பாறையிலிருந்து விழும் அருவியும் இருக்க, ஒரு பெருமரமாகத் தனித்து வளர்ந்திருக்கும் அதை, பாளம் பாளமாக வெடித்துக் கிடக்கும் மரப்பட்டையை, அடி மரத்தை எல்லாம் தடவிக்கொடுத்த படியே லோகாவிடம் அவர் சொன்னார்.

'உங்க தாத்தாவுக்குப் பொங்கி ஆக்கிப் போடுத ஒரு தவசிப் பிள்ளையாத் தான் இங்க வந்து சேர்ந்தேன். பத்துப் பதினாறு வயசு இருக்கும். கரிசல் குளத்தில் மாடு, கண்ணு மேச்சுக்கிட்டுக் கிடந்த பயலை, கோயில்பட்டி வக்கீல் ஒருத்தர் மாரியமா, பெரியய்யா கூட்டிக்கிட்டு வந்தாக.' இந்த இடத்தில் கொஞ்சம் நிறுத்தி, கழுத்தைத் திருப்பி இடது கையை விசாலமாக வீசி, 'இங்கேர்ந்து அங்க குளத்துக் கலுங்கு வரைக்கும் அய்யா நிலம் தான்.' என்று காட்டினார். தண்ணீர் தளும்பிக் கிடக்கிற குளத்தின் கரையில் நாரைகள் வெள்ளையாக இறங்கிக்கொண்டிருப்பதை லோகா பார்த்தாள். பறவைகள் என்பதையும் மீறிய அந்த வெள்ளை அசைவு அவளை அந்த நீர்த்தகடுக்கு இழுத்த சமயம் சந்தனத்தின் வார்த்தைகள் மட்டும் கேட்டன. நீல மலைகளில் இருந்து இறங்கி இந்த அத்துவான வெளியை, வயலை, கட்டப்பட்டிருக்கும் இந்த ரிஸார்ட் கட்டிடத்தை எல்லாம் தாண்டி அந்த மரத்தை நோக்கி சந்தனத்தின் குரல் ஒரு கருவண்டு போலப் பறந்துசெல்வதை அவளால் உணர முடிந்தது.

'வத்தாத குளத்துப் பாசனம். பெருங்கொண்ட விவசாயம் பண்ணினாரு மகராசன். மனுஷன் கூட அப்படிச் சொன்னபடி கேக்க மாட்டான். மண்ணு அவருக்கு அப்படிச் சொன்னபடி கேட்டது. அவரும் காட்டிலேயேதான் கிடப்பாரு. நானும் இந்தக் காட்டிலேயேதான் கிடப்பேன். பெரியய்யா பல ஜோலிக்காரரு. விவசாயம். விவசாயத்தை விட்டால் வியாபாரம். வியாபாரத்தை விட்டால் கூப்புக் காண்ட்ராக்டு. அது ஒரு பொங்கு திசை. அவுக தொட்டது எல்லாம் துலங்கின நேரம்'

'நான் இங்கனயே ஒத்தையில கிடப்பேன். பேச்சுத் துணைக்குக் கூட ஆள் கிடையாது. இசக்கியம்மன் மாதிரி இதுதான் கூடவே இருக்கும். அங்கே கடுவா வந்துது. இங்கே ஆனை கூட்டம் கூட்டமா இறங்குச்சுண்ணு சொல்லுவாக. இங்கே மூச்சு. பேசப்படாது. ஒரு இடைஞ்சல் கிடையாது. எங்க அம்மை செத்துப் போனது. என் கூடப் பிறந்த அக்காக்காரி ஒருத்தி பேறுகாலத்தில தாயும் பிள்ளையுமா போய்ச் சேர்ந்தது, நம்ம வீட்டு வண்டி மாடு, ஒட்டாங்

காளை ஜோடியை ஒண்ணு போல பாம்பு கொத்தினது, நடு வீட்டுல பெரியய்யா வீட்டு நாச்சியாரைக் கட்டிவச்சு நகைய அத்துக்கிட்டுப் போனது, எல்லாத்தையும் இந்த மரத்துக்கிட்டே தான் சொல்லி அழுதிருக்கேன். நல்லதுண்ணாலும் கெட்ட துண்ணாலும் அதுகிட்டேதான் சொல்லுவேன். 'இதுக்குப் போயி மனுஷன் அழுவானா'ன்னு ஒரு தடவை சத்தம் கேக்கும். இன்னின்ன மாதிரி இப்படிப் பண்ணுன்னு ஒரு தடவை ரோசனை சொல்லும். ரெண்டு மூணு வாட்டி விடிய விடிய அம்பிலியோட அம்பிலியா, ராத்திரிப் பூரா அது கூடவே நிண்ணுருக்கேன்'. சந்தனம் இதைச் சொல்லும் போது லோகாவுக்குத் தானும் அப்படியொரு நிலாக் காலத்தில் மேடும் சரிவுமாக உள்ள ஏதோ ஒரு புல்வெளியில் தனியாக நிற்பது போலவும், நிற்கவேண்டும் போலவும் இருந்தது.

'என்னை எல்லாரும் கிறுக்குப் பய. மரத்தோடு பேசிக்கிட்டு இருக்கான்னு சொல்லுவாங்க. சைலு அய்யா கூட அப்படிக் கிண்டல் பண்ணுவாரு. ஆனா பெரியய்யா ஒரு நாள் கூட அப்படிச் சொன்னது கிடையாது. சொல்லப் போனா, என்னை விட்டுக் கொடுக்காமல் தான் மத்தவங்க கிட்டே பேசுவாரு. 'உன்னாலயும் என்னாலயும் மரத்துக் கிட்டே பேசமுடியுமா? அவன் பேசுதான். அது திலுப்பி அவன்கிட்டே பேசுதுங்கான். அப்படிண்ணா உன்னையும் என்னையும் விட, அவன் கூடுதல்'லா. என்ன நான் சொல்லுதது?' என்று மனசாரச் சொல்லுவார். உங்களுக்கு ஒண்ணு தெரியுமா தாயி. சைலு அய்யா என்னைக் கிண்டல் பண்ணினாரே தவிர, ரொம்ப இக்கட்டான ஒரு கட்டத்தில், நாலு வருஷத்துக்கு முந்தி, காரில என்னையும் ஏத்திக்கிட்டு இங்க வந்துட்டாரு. நேரா இந்த மரத்துக்கிட்டே போயி கெட்டிப்பிடிச்சு அழுது புலம்பினாரு. நான் இந்தக் கண்ட்ராவி நமக்கு எதுக்குண்ணு தள்ளிப் போயி நிண்ணுக் கிட்டேன். செத்த நேரம் ஆயிருக்கும். ஏதோ உத்தரவு கிடைச்ச மாதிரிக் கண்ணைத் துடைச்சுக்கிட்டே வந்து, போலாம்னு கிளம்பிட்டாக. அதிலே இருந்து எண்ணி ரெண்டே மாசத்துல, அளக்கிறது என்ன, நூல் பிடிக்கிறது என்னண்ணு கட்டுமான வேலையை ஆரம்பிச்சாச்சு' என்றார்.

'உங்க தாத்தா காலத்துல வயல்காட்டைக் காத்துக்கிடந்தேன். இந்த ரெண்டு மூணு வருஷமா கட்டிடத்தைக் காத்துக்கிட்டுக் கிடக்கேன். இடையில கொஞ்சம் தடங்கல், கொஞ்சம் உபத்திரியம் தான். ஆனாலும் எல்லாம் நல்லபடியா இன்னிக்கு முடிஞ்சுட்டுது. எல்லாத்தையும் பூட்டி உங்க அப்பா கையில, அல்லது அவரு யாருகிட்டே கையைக் காமிக்காரோ அவுககிட்டே திறவுகோலைக்

கொடுத்துட்டு அக்கடாண்ணு எங்கியாவது ஒரு ஓரமா உக்காரணும். சீட்டு வார வரைக்கும், எப்பம்டா வரும்ணு காத்துக் கிடக்கணுமே. அது பெரிய இம்சையில்லா.' இவ்வளவையும் பேசும்போதும் கையில் இருக்கிற கத்தரிக்கோலால் ஒவ்வொரு பூவாக நறுக்கி எடுத்து அடுக்கிக்கொண்டு இருந்த சந்தனத்தைப் பார்க்க, லோகாவுக்குச் சந்தோஷமாக இருந்தது.

லோகாவின் அம்மாவுக்கு, சந்தனம் மேல் ரொம்ப மரியாதை. மாமனார் இருக்கிறவரை அவருக்குக் கொடுத்த மரியாதைக்குக் கொஞ்சமும் குறைந்தது அல்ல அது. அந்த அளவுக்கு சந்தனமும் இருந்திருக்கிறார். லோகாவின் அப்பாவுக்கு வியாபாரம் நொடித்துப் போவதற்கு முன்பே, வேறொரு பள்ளம் விழுந்துவிட்டது லோகாவின் அம்மாவுக்கு. தாண்டமுடியாத பள்ளமாகப் போய்விடுமோ என்று தான் மணிமேகலை கூட நினைத்தாள்.

ஜெகதா என்கிற அந்தப் பெண்ணுக்கு அஞ்சு கிராமமோ, கன்யாகுமரிப் பக்கமோ. வணிக வரி அலுவலகம், வருமான வரி அலுவலகம் ஏதோ ஒன்றில் வேலை. சைலுவுக்கு எப்படியோ பழக்கமாகிவிட்டது. இந்த ஒரு விஷயத்தில் எப்படி என்றுதான் திட்டமாக யாராலும் சொல்ல முடியாதே. 'கொலுவுக்கு அழைத்திருக் கிறார்கள். வா பாப்பா. ஒரு மரியாதைக்குப் போய்விட்டு வந்து விடலாம்' என்று சைலு கூப்பிட்டார். விவரம் தெரியாமல் லோகாவின் அம்மாவும் காரில் போய்விட்டு வந்தாள். ஏதோ தெலுங்குப் பாட்டு. அந்தப் பெண் நன்றாகத்தான் பாடினாள். இவளைக் கூட, 'நீங்களும் பாடுங்கோ' என்று சொன்னாள். சைலு சொல்லியிருப்பார் போல, 'பாப்பா நல்லா பாடுவா' என்று. மணிமேகலை பாடுவாள் தான். ஜென்சி பாட்டு எல்லாம் நிறையத் தெரியும். ஆனால் அன்றைக்குப் பாடவில்லை. ஏதோ இவளிடம் ஒப்புதல் வாங்கி விட்டது போல அதற்குப் பிறகு சைலு போவதும் வருவதும் அதிகமாகிவிட்டது. இது எல்லாம் வீட்டில் எத்தனை நாளைக்குத் தாங்கும்?

அடிக்கடி சண்டை. இரவு பன்னிரண்டு மணிக்கு மேல் சட்டென்று எல்லா விளக்குகளையும் எரியவிட்டுக்கொண்டு பெரும் குரலில் சைலு போடுகிற சத்தம் தெருவரைக்கும் கேட்கும். 'மானம் போகுது' என்று மணிமேகலை சொன்னால், முன்னையும் விடச் சத்தம் அதிகமாகும். லோகாவையும் தன்னையும் தீயைப் பொருத்திக்கொள்ளப் போனதைத் தடுத்தது, சமாதானம் பண்ணியது எல்லாம் சந்தனம்தான். வேறு ஒன்றும் சொல்லத் தெரியாது. 'பொறுமையா இரு தாயி' என்பதை மட்டும் திருப்பித் திருப்பிச்

சொல்வார். அழுதுகொண்டு வெறும் தரையில் படுத்திருந்தால், ஒரு தலையணையை எடுத்து நீட்டி, 'சாப்பிட்டியா தாயி?' என்று கேட்பார். லோகாவைக் காட்டி, 'இந்தப் பிள்ளைக்கு யாரு பதில் சொல்லுவாங்க?' என்று அவரும் அழுவார். இரண்டு மூன்று தடவை யாருக்கும் தெரியாமல் சங்கிலியை அடகு வைத்துக் கொண்டு வந்து கொடுத்ததும் உண்டு.

சைலு பக்கம் நின்று கீரியைப் பார்க்கப் போய், புல்லாந்தரிசைப் பார்த்தபடி நின்ற லோகாவின் அம்மா திரும்பி வராமல் அப்படியே சைலுவின் படுக்கையறைக்குப் போய்விட்டது அவருக்கு சந்தோஷ மாக இருந்தது. இந்த இடம் இப்படிச் சரியாகப் போகும் என்று எல்லாம் அவர்களுக்குள் நடந்த சண்டையைப் பார்த்தவர்களால் நம்பக்கூட முடியாது. ஆனால் எப்படியோ சரியாகப் போய் விட்டது. அவ்வளவுதான் சொல்லமுடிகிறது. இதை லோகாவும் தெரிந்துகொள்ளட்டும் என்பது போல, 'அம்மையை எங்க காணோம்? கீரிப் பிள்ளை கவ்விக்கிட்டுப் போயிட்டுதா?' என்று லோகாவிடம் கேட்டார். லோகாவுக்குத் தெரியும். ஆனால், 'தெரிய லையே தாத்தா' என்றாள். கூடுமானவரை இது போன்ற சந்தர்ப் பங்களில் அப்பிராணியாக முகத்தை எப்படி வைத்துக்கொள்வது என பெண்பிள்ளைகளுக்குத் தானாகவே பிடிபட்டு விடுகிறது.

லோகா கையில் இருந்த செல்ஃபோன் மினுக்கத்தைப் பார்த்து விட்டு, 'அவரு கூப்பிடுதாரு தாத்தா. வந்திருதேன்' என்று எழுந்திருந்து போனாள். ரொம்ப நேரமாக எதிர்பார்த்துக்கொண்டு இருந்திருப்பாள் போல. அவசரத்தில் அவள் மடியில் நீண்ட காம்புடன் இருந்த இரண்டு மூன்று மஞ்சள் மலர்கள் கீழே விழுந்தன. கல்யாணத்திற்கு முந்தி அர்த்த ராத்திரியில் அப்படி என்ன பேசுவார்கள் என்று சந்தனத்திற்குச் சிரிப்பு வந்தது.

லோகா அந்தப் பக்கத்துப் பேச்சின் கிறக்கத்தில் மிதந்து போவதைப் பார்க்க அவருக்கு நிறைவு அதிகம். களங்கமே இல்லாத ஒரு பிரியத்தின் தடாகத்தில் அவள் ஒரு தாமரைப் பூ போல மலர்ந்து தண்ணீர்ப் பரப்பு முழுவதையும் நிரப்பிக்கொண்டு இருந்தாள். கரை தெரியாமல் கிடக்கிற ஒரு பெரிய நீர்வெளியில் லோகா இங்கும் அங்குமாக நீந்திப் போவது போல நினைத்தார். ஒரு கணம் அவருக்கு இந்த இடத்தில் இப்படிப் பூவை எல்லாம் கத்தரித்துக்கொண்டு பெரியய்யா உட்கார்ந்திருப்பது போல ஒரு காட்சி பிடிபட்டு, உடம்பு சிலிர்த்தது. கும்பிட்டுக்கொண்டு, 'யய்யா' என்றார். ஒரு சாயலுக்கு, லோகா அப்படி எழுந்திருந்து செல்லும் போது உண்டான அசைவுகள், தான் இத்தனை காலமும் எல்லாக்

கதையையும் சொல்லிவந்த அந்த வேப்பமரத்தின் கிளை தணிந்து அசைவது போல இருந்தது. கொஞ்சம் கொஞ்சமாக யாரிடமும் சொல்லாமல் ஒளித்து வைத்திருக்கும் ஒன்றிரண்டையும் இவளிடம் சொல்லிவிட்டால் நிம்மதியாக இருக்கும். இந்த நினைப்பில் சந்தனம் தன் நெஞ்சு முடிக்குள் விரல்களை விட்டுக் கோதி அடிவயிறு வரைக்கும் நீவி விட்டார்.

இந்த முடியை ரொம்பப் பிடிக்கிற ஒருத்தி அவருக்கு இருந்தாள். இப்போது உட்கார்ந்திருக்கும் பெரிய வீட்டை எடுத்துக் கட்டுவதற்கு முன், வட பக்கத்தில் ஒரு மாட்டுத் தொழுவம் உண்டு. பத்து இருபது மாடுகளை நெடுக்கு வாட்டில் கட்டிப் போடலாம். அதற்கு மேல் பக்கம் ஒரு துலாக் கிணறு. கிணற்றுக்கும் மேல் பக்கம் ஒரு பள்ளத்தில் எருக்குழி. அதற்குப் பிறகு கீரைப் பாத்தி. கொஞ்சம் தள்ளி, சுண்ணாம்புக் காளவாசல்.

கீரையைப் பறித்து வியாபாரம் செய்கிற பேச்சியம்மை கண்களில்தான் சந்தனம் அந்த இசகுபிசகான காரியத்தில் இருந்த சமயத்தில் பட்டுவிட்டார். சந்தனத்தின் உயரத்துக்கும் வாட்ட சாட்டத்துக்கும் ஊரில் எத்தனையோ பேர் கிடைத்திருப்பார்கள். ஆனால் அவருக்கு அந்த செவலைப் பசுவின் மேல் நாட்டம் வந்து விட்டது. அது அவர் பார்க்க வளர்ந்தது. தலை ஈத்துக் கறவை முடிந்து பால் வற்ற ஆரம்பித்து இருந்தது. கன்றுக்குட்டிக் களையும் மாறாமல் பசு மாட்டுக் களையும் திகையாமல் இருந்ததுதான் காரணமோ என்னவோ? சந்தனம் அதன் பின் பக்கமாகப் போய் நின்றதை பேச்சியம்மை பார்த்து விட்டாள். அவளால் நம்பவும் முடியவில்லை. ஆனால் கண்ணுக்கு எதிரே சந்தனம் நிற்கிற நிலையும் தெரிகிறது.

பேச்சியம்மை கீரை ஆய்ந்துகொண்டிருந்த நார்ப் பெட்டியை அங்கேயே போட்டாள். எருக்குழியில் இறங்கி சாணிக் காலோடு ஏறித் தொழுப் பக்கம் வந்தாள். சத்தம் போடாமல் சந்தனத்தின் கையைப் பிடித்தாள். வேட்டியைக் கரண்டை வரை இறக்கி விட்டாள். இறுக்கி முத்தம் கொடுத்தாள். அவரை இழுத்துக்கொண்டு போய், விடிந்ததும் விடியாததுமாய், சைலுவின் அப்பா முன்னால் நிறுத்தி, ‘எங்க ரெண்டு பேருக்கும் கல்யாணம் கட்டி வையுங்க அய்யா’ என்றாள். வேறு எதையுமே சொல்லவில்லை.

பெரிய அய்யா என்ன ஏது என்று எதுவுமே கேட்காமல் சந்தனத்தைப் பார்த்தார். மடியில் இருந்து பதினோரு ரூபாயை எடுத்துக் கொடுத்தார். ‘உள்ளே போயி சாமியைக் கும்பிட்டுட்டுப்

போங்க' என்று கையை உள்ப் பக்கமாகக் காட்டினார். பேச்சியம்மை யிடம், 'அவனை நல்லா பார்த்துக்கோ' என்று சொன்னார். என்ன நினைத்தாரோ, அடுத்த பௌர்ணமிக்கு முன்னால், ஒரு பத்து மரக்கால் விதைப்பாட்டை அவன் பேருக்குக் கிரயம் பண்ணிப் பத்திரத்தைப் பேச்சியம்மை கையில் கொடுத்துவிட்டார். இந்த வேப்ப மரம் நிற்கிறதே அதற்குக் கீழ்ப் பக்க நிலம் அது.

முதலில் லோகாவிடம் இதைச் சொல்ல வேண்டும். இதைச் சொன்னால் நான்கைந்து வருஷம் பிள்ளைகுட்டி இல்லாமல் இருந்து, பேச்சியம்மை கூட வாழ்ந்த வாழ்வைச் சொல்லாமல் முடியாது. அவ்வளவு சந்தோஷமாக ஓடி ஓடி விவசாயம் பார்த்துக் கட்டும் செட்டுமாக இருந்தவள், திடீரென்று ஒருநாள், இன்றைக்கு வரை இருக்கிறாளா இல்லையா என்று தெரியாத அளவுக்கு, கண் காணாமல் போய்விட்டாள். பெரிய அய்யா இறந்து போன தாக்கல் இல்லாமலா போயிருக்கும்? அதற்குக் கூட எட்டிப்பார்க்காமல் இருக்க எப்படி அவளுக்கு முடிந்தது என்பதில் சந்தனத்துக்கு நிறைய வருத்தம். 'இனிமேல் அந்த மூதி வந்தாலும் சரிதான். வராட்டாலும் சரிதான்' என்று தனக்கு ஆகிவிட்டதைச் சொல்ல வேண்டும்.

சைலு அய்யா நொடித்துப் போன வருத்தத்தில் தான் சந்தனம், 'எனக்கு என்ன பிள்ளையா, குட்டியா? என்கிட்டே இருந்தால் மடியிலயா நிலத்தைக் கட்டிக்கிட்டுப் போகப் போறேன்? உங்களுக்கு ஒரு இக்கட்டில் உதவும்'னா மகராசனா நீங்களே எடுத்துக்கிடுங்க.' என்று பத்திரத்தை சைலு பேருக்குத் திருப்பி எழுதிக் கொடுத்து விட்டார்.

லோகாவின் அம்மாவுக்கும் அப்பாவுக்கும் அந்த அஞ்சுகிராமத்துக்காரி விஷயமாகச் சண்டை வரும்போது கூட, 'ஊரு உலகத்துல நீரு யாரை ஏமாத்தலை? தலைமுறை தலைமுறையா ஊழியம் பண்ணிக்கிட்டு இருக்கிறவன் சொத்தை மூணாம் பேருக்குத் தெரியாமல், கவுல் கிடையா எழுதி வாங்கிக்கிட்ட மனுஷன் தானே நீரு' என்று சந்தனம் காதிலும் விழுகிற மாதிரித் திட்டியிருக்கிறாள்.

'அப்படியெல்லாம் கிடையாது தாயி' என்று சந்தனம் சொல்வதைக் கூட,' இப்படிக் கேட்டா இப்படிச் சொல்லணும்'னு சொல்லிக் கொடுத்துட்டு ஒண்ணுமே தெரியாத மாதிரி நிக்கிறாரா உங்க அய்யா?; என்று கோபப் பட்டு, 'நீரு ஒரு கூறுகெட்ட மனுஷன்' என்று சந்தனத்தைப் பார்த்துச் சொல்லி அழுதிருக்கிறாள். எதற்கு இப்படிக் கோபப்பட வேண்டும், இப்படி அழவேண்டும் என்று அவருக்கு விளங்கவில்லை.

மடியில், பக்கத்தில் இருக்கிற பூவையெல்லாம் பார்க்கப் பார்க்க, எதற்கு இந்த வேலையை, அந்தச் சின்னப் பெண் ஆசைப் பட்டதற்காகச் செய்ய உட்கார்ந்தோம் என்று அவருக்கு இருந்தது. பூ என்றால் என்ன பூ என்று தெரியவேண்டாமா? அதுவே தெரிய வில்லை. வாசமாவது அடிக்கிறதா என்றால் அதுவும் இல்லை. இது ரோஜா என்று தெரிகிறதே தவிர, அரக்குச் சிவப்பில், வெள்ளையில், மஞ்சளில் பூக்கிற ரோஜாச் செடியை இதுவரை அவர் பார்த்ததே கிடையாது. செங்கமாலில் கல் அறுத்தது மாதிரி ஒன்று போல வித்தியாசமே தெரியாமல் குமிழ் குமிழாக இருக்கிற அந்த மஞ்சள் பூவுக்கு லோகா சொன்ன பெயர் வாயில் கூட நுழையவில்லை. எந்த மலங்காட்டில் எந்தக் குளிரில் இப்படி யெல்லாம் பூக்கிறதோ? இக்கிணி இக்கிணியாக கருநீலமாக இருக்கிற இதற்கு துளியளவும் வாசம் இல்லை. ஆனால் லட்சணமாக இருக்கிறது. அதைக் கையில் வைத்து, சுழற்றினாற்போலப் பார்க் கையில் ஒரு கொத்து நழுவி சந்தனத்தின் வயிற்றின் மேல் விழுந்தது. ஏதோ இப்போதுதான் அது தன்னுடைய தொப்புளில் முளைத்துப் பூத்தது போல இருந்தது அவருக்கு.

முடிபடர்ந்து மூடிய தன்னுடைய தொப்புள் குழியில் அந்தப் பூங்கொத்தை அப்படியே செருகி, குனிந்து அதைப் பார்த்தபடியே இருந்தார். தானே அந்தப் பூஞ்செடி ஆகிவிட்டது மாதிரியும், அது கொத்துக் கொத்தாக, ஒரு கரு நீலப் படுகையாக பூத்துக் கிடக்கும் தோட்டக் காடாகத் தான் இப்போது இருப்பது போலவும் தன்னுடைய உடலில் அடர்ந்திருந்த முடியை வருடிக் கொடுத்தார். அவருக்கு ஒரு சிறு கணம் பேச்சியம்மை ஞாபகம் வந்தது.

ஃபோனைத் தூக்கிக் காதில் வைத்துக்கொண்டு போன லோகாவை ஆளையே காணோம். மணிக்கணக்காகப் பேசிப் பேசி, பேசின வாக்கில், புதைந்து போகிற தினுசில் கிடக்கும் அந்தக் கருப்பு சோபாவில், ஒரு பூனைக்குட்டியாக லோகா படுத்துத் தூங்கிப் போயிருக்கலாம் இதற்குள்.

இவ்வளவு விளக்குகளையும் யார் அமர்த்துவார்கள்? களைப்பாக இருந்தது. எழுந்திருக்க முடியும் என்று தோன்றவில்லை. உடலில் இருக்கிற நீர்ச் சத்து பூராவையும் தொப்புளில் வைத்த அந்த சின்னஞ்சிறு கரு நீலப் பூங்கொத்து உறிஞ்சிக் குடித்துவிட்டது. சந்தனத்துக்குத் தாகத்தில் தொண்டை வறண்டது.

கீரிப் பிள்ளைகள் மறுபடி விளையாட வந்துவிட்டதா என்று பார்க்க விரும்பினார். முகத்தைத் திருப்ப முடியவில்லை. கழுத்து

நரம்பு விறைத்துக் கொண்டு வலித்தது. கண்ணாடியை எங்கே வைத்தோம் என்பது இடது கையின் துளாவலுக்குக் கிடைக்கவில்லை. எப்போதும் உள்ள அவருடைய வழக்கம் போல, கழுத்தில் கிடந்த துண்டின் இருபக்க முனைகளை இரண்டு கக்கத்துக் குள்ளும் செருகிக்கொண்டார். சுவரில் சாய்ந்திருந்த முதுகைக் கொஞ்சம் கொஞ்சமாகக் கீழே இறக்கினார்.

தரையில் கால் நீட்டிப் படுத்திருக்கிற நிலையில், திராவகம் ஊற்றாகப் பொங்குவது போல ஒரு வலி பீறிட்டு எவ்வி, உள்வாங்கி அடங்குவதாக உடனே குளிர்ந்து உடம்புக்குத் திரும்பியது.

அந்தக் குறைந்த நேரத்துக்குள்ளே அத்தனை பூக்களையும் அள்ளித் தன் மேல் போட்டுக்கொள்ள சந்தனத்திற்கு எப்படி முடிந்தது என்று தெரியவில்லை.

அசையாத நெஞ்சு முடிக்கு மேல் அப்படியே எல்லாம் புரண்டு கொண்டு இருக்க, நீண்ட காம்பு உள்ள ஒன்று மட்டும் யாருக்கோ நீட்டப்பட்டது போல அவருடைய வலது கையில் இருந்தது.

உயிர் எழுத்து
நவம்பர் 2013

ஒரு பறவையின் வாழ்வு

பால்காரர் கிட்டுதான் இப்படி அழைப்பு மணியை அழுத்துவார். பூனை நடக்கிற மாதிரிச் சத்தமே இல்லாமல்.

'வருகிறேன், வருகிறேன். கூட ஒரு அரை லிட்டர் வேணும்' என்று கதவைத் திறந்தால், ஜானகி நின்றுகொண்டு இருந்தாள். முதுகில் ஒரு பை. கைகளில் ஒரு பை. இரண்டையும் கீழே வைத்து விட்டு இரண்டு கைகளையும் அகல விரித்தபடி நின்றாள். சோப்பு நுரையும் தூக்கிச் செருகின சேலையுமாக நான் இருப்பதைப் பார்த்ததும், கால்களைத் தரையில் உதைத்து, ஏமாந்தது போலச் சிரித்தாள். நான் அவள் கைகளுக்குள் இருப்பது போல, கண்களை மூடிப் பாவனையாக இரண்டு கைகளையும் பெருக்கல் குறியாக இறுக்கிக் கொண்டாள்.

வழக்கமான மற்ற தினங்கள் என்றால், இந்தச் சோப்பு நுரையை அவள் மேல் உதறியிருப்பேன். மினுங்கி மினுங்கி ஜானகி முன் சிகையில் நுரை உடைந்து உடைந்து அடங்குவது நன்றாகத்தான் இருக்கும். இந்த முறை முடியவில்லை. அதற்குக் காரணங்கள் உண்டு.

'ஆட்டோ சத்தமே கேட்கவில்லை' என்று குனிந்து பையை எடுத்தேன்.

'ஆட்டோவில் வந்தால்தானே ஆட்டோ சத்தம் கேட்கும்' தோளில் தொங்கிக்கொண்டிருந்த சிறுபையில் இருந்து, ஒரு ஒற்றை இறகை எடுத்து நீட்டினாள். 'அனு ஸ்கூல் போயிருக்கும். எனவே நீலா எனும் அனு அம்மாவுக்கு' என்று சொன்னாள். சிரிக்கிற மாதிரியும் இருந்தது. கண் கலங்கவும் செய்தது. 'சிறகிலிருந்து பிரிந்த ஒரு இறகு' என்றாள். இப்படித் துவங்கும் அந்தக் கவிதையின் வரிகளை முற்றிலும் எழுதித்தான் ஆறு ஏழு மாதத்திற்கு முன்பு

அந்தக் கடிதத்தைத் துவங்கி இருந்தாள். எனக்குக் கூட அல்ல, ‘அன்புமிக்க சுந்தரத்துக்கு’ என்று அனுவுடைய அப்பாவுக்குத்தான் எழுதியிருந்தாள்.

அந்தக் கடிதம் வந்த தினம் கூட நன்றாக ஞாபகம் இருக்கிறது. தொடர்ந்து அன்றைக்கு மழை பெய்துகொண்டே இருந்தது. ‘போறாளே பொன்னுத் தாயி. பொலபொலவென்று கண்ணீர் விட்டு’ என்ற பாடலை அந்தப் பெண் தொலைக்காட்சியில் அவ்வளவு உருக்கமாகப் பாடிக்கொண்டிருந்தது. மழையா, இந்தப் பாட்டா, சோபாவில் படுத்துத் தூங்கும் அனுவின் தோற்றமா எதுவோ இந்த அறையை, இந்த வீட்டை வேறு விதமாக மாற்றியிருந்தது. அமைதி இந்த அறையைத் தண்ணீரால் நிரப்புவது போல நிரப்பிக்கொண்டு இருக்க, ஒரு குளிர்ந்த கூழாங்கல் போல நான் அடியில் கிடப்பதாக நினைத்துக்கொண்டேன். நாற்காலியில் இருந்து எழுந்து தரையில் படுத்துக் கொண்டேன்.

வாயில் அரிசிக் குருணையை ஏந்திச் சுவரோரம் செல்லும் பிள்ளையார் எறும்பு வரிசை ஒன்றை இப்போது பார்த்தே ஆகவேண்டும் போலத் தவித்தது. சுடலைமாடன் தெரு வீட்டில் எப்போதோ பார்த்தது. அதற்குப் பின் பார்க்கவே இல்லை. எறும்புகள் கூட இப்படிக் காணாமல் போய்விடுமா? குருவி எல்லாம் காணாமல் போய்விடுமா? ஒன்று காணாமல் போனால் அந்த இடத்திற்கு இன்னொன்று வந்திருக்கும் அல்லவா? அப்படி என்ன வந்திருக்கிறது? இந்த வண்ணத்துப் பூச்சியும் என்றைக்காவது காணாமல் போய்விடுமா?

இப்படியெல்லாம் எதைஎதையோ நினைத்துக்கொண்டு உட்கார்ந்து இருக்கையில்தான், ‘கதவைத் திற’ என்று ஜன்னல் வழி சத்தம் கேட்டது. ‘என்ன உட்கார்ந்துக்கிட்டே தூங்கிட்டியா?’ என்று கேட்ட குரலில் சிரிப்பு இருந்தது. தூங்கித்தான் இருக்க வேண்டும். ஆனால், ‘இல்லை, சும்மா படுத்துக் கிடந்தேன்’ என்று சொல்லும்போதே

‘ஜானகி லெட்டர் மாதிரி இருக்கு’ என்று டி.வி பக்கம் இருந்த கடிதத்தை எடுத்தான். வீட்டிற்குள் நுழைந்தவுடன் முதலில் பார்க்கிற இடம் அதுதான். கடிதங்கள், பத்திரிக்கை, அழைப்பிதழ், டெலிஃபோன் பில் என்று ஏதாவது ஒன்று வந்திருக்க வேண்டும்.

‘முதலில் தலையைத் துவட்டப் படாதா?’ துண்டை நீட்டும் போது, அனுவைக் குனிந்து முத்தினான். ‘அப்பவே தூங்கிட்டுதா?’

என்றான். உடையை இழுத்துவிட்டான். கொலுசுத் தொங்கலைச் சரி செய்தபடி, 'என்ன எழுதியிருக்கா ஜானு?' என்று கடித உறையைப் பார்த்தான்.

'சுந்தரத்துக்கு எழுதியிருக்கா. சுந்தரம் தானே படிச்சுப்பார்த்துச் சொல்லணும்' என நான் சொன்னதைக் கவனிக்கவில்லை. உறையின் ஓரத்தை மடக்கி, நகத்தால் இழுத்துவிட்டு, பிசிறில்லாமல் கத்திரித்து எடுப்பது போலக் கிழித்துக்கொண்டிருந்தான். ஒரு காகிதத் திரி போல, கிழிந்த துண்டு காற்றில் நெளிந்தது.

'என்ன? கவிதையெல்லாம் எழுதியிருக்கா ஆரம்பத்திலேயே? அதுவும் நம்ம ஆள் கவிதை' என்று சொல்லி, 'காற்றின் தீராத பக்கங்களில் ஒரு பறவையின் வாழ்வை எழுதுகிறது' என உரக்கச் சொன்னான்.

எனக்கு அந்தக் கவிதையை அப்படி வாசித்தது பிடித்திருந்தது. கையில் ஈரத் துண்டை வைத்துக்கொண்டே இன்னும் நெருக்கமாகத் தோளை இடித்தபடி நிற்க வேண்டும் என்று தோன்றியது. துவட்டப் பட்ட கலைந்த சிகையோடு முகம் அழகாக இருந்தது. நாற்பது தொடப் போகிற முகம் இதுவரை இத்தனை அழகாக இருந்தது இல்லை. 'போறாளே பொன்னுத்தாயி' என்று பாடவேண்டும். ரொம்ப நேரமாக நான் அதை மனதிற்குள் பாடியபடி இருந்தது போலவும், இப்போதுதான் எனக்கே அது கேட்பது போலவும் நினைத்துக்கொண்டேன். சற்று வெட்கமாக இருந்தது.

'என்ன, நீலா என்னவெல்லாமோ எழுதியிருக்கா?' என்று என்னைப் பார்த்து நிமிர்கிற முகத்தைப் புரிந்துகொள்ள முடிய வில்லை. 'என்ன?' என்று புருவத்தைச் சுருக்கினேன். எதுவும் சொல்ல வில்லை. கடிதம் என் கைக்கு மாறியது. 'என்ன, இப்படி எழுதியிருக்கா?' என்று மறுபடியும் சொன்னான். பித்தான்கள் பிரித்துவிடப்பட்டு இரு புறமாக விலகிக் கிடக்கிற சட்டையின் பிளவுகளுடன், ஒரு நனைந்த பறவை போல அவன் இருந்தான். 'உட்கார்ந்து வாசி' என்றான். நான் உட்காரவில்லை.

ஒரு அடித்தல் திருத்தல் இல்லாத, வழக்கமான ஜானகியின் கோடு போட்டது போன்ற, சரியாத வரிகள். ஆனால் எழுதியிருந்த விஷயம் அப்படியில்லை.

இந்த எட்டு ஒன்பது வருடங்களுக்குப் பிறகு குணசீலனுக்கு அவளைப் பிடிக்காது போயிற்றாம். குழந்தை இல்லாததாலா என்று கேட்டுவிட்டாளாம். அதெல்லாம் இல்லை, பிடிக்கவில்லை

என்கிறானாம். நாம் ஒருவரை ஒருவர் விரும்பித் தானே திருமணம் செய்துகொண்டோம் என்று கேட்டால், ஒருவரை ஒருவர் விரும்பாது போனால், அதே போலப் பிரிந்துவிட வேண்டியது தானே என்று சுருக்கமாகத் திருப்பிச் சொல்கிறானாம்.

அடிக்கடி வெளியூர்ப் பயணங்களுக்கு உட்படுகிற என் வேலை நிலை காரணமா சீலன் என்று கேட்டால், அதெல்லாம் இல்லை யாம். ஒருவேளை வேறு பெண்ணை யாரையாவது விரும்புகிறாயா என்றும் கேட்டுவிட்டாளாம். ‘இதே கேள்வியை நான் உன்னிடம் கேட்க இடம் உண்டா ஜானகி?’ என்பது அவன் பதிலாம்.

இவ்வளவு சந்தோஷமான ஒன்பது வருடங்களை ஒரு சாக்லெட் உறை மாதிரி, ஒரு மாத்திரைத் தகடு மாதிரி எப்படி என்னால் எறிந்துவிட முடியும் சுந்தரம்? அவன் ஒரு அற்புதமான ஆணாக இருந்து, என்னை ஒரு அற்புதமான பெண்ணாக நேற்றுவரை உணரச் செய்துகொண்டிருந்தான். அந்த அற்புதத்திற்கு இன்று என்ன நேர்ந்தது சுந்தரம்? அற்புதங்களில் தீரா அற்புதம் என ஒன்றும் கிடையாதா? விடைகளை முதலில் தந்துவிட்டு, கேள்வியின் புதிர்களை நம்மை எழுதச் சொல்கிற தேர்வு முறைகளுக்கு நான் பழகியிருக்க வில்லையே.

இந்த ஒன்பது வருடங்களில் நாங்கள் செய்த பிரயாண காலங்களில் பெய்த பெரு மழையை எந்தக் கடலில் கொண்டு சேர்ப்பது? நாங்கள் அமர்ந்த பாறைகளின் மேல் விட்டுவிட்டு வந்திருக்கும் எங்கள் உடல் சூட்டை இனி என்ன செய்வது? நாங்கள் சேகரித்த வண்ணத்துப் பூச்சிகள் காளான்கள் எல்லாம் என்னாகும்?

மூணாறில், கபினியில் ஆகும்பேயில், ஹளேபேடுவில், மிகப் பழைய பாடல்களின் தொகுப்பில் இருந்து குணசீலன் தேர்ந் தெடுத்துப் பாடிய ஏ.எம்.ராஜா பாடல்கள் எத்தனை? சீலனுக்கு அத்தனை நல்ல குரலும் இல்லை. அத்தனை மோசமான குரலும் இல்லை. குரலை மீறிய நல்ல பாடகன் அவன். இதை எழுதுகிற இப்போது கேட்கிறது அவனுடைய, ‘அன்பே வா, அழைக்கின்ற தென்றன் மூச்சே, கண்ணீரில் துன்பம் போச்சே’ பாடல். ‘வான்மதி ராவிலே நாம் உலாவலாம். இதம் தரும் காதலில் எந்த நாளுமே’ என்று அவன் பாடும் போது காயலில் ஒரு படகில் இருந்தோம். ஆகாயத் தாமரை நீலமலர்களுடன் எங்கள் படகை ஏந்திக்கொண்டு இருந்தது, எங்களின் கால்கள் பாபநாசம் ஆற்றில் அமிழ்ந்திருக்க, ‘காலையும் நீயே, மாலையும் நீயே’ பாடிய போது ஒரு பலா இலை

சுழன்றுகொண்டிருந்தது நீர்ச் சுழிப்பில். இனி சீலனுக்குப் பாட என்ன பாடல்கள் உண்டு? தெரியவில்லை.

இனிமேல் என் ஓவியக் கித்தான்களை நிரப்புவதற்கு என்னிடம் எந்த வண்ணங்களும் இல்லை சுந்தரம். தொடர்ந்து ஓவியம் வரைந்தவர்களுக்கு சுற்றிக்கிடக்கும் இந்த வெற்றுக் கித்தான்கள் உண்டாக்குகிற பிசைவு தாங்க முடியாத ஒன்று. சொல்லிக் கொள்ளலாம். எதையும் தாங்கலாம் என்று. எதையும் தாங்க முடியாது என்பதுதான் நிஜம். நிஜம்தான் தாங்க முடியாத பாரம். அந்த பாரத்தை இறக்கிவைக்க அல்ல, எவ்வளவு எடை என்று பார்த்துக் கொள்ளத்தான் இதை உங்களுக்கு எழுதுகிறேன். இதை நீலாவுக்கும் எழுதியிருக்கலாம் சுந்தரம். வெயிலில் உலர்த்துவது என்று ஆகிவிட்டது. எல்லா இடத்திலும் தானே வெயில் விழும். ஆனால் இங்கே மட்டும்தான் விழும் என்பது போல ஒவ்வொருத் தரும் கொடியில் ஒரு இடத்தில் தொங்கப் போடுவது நமக்குப் பிடித்திருக்கிறது இல்லையா?

சட்டென்று இந்த இடத்தில் முடித்துக் கையெழுத்துப் போட்டிருந்தாள். எனக்குக் காக்கை உட்கார்ந்து எச்சமிட்டுப் பறக்கிற வெற்றுக் கம்பிக் கொடியில் கிலுகிலு என்று உலோகக் கிளிப்புகள் அசைவது போல ஒரு கணம் இருந்தது. மறுகணம் நன்றாக உலர்ந்த துணியின் மேல் சடசடத்து மழை விழ, அதை அவசரம் அவசரமாக உருவித் தோளில் போட்டுக்கொண்டு வீட்டுக்குள் ஓடிவருவது போல இருந்தது. என் தோளில் உலர்ந்தும் உலராமலும் ஜானகி கிடப்பது மாதிரிக் கூட.

நான் படித்து முடித்துவிட்டேன் என்று தெரிந்ததும், ‘என்ன நீலா, இப்படி ஆயிட்டுது?’ என்று கையைப் பிடித்துக்கொண்டு அப்படியே அனு அப்பா என் பக்கத்தில் நின்றவிதம் புதியதாக இருந்தது. ஒரு சிலை போல மற்றதெல்லாம் உறைந்துவிட்டது போலவும் கைகள் மட்டும் நீண்டு என்னைப் பற்றியிருந்ததுமான அந்தப் பொழுதை மேலும் சில நாட்களுக்கு என்னிடம் வைத் திருந்தேன். ‘அப்படியே கல் மாதிரி நிற்குறீங்க. கை மட்டும் காய்ச்சல் வந்தது மாதிரித் தீயாகக் காந்துகிறது. எனக்கு ஒன்றும் ஓடவில்லை’ என்று திரும்பத் திரும்பச் சொல்லிக்கொண்டு இருந்தேன். அதே போலத்தான் ஜானகி எழுதியிருந்த அந்தக் கவிதை வரிகளில் ஒரு வார்த்தை கூட மறக்காமல் எல்லாம் ஞாபகம் இருந்தது. ‘சிறகிலிருந்து பிரிந்த இறகு ஒன்று’ என்று அடிக்கடி நானாகச் சொல்லிக் கொண்ட நேரங்கள் நிறைய.

அதையேதான் ஜானகி இப்போது சொல்கிறாள். கையில் ஒரு இறகை வைத்துக்கொண்டு. இது காக்கைச் சிறகு அல்ல. வேறு ஏதோ ஒரு புதுவகைப் பறவைச் சிறகு. சற்று நீளமாக இருக்கிறது. ஒரு அடுக்கு வெள்ளை, ஒரு அடுக்கு பழுப்பு என நுனிவரை படியப் படிய மினுமினுத்தது.

'இப்படி ஒண்ணை இதுவரை பார்த்ததே இல்லையே' அதைக் கையில் வாங்காமல் ஜானகியைப் பார்த்தேன்.

'நாம எல்லாப் பறவையும் பார்க்காவிட்டால் என்ன? நாம பார்க்காத பறவையும் நம்மைத் தாண்டிப் பறந்து போகும். இப்படி ஒண்ணோ ரெண்டோ போகிற வருகிற வழியில உதிர்ந்து கிடக்கும். குனிஞ்சு எடுத்துக்கிடுவோம். என்னிக்காவது எத்தனை தடவை தான் இப்படி குனிஞ்சு குனிஞ்சு எடுக்கிறது என்று நமக்கு தோணிச்சுது என்றால், எல்லாத்துக்கும் சேர்த்து அப்படியே அண்ணாந்து வானத்தைப் பார்த்துக்கிட்டு உட்கார்ந்திடலாம், என்னை மாதிரி' என்றாள். அந்த 'என்னை மாதிரிதான்' கஷ்டமாக இருந்தது.

வேறு மாதிரி பேசுகிறோம், இயல்பாக இல்லை என்று அவளுக்கே பட்டிருக்க வேண்டும். 'இதோ உங்கள் வீட்டுக்கு வருகிற வழியில் தான் கிடந்தது. அப்போதுதான் உதிர்ந்ததோ என்னவோ, எடுக்கும் போது லேசா வெதுவெதுண்ணு கூட இருந்துச்சு. எங்கே பார்த்தாலும் நசுங்கின வேப்பம் பழம். இது வேப்பம் பழத்தை விரும்பி உண்கிற பறவை ஒன்றின் இறகாகக் கூட இருக்கலாம்' என்று என்னிடம் சொல்லிக்கொண்டே கையில் இருந்த இறகை முகர்ந்து பார்த்தாள். 'கசப்பு வாசனை ஒண்ணும் இல்லை' என்று சிரித்தாள்.

தொலைக்காட்சிப் பெட்டியின் மேல் இருக்கிற புத்தர் சிலையைப் பார்த்தபடி, 'இங்கேயே தான் இருக்கிறாரா? வேறு எங்கேயாவது ஓடிப் போயிருப்பார் என்று அல்லவா நினைத்தேன்' என்றபடியே அந்த ஒற்றை இறகை புத்தர் வெண்கலச் சிலையின் மடியில் வைத்தாள். இது ஜானகி அப்படி வைக்கிற மூன்றாவது இறகு. முதலில் ஒரு காக்கைச் சிறகு. காக்கைச் சிறகுடன் புத்தர் உட்கார்ந்திருக்கிற படம்தான் நெடுங்காலம் சுந்தரத்தின் செல்ஃபோன் முகப்பில் இருந்தது. அப்புறம் சின்னஞ்சிறு குருவி ஒன்றின் இறகு. இப்போது வெள்ளையும் பழுப்புமாக இது.

'இறைவா' என்று யார் கையிலிருந்தோ நழுவி விழும் ஒரு பொட்டலம் போல, தன் கனம் முழுவதையும் கழற்றி வீசிவிட்டு நாற்காலியில் உட்கார்ந்தாள். எதிரே இருக்கிற புகைப்படத்தைப்

பார்த்துச் சிரித்தாள். 'சுந்தரம், நீ, அனு மூணு பேரும் இருக்கிற ஒரு ஓவியத்தை வரைந்து அந்த இடத்தில் மாட்டவேண்டும்' என்று சொன்னாள். இதையே முன்பும் ஒருமுறை சொல்லிவிட்டு, 'ஒருபோதும் ஓவியம் என்பது ஒரு புகைப்பட டிஜிட்டல் க்ளிக் அல்ல' என்று அவள் சொன்னது நினைவுக்கு வந்தது.

'அனு அப்பா ஊரில் இல்லை. மார்த்தாண்டம், குழித்துறை என்று ஏதோ வேலை' சுந்தரம் எங்கே என்று ஜானகி கேட்பதற்கு முன்பே நான் சொல்லிவிட்டேன்.

'முன் கூட்டிச் சொல்லாமல் வந்தது என் தப்பு. சொல்ல முடியும் நிலையில் இல்லை. எல்லாக் காகிதங்களிலும் கையெழுத்துப் போட்டுக் கொடுத்து, கோர்ட்டில், நீ யார், எந்த ஊர், எப்போ கல்யாணம் ஆச்சு என்ற கேள்விகளுக்கு எல்லாம் பதில் சொல்லி, இரண்டுபேருக்கும் இதில் சம்மதம், எந்த நிர்ப்பந்தமும் இல்லை என்று பெஞ்ச் க்ளார்க் முகத்தைப் பார்த்து எச்சிலை முழுங்கிக் கொண்டே ஒப்புக்கொண்டு, ஆறு மாதத்திற்குப் பிறகு வாய்தா என்று கேட்ட பின், என்னிடம் யாருக்குச் சொல்லவும் எந்தச் சொல்லும் இல்லை. எல்லாத் திசை காட்டிகளும் பிடுங்கி எறியப் பட்ட சாலையில் நான் நின்றேன். சுந்தரத்துக்குக் கார் ஓட்டத் தெரியாது என்று தெரியும். என்றாலும் அவனுடைய வாகனம் என் அருகே வந்து நின்று என்னை ஏற்றிக்கொள்ளாதா என்று தோன்றியது நீலா.' ஜானகி கால்களை மாற்றிப் போட்டுப் பின்னி உட்கார்ந்து கொண்டு, என்னைப் பார்த்தாள். இது அவள் உட்காரும் முறை. அவளுடைய அலுவலகம் சார்ந்த வெளிநாட்டுப் பயணத்தின் வார இறுதிச் சுற்றுலாவில் கல்லறைத் தோட்டம் ஒன்றின் பக்கத்தில் நீல ஜீன்ஸ், ஒரு மெஜந்தா கம்பளிச் சட்டையும் அணிந்தபடி நிமிர்ந்து உட்கார்ந்திருக்கும் படத்தை மீண்டும் பார்ப்பது போல இருந்தது.

ஒவ்வொரு புகைப்படத்தின் பின்னாலும் சிறு சிறு வரிகள் எழுதியனுப்புகிற பழக்கம் சீலனுக்கு உண்டு. அந்தப் படத்தில், 'ராணியம்மா ஆசைப் பட்டா, பாடச் சொல்லி ஆணையிட்டா' என்று எழுதியிருப்பான். இப்போது ராணி முடி துறக்கவேண்டியது ஆகிவிட்டது போல. இப்படியான யோசனையில், துளைப்பது போல நான் அவளை ரொம்ப நேரம் பார்த்தபடி இருந்திருக்க வேண்டும்.

ஜானகி, 'ஹலோ' என்று என் முன் இருக்கும் கரும்பலகையை அழிக்கும் அசைவுகளுடன் கைகளை ஆட்டினாள். 'அனு எப்போது ஸ்கூலில் இருந்து திரும்புவாள்? அவள் வரைந்த மயில் படம் இன்னும் என் மேஜையில் ஆடிக்கொண்டு இருக்கிறது.'

என்று என்னைக் கலைத்து அவள் பக்கம் திருப்பிவிட்டு, என் முகத்தைத் தாண்டி எங்கோ பார்த்துக் கொண்டு மீண்டும் தொடர்ந்தாள். ‘சிறுவர்கள் வரைகிற மயில்களுக்குத்தான் எட்டாவது நிறம் ஒன்றில் தோகை இருக்கிறது. களங்கமின்மையின் வண்ணம் அது. பெரியவர்களின் தூரிகையால் அதை ஒரு போதும் தொடவே முடியாது என எனக்குத் தெரியும்’ என்றாள். கைகளை உயர்த்தி உடம்பை முறுக்கி, ‘யம்மா’ எனச் சத்தமாக முனங்கினாள். ‘முன் பதிவு செய்யமுடியவில்லை. உட்கார்ந்துகொண்டே ரயிலில் வந்தேன். எட்டு மணி நேரம் என்பது இந்த முறை முடியவே முடியாத தொலைவில் இருந்தது. உறங்கவும் இல்லை’ அவள் குரல் ஒரு களைத்த ஜானகியுடையதாக, தரையில் சருகு நகர்வது போலக் கேட்டது.

‘டயர்டாக இருக்கிறாய். சாப்பிட்டுவிட்டுப் படு ஜானகி’ என்று நான் சொல்ல ஆரம்பிப்பதற்குள், ‘சொல்லவே வேண்டாம். உன் மடியில் படுத்தால் கூட, அப்படியே தூங்கிவிடுவேன்’ என்று சிரித்தாள்.

‘சுந்தரம் எப்போது திரும்புவான். அதுவரை தூங்கவா?’ என்றாள். அவன் புதியதாக ஏதாவது கவிதைகள் எழுதியிருந்தால் அவனை வாசித்துக் காட்டச் சொல்ல வேண்டும். தன்னுடைய கவிதைகளை மட்டும் அல்ல. மற்றவரின் உயர்ந்த கவிதைகளை அவன் குரலில் கேட்க நன்றாக இருக்கும். பி.பி. ராமச்சந்திரனின் அந்த மலையாளக் கவிதையை முதல் முறை அவன் வாசிக்கும் போதே, அது எனக்கு மனப்பாடம் ஆகிவிட்டது தெரியுமா நீலா?’ என்று ஜானகி அதைச் சொல்ல ஆரம்பித்தாள். ஒவ்வொரு வரியாகச் சொல்லிக்கொண்டே வந்து, ‘ இதை விட எளிமையாக / எப்படி வெளிப்படுத்தும் / கிளிகள் / தங்கள் வாழ்வை?’ என்று முடித்தாள். கண்களை மூடி அப்படியே இருந்தாள். ‘இதை விட எளிமையாக எப்படி வெளிப்படுத்தும்’ என்பதை மட்டும் மீண்டும் சொன்னாள். எனக்குக் கண்களில் அழுகை திரண்டுவிட்டது. நான் ஜானகியின் பக்கத்தில் போய் அமர்ந்தேன். அனேகமாக என் விரல்களில் அப்பியிருந்த சோப்பு நுரை இப்போது முற்றிலும் தணிந்து விட்டிருந்தது.

‘வெளிப்படுத்துதலை விடச் சிரமமானது எளிமையாக வெளிப் படுத்துதல். சீலனுக்கு அது தெரியாமல் போய்விட்டது.’ என்று சொல்லும் போது ஜானகி தன் கைவிரல் நகங்களைப் பார்த்தபடி குனிந்திருந்தாள். எந்த வகையிலாவது அவளை எனக்குத் தொட வேண்டும் என்று இருந்தது. அப்படித் தொடுவதன் மூலம்

இப்போதிருக்கிற அவளை வேறு ஒருத்தியாக மாற்றிவிட முடியும் என நினைத்தேன்.

‘சுந்தரத்திடம் நீயே பேசு. வந்திருப்பதைச் சொல். உனக்காக அலுவலக அட்டவணையை மாற்றிக்கொண்டு சீக்கிரமே அவன் வரலாம். ஒன்றரை மணிக்கு அனு வந்துவிடும். எட்டு முதல் ஒன்று வரைதான் பள்ளிக் கூடம். அதுவரை நீ படுத்திரு. நானும் அடுக் களையைக் கவனித்துவிட்டு வருகிறேன், சரியா?’ என்று அவளைப் படுக்கையறைக்குக் கூட்டி போனேன்.

படுக்கையின் தலைமாட்டில் இருக்கிற சி.டி. ப்ளேயருக்குப் போனாள். ஓடவிட்டாள். சுந்தரம் சமீபத்திய இரவில், வெளியூர் கிளம்புவதற்கு முன்பு கேட்ட, ஹரிப்ரஸாத் சௌரஸ்யா ததும்பி வழிய ஆரம்பித்தார். காற்றில் சிறு தழல் போல் விசிறும் புல்லாங்குழலின் முதல் பரவலிலேயே, ஜானகி நெஞ்சோடு கையை வைத்துக்கொண்டாள். தொலைந்து போகச் சம்மதம் என்பது போல இருந்தது அந்தச் செய்கை.

‘கதவைச் சாத்திவிட்டுப் போகிறேன்’ என்று நான் சொல்கையில், ஜானகி ஒரு தலையணையை எடுத்துத் தன் மடியில் வைத்திருந்தாள். ‘எதற்குச் சாத்த வேண்டும்? கதவு திறந்தே இருக்கட்டும். சௌரஸ்யாவுக்குத் தயக்கம் இராது. உன்னுடன் அடுக்களை வரை வருவார். முன் அறையின் புத்தரோடு உரை யாடுவார். பழங்கள் உதிரும் வேப்பமரத்தின் கீழ் அமர்ந்து வாசிப்பதை அவர் விரும்பக் கூடும். இதோ.. இதோ.. இந்த இடத்தில் அவருடைய இசை ஆளற்ற தெருவில் அடிக்கிற வெயில் போல இருக்கிறது’ என்று எம்பினாள்.

‘முதலில் அவர் அடுக்களைக்கு வரட்டும். புளிக்குழம்பு பிடிக்குமா அவருக்கு என்று கேட்டுக்கொள்கிறேன்.’ என்று சிரித்துக் கொண்டே போனேன். அப்படிச் சொன்னேனே தவிர, ஒரு நீர்த்தடம் போல அந்தப் புல்லாங்குழல் ஒலி நான் செல்கிற இடம் எல்லாம் வந்துகொண்டு இருந்தது.

வாஷிங் மெஷினில், குக்கர் விசிலில், செல் ஃபோன் அழைப்பில், காஸ் சிலிண்டர்கள் ஒன்றோடு ஒன்று கணகணவென்று சிவப்பாக மோத தெருவில் செல்லும் டெம்போ சத்தத்தில், ‘சப்போட்டா மாதுளேய்ய்’ என்ற பழக்காரன் குரலில் எல்லாம் கேட்டுக் கொண்டே இருந்தது. கூரியர் பையன் அல்லது அனுவின் ஆட்டோ ரிக்ஷா வருவதற்குள் குளித்துவிட வேண்டும். ஒரு அத்தியாயம் முடிந்து இன்னொரு அத்தியாயம் துவங்குகிற மாதிரியான நேரம் அது.

அனு அப்பாவிடம் பேசினேன். ஜானகி வந்திருப்பதைத் தெரிவித்தேன். அவளைப் பேசு என்றேன் பேசவில்லையா என்று கேட்டேன். பேசவில்லை போல. சௌரஸ்யா கேட்டுக்கொண்டு இருப்பதைச் சொன்னேன். ஜானகிதான் முதலில் சௌரஸ்யாவை அறிமுகப்படுத்தினாளாம். அது காஸட் காலமாம். 'சரி. சீக்கிரம் வந்துவிடுங்கள். நான் அவளிடம் எதுவுமே பேசவில்லை' என்றேன்.

'ஃபோனை அவளிடம் கொடுக்கட்டுமா? இரண்டு வார்த்தை பேசுகிறீர்களா?' என்று நகர்ந்தபோது, குளித்து அவசரமாகத் துவட்டப்பட்ட தலையில் இருந்து முதுகில் ஈரம் இறங்கிக் கொண்டு இருந்தது. நான் படுக்கை அறை நோக்கிச் செல்கிற நேரத்தில், தொலைபேசியின் மறுபக்கத்தில் அலுவலகச் சத்தங்கள் கேட்டுக் கொண்டிருந்தன. 'கொஞ்சம் லைன்லெ இருங்க' என்று மறுபடி சொல்லி நகர்கையில், புத்தர் சிலையின் மடியில் ஜானகி வைத்த இறகு துடித்தது.

கதவு அகலத் திறந்தே இருந்தது. புல்லாங்குழல் இசை ஓடி முடிந்து, அணைக்கப் படாமல் மஞ்சள் சன்னலில் விளக்கு எரிந்து கொண்டிருந்தது. அந்தப் பக்க விசிறிக்குப் பதிலாக இந்தப் பக்க விசிறியின் பொத்தானைப் போட்டிருக்கிறாள். தலைமாட்டிற்குப் பதிலாக கால்மாட்டில் காற்றுச் சுழன்று, கரண்டைப் பக்கம் சேலை விலகிக் கொலுசு தெரிந்தது.

மடியில் வைத்திருந்த தலையணையைப் பக்கவாட்டில் வைத்திருந்தாள். சன்னலுக்கு வெளிப்பக்கம் இருந்து அசையும் மஞ்சள் கொன்றைச் செடியின் நிழல் அவள் முகத்தைத் துடைத்துக் கொண்டு இருந்தது.

'நல்லா தூங்கிட்டா' என்று மட்டும் ஃபோனில் சொல்லி யிருக்கலாம். அதைச் சொல்லவில்லை. 'சிறகிலிருந்து பிரிந்த இறகொன்று' என்று சொல்லத் தோன்றியது. அதையும் சொல்ல வில்லை. எதையும் சொல்லவேண்டாம் என்று தூங்குகிற ஜானகியையே பார்த்துக்கொண்டு இருந்தேன்.

அந்தச் சிறகு அவளிடம் இருந்துதான் உதிர்ந்திருக்கும் என்று எனக்குத் தோன்றியது.

கல்கி தீபாவளி மலர்
2013

தண்டவாளங்களைத் தாண்டுகிறவர்கள்

'சாந்தி டீச்சர் மாதிரி இருக்கு இல்லையா கஸ்தூரி?' நமசு கேட்டுக் கொண்டே தண்டவாளங்கள் பக்கம் கையை நீட்டினான். கஸ்தூரி வேறு எங்கோ பார்த்தாள். நல்ல வெயில். எதிர்ப்பக்கம் இருந்த பெரிய அரசமரத்தின் இலைகள் மினுமினுவென்று புரள்வது மட்டும் தெரிந்தது அவளுக்கு.

'தெரியுதா? அச்சு அசல் அப்படியே இருக்கு' நமசு சொல்லச் சொல்ல கஸ்தூரிக்கு இப்போது அந்த உருவம் தண்டவாளம் தாண்டிப் போவது பிடிபட்டது. 'ஆமாங்க' என்று சொன்னாள். முதுகுப் பக்கம் தெரிவதை வைத்து உறுதியாக அடையாளம் சொல்ல முடியவில்லை. ஒரு செவலை நாய் எதிர்ப்பக்கம் இருந்து இங்கே வருவதைப் பார்க்க ஆரம்பித்தாள்.

இந்தத் தண்டவாளங்கள் குறுக்கு மறுக்காகக் கிடந்து ஒரு இடத்தில் விலகி, வெகுதூரம் போவது நன்றாக இருக்கும். இப்படி யாராவது தண்டவாளங்களை, சரல் கற்களை, தும்பைச் செடியை எல்லாம் தாண்டி, ஒற்றை ஆளாக நகர்ந்து மறைவது என்னவோ செய்கிறது. அதுவும் அப்படிப் போகிறவர் நமக்குத் தெரிந்த ஒருவர் என்றால் கேட்கவே வேண்டாம்.

'டீச்சர் மாதிரியே இருக்கு அல்லவா?'

கஸ்தூரி நமசுவின் அந்தக் கேள்வியையே விட்டுவிட்டாள். வேறொரு புள்ளியில் இருந்து ஆரம்பித்தாள். 'முதல் முதல் அவங்களைப் பார்த்தது தான் ஞாபகம் வருது' என்று கஸ்தூரி சிரித்தாள். ஆறு ஏழு மாதச் சூலின் வயிறு மேடிட்டு, பருத்திச் சேலைக்குள் இருந்து விம்மிக்கொண்டு இருக்க, சாயுங்கால

வெயிலில் ரயில்வே ஸ்டேஷன் நடைமேடை ஒன்றிலிருந்து சிரிக்கிற அந்தச் சிரிப்பை நமசுவுக்குப் பிடித்திருந்தது. அவள் பக்கம் வந்து, கஸ்தூரியின் கையை லேசாகப் பிடித்துக் கொண்டான். கஸ்தூரி ஒன்றுமே கேட்கவில்லை. ஆனால் நமசு, 'ஒண்ணுமில்லை' என்று சொன்னான். அப்படி அவன் சொன்னது கஸ்தூரிக்கும் பிடித்திருந்தது. அவள் நமசுவைப் பார்த்து, 'ஒரு யானையையே அல்லவா வீட்டுக்கு முன்னால் கொண்டுவந்து நிறுத்திட்டாங்க' என்றாள்.

யானை பிளிறுகிற சத்தம் கேட்டது.

நமசுவுக்குக் கல்யாணம் ஆன புதிது. நமசுவின் அக்காவும் பிள்ளையுமாய் லீவுக்கு வந்திருந்தார்கள். அம்மா, அக்கா, கஸ்தூரி எல்லோரும் அடுக்களையில் இருந்து பேசுகிறார்கள். பட்டாசலோ, இரண்டாம் கட்டோ, அடுக்களையோ, புறவாசலோ எங்கே இருந்தாலும் அவர்களுக்குப் பேச விஷயம் இருக்கிறது. அப்படி என்ன பேசுவார்கள் என்று தெரியவில்லை. இடையில் இடையில் சிரிப்பு. கஸ்தூரியும் அக்காவும் மட்டும் இருக்கிற சமயம் இந்தச் சிரிப்பு வேறு மாதிரிக் கேட்கிறது. ஒரு சோப்புக் கொப்புளம் பெட்ரோல் நீலமும் வாடாமல்லிச் சிவப்பும் படித்துறையில் உரசின மஞ்சளுமாகத் திரண்டு பெரியதாகி, எல்லாப் பக்கங்களிலும் வர்ணங்களைச் சிதறி வெடிக்கிறது போல அது. சரசு அக்காவுக்குச் சிரித்தால் கண்ணீர் வந்துவிடும். கண்ணீரைப் புறங்கையால் தேய்த்துத் துடைத்துக்கொண்டே அக்கா மேலும் சிரிப்பாள். இப்போது அப்படி ஒரு சிரிப்புச் சத்தம் எதுவும் கேட்கவில்லை. கேட்டால் நல்லதுதான்.

நமசு முருங்கைப் பூவின் மேல் சுழன்று சுழன்று, மகுடி நாகம் போல ஆடிக் கொண்டு இருக்கும் கருவண்டையே ஜன்னல் வழியாகப் பார்த்துக் கொண்டு இருக்கையில், யானை பிளிறுகிற சத்தம் மறுபடியும் கேட்டது.

அப்பாதான் கடைசி அறையில் இருந்து வேடிக்கை காட்டுகிறார் போல. அக்கா பையனுக்குச் சொல்கிற கதையில் யானை வந்தால் அப்பா யானை போலப் பிளிறுவார். சிங்கம் வந்தால் கர்ஜிப்பார். சி.எஸ்.ஜெயராமன் மாதிரிப் பாடுவார். உசிலை மணி மாதிரிச் சிரிப்பார். 'அப்பமொடு அவல் பொரி' என்று ஆரம்பித்து, 'மெய்யன்பர்களே' என்று பேச ஆரம்பித்தால், அப்படியே வாரியார் சுவாமிகள் மாதிரி இருக்கும். இந்தப் பிளிறல் அப்பாவுடையதுதான் என நமசு தீர்மானித்து, ஜன்னலைப் பார்த்தான். கரு வண்டு காணாமல் போயிருந்தது. அதே இடத்தில், முருங்கைப் பூக் கொத்தை அணில்குஞ்சு கொறித்து தலை கீழாகத் தொங்கியது.

ஜன்னல் வழியாகத் தும்பிக்கை துளாவி. மூச்சுவிட்ட போது நமசு பயந்தே போய்விட்டான். ‘யப்பா; என்று அவன் போட்ட சத்தம் பயத்தில் வெளியே கேட்கவே இல்லை. ஜன்னலுக்கு அந்தப் புறம் காந்தி டீச்சர் நின்றாள். ‘பயப்படாதே. பயப்படாதே’ என்று அவள் சிரிப்பதைக் கண்டு நமசுக்கு ஒரே கோபம். ஒன்று, இரண்டு என யானை ஜன்னல் பக்கத்தில் இருந்து பின்பக்கமாக நகர்ந்ததில், மணிச்சத்தம் கேட்டது. பக்கத்தில் தலைப்பாகை கட்டிக்கொண்டு சின்னப் பையன் களையுடன் நிற்கிற மாவுத்தனின் கட்டம் போட்ட சட்டை தெரிந்தது. யானை வாடையாகத்தான் இருக்கும். மக்கிய கூரைப் பனையோலை மாதிரி அப்படியொரு வாடை. வெயில் போன்று இந்த வாடை வீடு முழுக்க ஒரே விரல் சொடுக்கில் பரவிவிட்டது. எல்லோரும் வாசலுக்கு வந்தார்கள்.

அம்மாதான் முதலில் நடையை விட்டு இறங்கினாள். ‘எல்லாம் உன் வேலைதானா?’ என்பது போல காந்தி டீச்சரின் தோளைத் தட்டினாள். அப்புறம் கையைப் பிடித்துக்கொண்டாள். பக்கத்தில், தன்னுடைய வீட்டுக்கு முன்னால் இவ்வளவு பெரிய யானை நிற்பதைக்கூட அவள் பெரிதாக எடுத்துக்கொள்ளவில்லை.

எங்கள் வீட்டு வாசலின் வெவ்வேறு இடங்களில் நாங்கள் நின்றது போல, தெருவிலும் ஏழெட்டுப் பேர், ஹெட் மாஸ்டர் வீட்டில் யானை வந்து இருப்பதைப் பார்த்து நின்றார்கள். அப்பா சரசு அக்கா மகன் சந்திரனைத் தூக்கிக் கையில் வைத்துக்கொண்டு, ‘என்ன டீச்சர் விளையாட்டு இது?’ என்றார். கோபமாகச் சொல்வது போல் வெளிக்குத் தெரிந்தாலும். அதில் ஒரு சிரிப்பு இருந்தது.

காந்தி டீச்சர் அப்பா முகத்தைப் பார்த்தது போலவும் பார்க்காதது போலவும் நமசுவுக்கு இருந்தது. பார்த்த அந்த ஒரே ஒரு நிமிடத்தின் பிரகாசத்தை எல்லோர்க்கும் பகிர்ந்து கொடுப் பதாக, எல்லோரையும் பார்த்து டீச்சர் சிரித்தாள். எங்கிருந்தாவது பேச்சைத் துவங்க வேண்டும் இல்லையா? அதற்காக, ‘நமசைத்தான் கொஞ்சம் பயப்பட வச்சுட்டேன்’ என்று சொல்கையில், கஸ்தூரியைப் பார்த்தாள். கஸ்தூரி குனிந்தபடி நின்று, சரசக்கா கையைப் பிடித்துக் கொண்டாள்.

‘பரமானந்தம் என் கிட்டே எட்டாம் வகுப்புப் படிச்சவன். கடையத்துப் பையன்’ என்று யானைப் பக்கம் நின்ற மாவுத்தனைக் காட்டினாள். ‘அவனுடைய அப்பாவுக்கும் இதே காரியம் தான். பரம்பரையா கை மாறி வருகிற அங்குசம். கீழே வச்சிர வேண்டாம்னு

அப்பா கையிலே இருந்து இவன் வாங்கிக்கிட்டான். நல்லா இருக்கான்.' என்று டீச்சர் அறிமுகம் பண்ணும்போது யானை துதிக்கையைச் சுருட்டிச் சுருட்டிச் சுழற்றி, தரைக்கு ஒரு அடி உயரத்தில் ஒரு மாயத் தாமரையை வரைந்துகொண்டிருந்தது.

'ரைஸ் மில்காரர் தோப்புல இரண்டு பேரும் நிண்ணாங்க. பஸ்ஸில் இருந்து இறங்கும்போதே யானையைப் பார்த்துட்டேன். யானையைப் பார்த்தபிறகு யாராவது நிண்ணு பார்க்காமல் வருவாங்களா?' என்று அக்கா பையனைப் பார்த்தாள். 'வரமுடியுமா, நீ சொல்லு' என்று கேட்டாள். விரலை வாயில் போட்டுக்கொண்டே அவன் தாத்தாவை ஏறிட்டுப் பார்த்தான்.

'பக்கத்தில போய்ப் பார்த்தால் இவன். எனக்குக் கூட முதலில் அடையாளம் தெரியலை. அவன்தான், 'நான் ஆனந்தம்'லா டீச்சர்' என்றான். 'நீங்க ஒருத்தர் தான் டீச்சர் என்னை ஆனந்தம்னு கூப்பிடுவீங்க' என்று சந்தோஷப்பட்டான். சட்டுண்ணு தோணுச்சு. ஆனையைக் கூட்டிக்கிட்டு என் கூட ஒரு இடத்துக்கு வாரியா ண்ணு கேட்டேன். எங்கேன்னு கூடக் கேட்கலை. புறப்பட்டுட்டான்'

காந்தி டீச்சர் சொல்வதை எல்லாம் சரி என்பது போல காதை ஆட்டி ஆட்டி யானை கேட்டுக்கொண்டு இருந்தது. அம்மா, காந்தி டீச்சர் பக்கம் இருந்துகொண்டே அக்காவிடம் எப்போது சொன்னாளோ? அக்கா ஒரு சுளவில் பச்சரிசியும் மண்டை வெல்லமும் கொண்டு வந்தாள். கனமாக இருந்திருக்கும். படி இறங்கும் போது கஸ்தூரியும் ஒரு கை தாங்கி அதை வாங்கியது நமசுவுக்குப் பிடித்திருந்தது.

சரசக்கா பையனும் சரி, தெருப்பையன் ஒருவனும் சரி யானை முதுகில் ஏறுவதற்குப் பயப்பட்டார்கள். கொப்பரையைத் தூக்க முடியவில்லை. இரண்டு வாளிகளில் தண்ணீர் வைத்ததை யானை துதிக்கையால் ஒரே உறிஞ்சாக உறிஞ்சி, எல்லோர் மேலும் பீச்சியது. ஒவ்வொரு சமயத்தில் ஒவ்வொருத்தர் அழகாக இருப்பதாக நமசு நினைத்தான். யானை விசிறுகிற தண்ணீரை விட்டு முகத்தை விலக்கிக் கைகளை உயர்த்திய படி, கண் சுருக்கி, மூக்குச் சுழித்து நின்ற அப்பாவை ரொம்பப் பிடித்திருந்தது அவனுக்கு.

சரசக்காவும் நமசுவும் ஒருதடவை அப்பாவுடன் காந்தி டீச்சர் வீட்டுக்குப் போயிருக்கிறார்கள். அப்பா அம்மாவிடம், 'டீச்சர் வீட்டுக்குப் போயிட்டு வந்து விடுகிறோம்' என்று சொல்வார். காந்தி டீச்சர் என்று பெயரைச் சொல்ல மாட்டார். அதே போல, டீச்சர் வீட்டுக்குப் போனால், 'காந்தி, அப்பாவை எங்கே காணோம்?' என்று

கேட்பார். பெயரைத் தவிர ஒரு தடவை கூட டீச்சர் என்று சொல்ல மாட்டார்.

டீச்சருடைய அப்பாவுக்கு யார் மாதிரியோ முகம். 'யார் மாதிரியோ இருக்காங்க அந்தத் தாத்தா' என்று அப்பாவிடம் நமசு சொல்லிக்கொண்டு இருக்க, அப்பா சிரிப்பார். 'காமெடியன் ஜானிவாக்கர் மாதிரி டா. வடக்கத்தி ஆளு. ஒனக்கு எங்கே அவரைத் தெரியும்?' என்று சொல்கிற அப்பாவின் தோளை காந்தி டீச்சர் லேசாகத் தட்டுவார். அது என்ன தட்டல், அது என்ன சிரிப்பு என்று தெரியாது.

'தாத்தா நிறைய மியூசிக் எல்லாம் போடுவாரு. கேக்கறீங்களா?' என்று காந்தி டீச்சர் நமசுவையும் சரசுவையும் அவரிடம் கூட்டிக் கொண்டு போய் விடுவார். அந்த அறையில் சிகரெட் வாடை அடிக்கும். அப்போதுதான் நடக்க ஆரம்பிக்கிற குழந்தையை, வா, வா, வா என்று மூன்று நடு விரல்களையும் மடக்கி அசைத்துக் கூப்பிடுவது போல, இரண்டு பேரையும் பக்கத்தில் வரச் சொல்வார்.

புல்புல் தாராவை எடுத்து வாசிக்க ஆரம்பிப்பார். என்ன பாட்டு அது என இரண்டு பேருக்கும் தெரியாது. ஆனால் நன்றாக இருக்கும். ஒவ்வொரு பாட்டு முடியும் போதும், ' நல்லா இருக்கா குட்டி?' என்று நமசுவின் கன்னத்தை அல்லது சரசுவின் கன்னத்தைத் தடவி முத்துவார். 'வானம் மீதில் நீந்தியோடும் வெண்ணிலாவே. நீயும் வந்ததேனோ ஜன்னலுக்குள் வெண்ணிலாவே' என்ற பாட்டை அவர் வாசிக்கையில் அப்பா அவருடைய பக்கத்தில் போய் நிற்பார். அசையாமல் அப்படியே நிற்பதன் மூலம் ஒரு பெரிய மரியாதையை அவர் அளிப்பது நன்றாகத் தெரியும்.

காந்திடீச்சரின் அப்பா ஒரு தடவை பக்கத்தில் அப்படி நிற்கிற வரைப் பார்த்து, அவருடைய மரியாதையை அங்கீகரிப்பது போலத் தலையசைத்துவிட்டு மறுபடியும் புல்புல் தாராவில் விரல்களை ஓடவிடுவார்.

நமசு சரசுவின் பக்கத்தில் போய், 'தாத்தா காதில எல்லாம் முடி முளைச்சிருக்கு' என்று வாயைப் பொத்திக்கொண்டு ரகசியமாகச் சொல்வான்.

அது ராஜபாளையமா வேறு ஊரா தெரியவில்லை. முழுப் பரீட்சை லீவு. நமசு சரசுவுடன் அம்மா வந்திருந்தாள். டீச்சருடைய அப்பாவோடு, பக்கத்தில் இன்னொருவரும் ரொம்பக் குள்ளமாக

இருந்தார். காந்தி டீச்சருடைய தாய் மாமாவாம். ஒரு பிரபலமான சர்க்கஸ் கம்பெனியில் கோமாளியாகச் சேர்ந்து ரொம்ப காலமாக அங்கேயே இருந்துவிட்டதாக டீச்சர்தான் சொன்னாள். பாம்பே சர்க்கஸா, கமலா சர்க்கஸா என்று ஞாபகமில்லை. நமசு சின்ன வயதில் பார்த்தது. அதிலும் இப்படி இரண்டு பேர் இருந்தார்கள். இவர் ஜாடையேதான் இருந்தது. சர்க்கஸில் சேர்ந்துவிட்டால், எல்லாச் சிங்கமும் ஒரே மாதிரித்தான் தெரிகிறது. எல்லாப் புலியும் ஒரே மாதிரித்தான் தெரிகிறது. இப்படிக் குள்ளமாகத் தொப்பி வைத்துக்கொண்டு வேடிக்கை செய்கிறவர்களும் ஒரே மாதிரி ஆகிவிடுகிறார்கள். சர்க்கஸ் கூடாரம் எல்லா ஜாடைகளையும் சர்க்கஸ் ஜாடையாக ஆக்கிவிடும் போல.

வயதாகிவிட்டதால் சர்க்கஸ் வேலை போதும் என்று வந்து விட்டதாகத் தெரிகிறது. அம்மாவையும் மற்றவர்களையும் காந்தி டீச்சர் அறிமுகம் செய்துவைத்தாள். தாத்தா பெயரைச் சொல்லி, 'எங்க ஹெச்.எம் குடும்பத்தினர்' என்று சொல்லும் போது, 'தாத்தாவை அவங்களுக்குத் தெரியுமா?' என்று நமசு, டீச்சரிடம் கேட்டான். 'உங்க தாத்தா என்ன மாதிரி ரொம்ப ஃபேமஸ்' என்று அவர் சிரித்தார். நீளக் குறைவான கைகளை உயர்த்தி, 'ரொம்ப ஃபேமஸ்' என்று அவர் சொன்னது கண்ணுக்குள் இருக்கிறது.

இதில் ஒரு துயரம் என்ன என்றால், அம்மா, நமசு, சரசு எல்லோரும் டீச்சர் வீட்டில் இருக்கும் போதே அவர் இறந்து போனார். டீச்சர் அப்பா படுத்திருக்கும் கட்டிலை ஒட்டி, ஒரு பிரம்பு சோபாவில், போர்வையை விரித்து அவர் தூங்கினவாக்கில் உயிர் பிரிந்திருந்தது. சர்க்கஸ் கம்பெனியில் இருந்து, மூன்று ஆண்கள், இரண்டு பெண்கள் வந்து அழுதுகொண்டு ரொம்ப உயர்வாக அவரைப் பற்றிச் சொன்னார்கள். சிங்கங்களைப் பழக்கு வதிலும், சிங்கங்களுக்கு உண்டாகும் உபாதைகளுக்கு மருத்துவம் செய்வதிலும் அவர் அவ்வளவு கெட்டிக்காரராம். ஒரு சிவப்பாக உயரமாக இருந்தவர் சொன்னார். அவரைப் போல ட்ரப்பீஸ் விளையாட யாரும் இல்லையென்றும், ஷோவில் ஒரு தடவை கூட பாரில் இருந்து கை தவறி வலையில் விழுந்து அவரைப் பார்த்ததே கிடையாது என்றும் அந்தப் பெண் மலையாளத்தில் சொல்லியது. அம்மா அதை முற்றிலும் விளங்கிக்கொண்டது போல, அழுது கொண்டே நின்றாள்

ரொம்ப நாட்களுக்குப் பிறகு, சரசு அக்கா கல்லூரி விடுதியில் இருக்கையில் ஒரு சொப்பனம் கண்டதாகவும், அதில் முழு சர்க்கஸ் கோமாளி உடையில் அவர் வந்ததாகவும், பாம்பு உரித்த சட்டை

போல ஒன்றைக் கையில் தொங்கப் போட்டுக்கொண்டே, பாறை பாறையாக மேலே ஏறிப் போவதாகவும் ஞாபகம் இருப்பதாக, அக்கா காந்தி டீச்சருக்கு லெட்டர் எழுதியிருந்தாள் போல.

காந்தி டீச்சர் அப்பாவிடமும் அம்மாவிடமும் அந்தக் கடிதத்தைக் காட்டிக்கொண்டு இருந்தாள்.' எனக்கு ஒரு லெட்டர் எழுதணும்னு இதுவரை அதுக்குத் தோணலை பாரு' என்று அம்மா சொன்னாள்.

இதுவும் சரசு அக்கா சம்பந்தப்பட்டதுதான்.

நமசு எஞ்சினீயரிங் முதல் வருடம் சேர்ந்து விட்டானா அல்லது ப்ளஸ் 2 படிக்கிறானா என்று ஞாபகம் இல்லை. அம்மா கவலை யாகவே எப்போதும் இருந்தாள். அப்பா சத்தம் சற்று உரக்கவும், அம்மா அழுவது போலவும் அடுத்த அறையில் இருந்து நமசுவுக்குக் கேட்கும். என்ன விபரம் என்று தெரியவில்லை. சரஸ்வதி என்று அப்பா சத்தமாகச் சொல்வதைப் பார்க்கிற போது, சரசக்கா விஷயம் என்று தெரிகிறது.

அம்மா படிப்பை நிறுத்திவிடலாம் என்கிறாள். அப்பா,'படிப்பு ஒன்றுதான் சொத்து. அதை நிறுத்த முடியாது' என்கிறார். ஒவ்வொரு சனி, ஞாயிறும் காந்தி டீச்சர் வீட்டுக்கு வந்துவிடுகிறார். மூவரும் உட்கார்ந்து உட்கார்ந்து நெடு நேரம் பேசுகிறார்கள். ஒரு ஞாயிற்றுக் கிழமை முழுவதும் பகலில் யாருமே சாப்பிடவில்லை. அன்று இரவு காந்தி டீச்சர்தான் நமசு வீட்டு அடுக்களையில் நின்று உப்புமா கிண்டினாள்.

எல்லோரும் ஒன்றாகத்தான் சாப்பிட்டார்கள்.. அப்பா குனிந்து உட்கார்ந்து தட்டில் இருப்பதையே பார்த்துக்கொண்டு இருந்தார். ஒரு வாய் கூடச் சாப்பிடவில்லை. அடக்க முடியாமல் சொட்டென்று கண்ணீர் வந்ததும், அப்பா சாப்பிடாமல் எழுந்து அறைக்குள் போய் விட்டார். அம்மா சாப்பிடும் கையோடு அழுதுகொண்டிருந்தாள். காந்தி டீச்சர் அப்பாவை சாப்பிட்டுவிட்டுப் போகச் சொல்லிக் கூப்பிட்டுக்கொண்டே அப்பாவின் பின்னே போனார்.

வாய் கொப்பளித்து விட்டு, துடைக்கத் துண்டை கொடியில் இருந்து எடுக்கப் போகும்போது, அப்பா குலுங்கிக் குலுங்கி மேஜை மேல் கையை ஊன்றிக்கொண்டு அழ, டீச்சர் அப்பாவின் தோளைத் தட்டிக்கொடுப்பதை நமசு பார்த்தான். முண்டா பனியன் போட்டிருக்கும் அப்பாவின் தோளை லேசாகத் தட்டிக் கொடுத்தபடி, காந்தி டீச்சர் ஒரு மை ஊதா நிறப் புடவையில் நின்ற தோற்றத்தை நமசு இப்போதும் மறக்கவில்லை.

விஷயம் இதுதான். சரசு அவளுடன் உயர்நிலைப் பள்ளியில் ஒன்றாகப் படித்த ஒரு பையனை விரும்புகிறாள். அவன் ப்ளஸ் 2 தேறவில்லை. செவன் ஸ்டார் டீக்கடை முன் சிகரெட் குடித்துக் கொண்டு நாலைந்து பையன்களுடன் நிற்கிறான். விடுதியில் இருந்து கொண்டு அவனுக்கு சரசு கடிதம் எழுதுவது, போனில் பேசுவது எல்லாம் தெரிந்துவிட்டது. சரசு ஒரே பிடிவாதமாக இருக்கிறாள். கடைசியில் பூஜா விடுமுறையில் காந்தி டீச்சர் நேரடியாக சரசுவை விடுதியில் இருந்து தன் வீட்டிற்குக் கூட்டிக்கொண்டு போய் விட்டாள்.

சரஸ்வதி பூஜைக்குக் கூட வரவில்லை. சரசு அக்காவின் பழைய புத்தகங்களையும் நமசுவின் புத்தகங்களையும் வைத்துதான் ஏடு அடுக்கினார்கள். அம்மா தன்னுடைய கோல நோட்டு, திருவிளக்கு வழிபாடு, தேவாரத் திரட்டு எதையும் தரமாட்டேன் என்றாள். அப்பா அதை எடுத்துக் கொடுத்தபோது ஒன்றும் சொல்லவில்லை. நமசுதான் தீபாராதனை எல்லாம் பண்ணினான். அம்மா தொட்டுக் கும்பிடும் போது சூடன் அணைந்துவிடுமோ என்று கவலையாக இருந்தது அவனுக்கு.

காந்தி டீச்சர் என்ன சொன்னார்களோ, எப்படி மனதை மாற்றி னார்களோ தெரியவில்லை. சரசு அக்கா வேறு ஆளாக வந்தாள். காந்தி டீச்சரின் சேலையைத்தான் அன்றைக்கு சரசு கட்டியிருந்தாள். ஒரு மாதிரி வெங்காய நிறப் புடவை அது. இதற்கு முன்பே சரசு அக்கா ஒன்றிரண்டு முறை புடவை கட்டியிருக்கிறாள் என்றாலும், இந்தப் புடவையில் அவள் அழகாக இருந்தாள். தான் முற்றிலும் டீச்சரின் யோசனைகளை ஏற்றுக்கொண்டதையே சரசு அப்படித் தெரிவித்திருக்க வேண்டும்.

அன்று இரவு சரசுதான் அப்பாவுக்குத் தோசை சுட்டுப் போட்டாள். அம்மாவும் டீச்சரும் அடுக்களையில் உட்கார்ந்து சாப்பிட்டுக்கொண்டு இருந்தார்கள். அப்பா சரசுவை தண்ணீர் கொண்டுவரச் சொன்னார். ஒரு டம்ளரில் கொண்டுபோனாள். டீச்சர், 'இது அப்பாவுக்குக் காணாது. செம்புல கொண்டு போ' என்றாள். அக்கா செம்பிலும் எடுத்துக் கொண்டாள். அப்பா தண்ணீரை வாங்கிக் குடித்தார். 'நீ சாப்பிட்டாச்சா சரஸ்வதி?' என்று கேட்டார். சாப்பிட்டுவிட்டதாக சரசு அக்கா தலையை ஆட்டினாள். 'இப்படி உட்கார்' என்று ஊஞ்சலில் அவருக்கு இடது புறத்தைத் தட்டினார். சரசு அக்கா அப்பா பக்கத்தில் உட்கார்ந்தாள். அப்பா அக்காவைத் தோளோடு இழுத்து அணைத்துக்கொண்டார். ஊஞ்சல் ஆட ஆரம்பித்தது.

இதைப் பார்த்துக்கொண்டு இருந்த அம்மா, சாப்பிடுகிற கையோடு டீச்சர் மடியில் படுத்துக்கொண்டு, 'பாவி, பாவி' என்று அழ ஆரம்பித்தாள். ஒரு பூனைக் குட்டியைத் தடவுவது போல, அம்மா முதுகை டீச்சர் தடவிக்கொண்டு இருப்பதை நமசு பார்த்துக் கொண்டே இருந்தான்.

சரசு அக்காவுக்குக் கல்யாணம் ஆகி இரண்டு குழந்தைகள் ஆகிவிட்டது. நமசுவுக்கும் கஸ்தூரிக்கும் கல்யாணம் ஆனபிறகு தானே காந்தி டீச்சர் யானையை எல்லாம் வீட்டு வாசலுக்குக் கூட்டிவந்தது.

இதற்கு இடையில் காந்தி டீச்சர் ஓய்வு பெற்றுவிட்டார். சரசு அக்கா தமிழில் ஆரம்பித்து, அது கவிதையாம், அப்புறம் ஆங்கிலத்தில் தொடர்ந்து நீளமாக எழுதியிருந்த வாழ்த்துச் செய்தியை வாசித்ததாக அப்பா சந்தோஷமாகச் சொன்னார். அம்மா வெறுமனே கேட்டுக்கொண்டாள். 'நீங்களும் நானும் அதை விடப் பெருசா, அதை விட நீட்டமா எழுதணும், சரசுவைக் கரையேத்தி விட்ட புண்ணியத்துக்கு' என்றாள்.

'நான் எழுதுகிறது இருக்கட்டும். உனக்கு எழுதணும்னு தோணுச்சுண்ணா எழுதேன்' என்றார்.

அம்மா கோடு போட்ட நாற்பது பக்கம் நோட்டு ஒன்று புதிதாக வாங்கினாள். பேனா வேண்டாம் என்று பென்சிலைச் சீவி வைத்துக் கொண்டாள். அப்பாவின் ஒரு பழைய சவர பிளேடைக் கொண்டு, அங்கங்கே நின்று அம்மா பென்சிலைக் கூர்தீட்டுகிற தோற்றம் அப்பாவுக்குப் பிடித்திருந்தது. அதிலும் அப்படி அவ்வப் போது சீவுகிற துகள்களை முகர்ந்துகொண்டும், 'நல்லா இருக்கு பாருங்க' என்று அப்பா முகத்துக்கு நேரே நீட்டுவதும் நன்றாக இருந்தது. உலகத்திலேயே மிகவும் ரம்மியமான மணம் எதுவென்றால், அது அந்தப் பென்சில் சிராய்களுடையதே என்று அவரும் சொல்லத் தயாராக இருந்தார்.

விளக்கு மாடத்தின் முன் உட்கார்ந்து கொண்டு, நோட்டின் மேல் கவிழ்ந்து படுத்து, தலையணையை முதுகுக்கு அண்டை கொடுத்தபடி அவள் ஏழு எட்டு நாட்களாக எழுதிக் கொண்டிருந்தாள். 'எழுதிமுடிக்கலையா?' என்றால், 'எழுத எழுத வந்துக்கிட்டே இருக்கு' என்று சிரித்தாள். 'கொண்டா படிச்சுப் பார்க்கேன்' என்று அப்பா கேட்டால், 'அய்யோ வந்தது போனது, சொன்னது சொல்லக் கூடாதது என்று எல்லாத்தையும் என்னென்னமோ அதில கிறுக்கி வச்சிருக்கேன்' என்று கொடுக்கவே இல்லை. 'என்னா டீச்சருக்கு

அனுப்பலையா?' என்று கேட்டுப் பார்த்தார். 'எழுதணும்னு தோணுச்சு, எழுதினேன். அனுப்பணும்னு கட்டாயமா என்ன?' என்று அம்மா பதிலுக்குக் கேட்டாள்.

கட்டாயம் ஒன்றுமில்லை என்றுதான் அவருக்கும் தோன்றிற்று.

காந்தி டீச்சருடைய அப்பா தன்னுடைய எண்பத்தோராவது பிறந்த நாளில் இறந்தார். தகவல் வந்தபோது அப்பா மட்டும் புறப் பட்டார். நானும் கண்டிப்பாக வருவேன் என்று அம்மா சொல்லி விட, ஒரு டாக்ஸியை வரவழைக்க வேண்டியது ஆயிற்று. சரசு வந்துவிட்டாள். நமசு வரமுடியவில்லை.

ரொம்பப் பெரிய கூட்டம் இல்லை. குறைந்த ஆட்களே வந்திருந்தார்கள். அவர்களும் மறு நாள் காரியம் முடிந்ததும் போய் விட்டார்கள். ஒரு துக்க வீட்டில் இரண்டாம் நாள் இரவில் யாருமே இல்லாமல் போவது ஆச்சரியமாக இருந்தது. 'நீங்கதான் எல்லோரும் இருக்கீங்களே' என்று சரசுவின் கையை டீச்சர் பிடித்துக் கொண்டாள். அம்மா சரசுவின் கைப் பிள்ளையைத் தோளில் போட்டுத் தட்டிக் கொடுத்துகொண்டே ஒவ்வொரு அறையாக நடந்துகொண்டு இருந்தாள்.

நமசுவின் அப்பா இன்னொரு அறையில் நின்றுகொண்டு இருந்தார். அப்படியே அசையாமல் நின்றுவிட அவருக்கு விருப்பமாக இருந்தது. இன்னும் இந்த அறையில் சிகரெட் வாடை இருப்பதாக உணர்ந்தார். பிரிந்து போன மனிதர்களை இப்படி ஏதோ ஒரு வாசனை மூலம் நம் பக்கத்தில் வைத்துக் கொள்ளமுடியும் என்பதில் அவருக்கு வந்த நம்பிக்கையில் டீச்சருடைய அப்பாவின் பல்வேறு முகங்களை அவர் அவரைச் சுற்றிப் பார்த்துக்கொண்டு இருந்தார். அவர் சிகரெட் புகைப்பதைக் கடைசி வரை நிறுத்தவே இல்லை. மரணத்தின் முதல் தடத்தை அவர் சிவந்த சிகரெட்டின் நுனியால் தேடிக்கொண்டே இருந்திருப்பார் போல.

டீச்சரிடம் சரசு, "எங்க வீட்டுக்கு வந்து இருங்க" என்றாள். காந்தி டீச்சர் சிரிக்கவில்லை. வருத்தப் படவும் இல்லை. எதுவும் அற்ற ஒரு குரல் அவருக்கு வாய்த்திருந்தது. 'எங்கேயாவது போயிரப் போறேன்' என்று மட்டும் டீச்சர் சொன்னாள். அப்படி அதைச் சொல்லும் போது, அது மட்டும் கேட்கும் படி, பிற சத்தங்கள் அனைத்தையும் காற்று வேறெங்கோ ஒதுக்கிக்கொண்டு போய் விட்டிருந்தது.

அனேகமாக அந்த வீட்டின் எல்லாச் சுவர்களின் ஓரமாகவும் அம்மா நடந்து முடித்திருந்தாள். தோளில் கிடந்த குழந்தை தூங்கி விட்டது. 'எங்கேயாவது போய்விடப் போகிறேன்' என்று டீச்சர் சொன்னது போலவே, தானும் சொல்ல வேண்டும் என்று நமசுவின் அம்மாவுக்குத் தோன்றியது. ஆனால் அப்படி எதுவும் சொல்ல முடியாமல் பெரும் துக்கமும் அழுகையும் உண்டாயிற்று.

டீச்சருடைய அப்பாவின் அறையில் இருந்து, இசையாகக் கோர்த்துவிடப் படாமல், தரையில் பாசி மணிகள் சிதறினது போல, இழுத்துக் கட்டப்பட்ட கம்பிகளின் சத்தம் துண்டு துண்டாகக் கேட்டது. நமசுவின் அப்பா கட்டிலில் உட்கார்ந்திருந்தார். டீச்சருடைய அப்பா உபயோகிக்கும் ஒரு சாம்பல் நிற கதர் சால்வையை அவர் போர்த்தியிருந்தார். மடியில் புல்புல் தாரா இருந்தது. 'நான் மலரோடு தனியாக ஏனிங்கு வந்தேன்' என்ற பாடலை வாசிக்க அவர் முயல்கிறார் என்பதை யூகிக்க முடிந்தது.

எந்த வாத்தியம் என்றாலும் அவரவருக்குப் பிடித்ததைத்தான் முதலில் இசைக்கத் தோன்றும் போல இருக்கிறது. திரும்பத் திரும்ப, 'நான் மலரோடு தனியாக' என்ற முதல் சொற்கள் சுண்டித் தெறித்து விழுந்துகொண்டிருக்க, அவர் அமர்ந்திருக்கிற கோணத்தின் மேல் சாய்கிற ஜன்னல் வெளிச்சம் அதை விட ஆழ்ந்த இசையாக அதை மாற்றிக்கொண்டு இருந்தது.

ஸ்டேஷனில் இருந்து வீடு வரும்வரை நமசுவுக்கு அந்தத் தணடவாளங்களும், அதைத் தாண்டிப் போய்க்கொண்டிருந்த டீச்சரின் தோற்றமும் திரும்பத் திரும்ப வந்துகொண்டே இருந்தது.

ஏற்கனவே அப்பாவிடம் ஒருத்தர் வந்து, 'டீச்சரைத் திருவண்ணாமலையில் பார்த்தேன். காவி எல்லாம் உடுத்திக்கிட்டு சாமியார் மாதிரிப் போயிக்கிட்டு இருந்தாங்க.' என்று சொல்லி யிருந்தார்கள். அப்பா என்ன சொல்ல இருக்கிறது இதில்? ஒன்றும் சொல்லவில்லை.

'அதெப்படி உங்க குடும்பத்துக்குத் தாக்கல் சொல்லாமப் போயிருப்பாங்க?' என்று மேலும் கேட்டிருக்கிறார்.

'எல்லாத்தையும் விட்டுட்டுப் போகிறவங்க எல்லார் கிட்டேயும் சொல்லிக்கிட்டா போவாங்க?' என்று அப்பா பதிலுக்குக் கேட்டதாக அம்மா சொன்னாள்.

இப்படி அம்மா சொன்னதைக் கஸ்தூரியிடம் நமசு சொன்னான். ஆட்டோ சத்தத்தில் இதை இரண்டு முறைகள் சொல்ல வேண்டியது

இருந்தது. 'கொஞ்சம் மெதுவா போங்க' என்று ஆட்டோ ஓட்டு கிறவரிடம் சொன்னான். கஸ்தூரி சற்று அசௌகரியமாக மடங்கினாற் போல உட்கார்ந்திருந்தவள், ஆட்டோ சற்று மெதுவாகப் போகத் துவங்கியதும் தன்னை நகர்த்திச் சரி செய்துகொண்டாள். 'அப்படி என்றால், நாம பார்த்தது அவங்களாகக் கூட இருக்கும்' என்று கஸ்தூரி சாலையைப் பார்த்துக்கொண்டே சொன்னாள். ஒரு நீண்ட கம்பின் நுனியில் பஞ்சு மிட்டாய்ப் பொட்டலங்களைத் தோளில் சாய்த்தபடியே நடந்து போகிறவன் மேலேயே அவள் பார்வை இருந்தது. 'அவங்கதான்' என்று நிச்சயமாக அவள் சொல்லி யிருக்கலாம் என்று நமசு நினைத்தான்.

'ஒருவேளை அப்பாவையும் அம்மாவையும் வீட்டில் வந்து பார்த்துவிட்டுத் தான் டீச்சர் போகிறாளோ?' நமசு ஏதோ பிடி கிடைத்தது போலச் சொன்னான். இதுவரை மங்கியிருந்த வெயில் பளீர் என்று எல்லாத் திசைகளையும் வெளிச்சமாக்கியது. கஸ்தூரி கண்களைச் சுருக்கிக்கொண்டாள். ஒன்றும் சொல்லவில்லை.

ஸ்டேஷனில் டீச்சரைப் பார்த்தோமா, பார்க்கவில்லையா என்ற விஷயம் இரண்டு பேரிடமும் இருந்து எப்போது உதிர்ந்தது என்று தெரியவில்லை. வெயில் நாலா பக்கமும் ஒரு நதியைப் போலச் சுழித்து ஓடிக்கொண்டிருக்க, ஆட்டோவில் இருந்து குனிந்து இரு கைகளிலும் வெயிலை அள்ளிப் பருகிவிடலாம் போல இருந்தது. தார்ச் சாலையும் பதித்திருந்த எதிரொளிச் சிவப்பு வரிசையும், மஞ்சள் வெள்ளைப் பட்டைகளும் வேகமாகப் பின்னால் உருவப் படுவதில் ஒரு கிளர்ச்சி உண்டாயிற்று.

வீடு வந்ததே தெரியவில்லை.

அம்மாதான் கதவைத் திறந்தாள். கேட்பதற்கு முன்பே, 'அப்பா உள்ளே படுத்திருக்கா. நல்லா உறங்குதா' என்று சொன்னாள். திறக்கும் போது கேட்ட தாழ்பாள் சத்தம் பூட்டும்போது வேறு மாதிரி இருந்தது.

கஸ்தூரி வயிற்றைத் தடவிவிட்டுக்கொண்டே பின் பக்கம் போனாள். மறுபடியும் அடுக்களைக்குள் போய் தண்ணீர் குடித்து விட்டு, அங்கிருந்தே, 'உங்களுக்குத் தண்ணி வேணுமா?' என்று நமசுவைக் கேட்டாள். இந்த வீட்டுக்குள் அவளுடைய குரலில் பிரியம் கூடிவிட்டது போல அவனுக்கு இருந்தது.

'வெயில் நேரத்தில் இது என்ன கேள்வி? கொண்டு வா' என்று அம்மா சொன்னாள். ஆனால் நமசுவுக்கு அப்போது தண்ணீர் வேண்டியிருக்கவில்லை. அவனுக்கு, அதைவிட, அம்மாவிடம் ஸ்டேஷனில் பார்த்ததைச் சொல்ல வேண்டும்.

'காந்தி டீச்சர் மாதிரியே இருந்ததும்மா. தண்டவாளத்தைத் தாண்டிப் போயிக்கிட்டு இருந்தா. நம்ம வீட்டுக்குத்தான் வந்துட்டுப் போகிறாங்க போலேண்ணு நினைச்சுக்கிட்டோம்'

அம்மா ஒன்றும் சொல்லாமல் இருந்தாள். கஸ்தூரி வரும் போது தண்ணீர் அலம்பித் தரையில் அடுத்தடுத்து இரண்டு இடங்களில் சிதறியது. அப்பா நாங்கள் பேசுகிற சத்தம் கேட்டு எழுந்துவந்து கொண்டிருந்தார். தலையணைச் சுருக்கம் முகச் சதையில் விழுந்திருந்தது

அப்பாவிடம் யாரோ சொன்ன தகவல் ஞாபகம் வந்தது. நமசுவுக்கு டீச்சரை திருவண்ணாமலையில் காவி உடையில் பார்த்தார்கள் என்பதை நம்பவே முடியவில்லை.

அப்பா பக்கத்தில் வந்ததும், 'ஏன் பா? டீச்சர் சாமியாராகப் போயிருப்பாங்க?' என்று கேட்டான். அப்பா லேசாகச் சிரித்தார். சிறிதாக ஒரு பெருமூச்சு விட்டார்.

'போதும்ணு தோணி இருக்கும்' இதைச் சொல்லிவிட்டு பறவை வட்டம் இடுவது போல, அம்மா, கஸ்தூரி, நமசு மூவரையும் ஒரு சுற்றாகப் பார்த்துவிட்டு அப்படியே நின்றார்.

'எது போதும்னு தோணியிருக்கும் என்று கேட்கப் போகிறாயா நமசு?' அம்மா கேட்டுவிட்டு அம்மாவே பதிலும் சொன்னாள், 'எல்லாம் தான்'.

அப்பா அம்மாவைப் பார்த்தார். ஒன்றும் சொல்லாமல் அறையைப்பார்க்கத் திரும்பிப் போய்க்கொண்டிருந்தார். கீழே தண்ணீர் சிந்திக் கிடப்பதைப் பார்த்திருப்பார் போல. சற்று அகலமாக அடுத்த எட்டு வைத்து அதைத் தாண்டிப் போனார்.

தண்டவாளங்களைத் தாண்டிப் போவது போலத்தான் அது இருந்தது.

விகடன் தீபாவளி மலர்
2013

ஒரு சிறு இசை

வெந்த இடத்தில் எங்கள் வீட்டில் வைத்து மூக்கம்மா ஆச்சி இப்படிச் செத்துப் போய்விட்டாள் என்பதில் யாருக்கும் வருத்தம் இல்லை. வெளியே சொல்லிக்கொள்ளவில்லையே தவிர, 'நாங்கள் கொடுத்து வைத்திருக்கிறோம் அதற்கு 'என்றுதான் ஒருத்தர் பாக்கியில்லாமல் எல்லோருக்கும் மனதில் தோன்றியிருக்கும்.

என்னை மூக்கம்மாச்சிக்கு ரொம்பப் பிடிக்கும். 'எங்க அத்தான் பேரு விட்ட ஆயான் அல்லவா' என்று சொல்வாள். மூக்கம்மா ஆச்சியும் எங்கள் அம்மாவுடைய அம்மாவும் சகோதரிகள். கூடப் பிறந்தவர்கள் அல்ல. பெரியப்பா சித்தப்பா மக்கள். ஒன்றுவிட்ட அக்காவும் தங்கையும். மூக்கம்மா ஆச்சிதான் மூப்பு. எங்கள் அம்மாத் தாத்தா அவளுக்கு அத்தான் முறை. எங்கள் தாத்தாவை நாங்கள் பார்த்ததில்லை. 'அவ்வோ லேசுப்பட்ட ஆம்பிளை இல்லை' என்று ஆரம்பித்து ஒரு கதை சொல்வாளாம். கோமு அக்கா சொல்லி யிருக்கிறாள். அந்தக் கதை இப்படிப் போகும்.

தாத்தா மாஞ்சோலை எஸ்டேட்டில் வேலை பார்த்தார். ஆள் மீசையும் குடுமியுமாக அப்படி இருப்பார். துரை வீட்டு வெள்ளைக் காரிச்சி தாத்தாவைக் குதிரை மேல் தூக்கிவைத்துக்கொண்டு போய் விட்டாள். இரண்டு மூன்று நாட்களாகக் காணோம் காணோம் என்று தேடியிருக்கிறார்கள். மூன்றாம் நாள் ராத்திரி நடு ஜாமத்திற்கு மேல் பூப் போல அதே குதிரையில் கொண்டுவந்து வீட்டு முன்னால் இறக்கிவிட்டுவிட்டுப் போய்விட்டாள். இந்தக் கதையை அக்கா சொல்லும் போதே நம்பும்படியாகத்தான் இருந்தது. நான் வளர்ந்த பிறகு மூக்கம்மா ஆச்சியிடம் அதைச் சொல்லும்படி கேட்டேன். மூக்கம்மா ஆச்சி என் கைகளை எடுத்துத் தன் கைகளுக்குள் வைத்துக்கொண்டு, 'அவ்வோ இருக்கும்போது சொல்ல வேண்டியதை, போன பிறகு சொல்லக்கூடாது' என்று முடித்துக் கொண்டாள். அது உண்மைதான் என்று அம்மாவும் சொல்கிறாள்.

'தாத்தா இறந்த பிறகு மூக்கம்மா ஆச்சி ஒரு சொல்கூட தாத்தாவைப் பற்றிப் பேசியது கிடையாது என்பது வாஸ்தவம்தான்' என்று கேட்க ஆச்சரியமாக இருக்கும்.

நான் இப்போது யாரைப் பார்த்தாலும் கையைப் பிடித்துக் கொண்டு பேசுகிறேனே. யோசித்துப் பார்த்தால் அது எனக்கு மூக்கம்மா ஆச்சியிடம் இருந்துதான் வந்திருக்க வேண்டும். எனக்கு மட்டும் அல்ல. கோமு அக்காவுக்கும் கிட்டத்தட்ட அந்தப் பழக்கம் வந்துவிட்டிருக்கிறது. அம்மாவுக்கு அது பற்றிக் கொஞ்சம் சங்கடம் தான்.

மூக்கம்மா ஆச்சி எந்தக் காலத்து மனுஷி. காது வளர்த்துப் பாம்படம் போட்டிருந்தவள். இப்போது வெற்றுக் காதாய் கொஞ்சம் தலையைத் திருப்பினாலும் தூர்ந்துபோன நுனி ஆடுகிறது. அவளுக்கு எப்படி இந்தப் பழக்கம் வந்தது என்று தெரியவில்லை. கோமு அக்காதான் ஆச்சியை நோண்டி நோண்டி ஏதாவது கேட்டுக் கொண்டே இருப்பாள். 'அது எப்படி ஆச்சி, ஆம்பிளை பொம்பிளைண்ணு பார்க்காமல் எல்லார்கிட்டேயும் தாராளமா கையைப் பிடிச்சுப் பேசுதே' என்று அவள் ஆச்சியிடம் கேட்கும் போது, விஷேச வீட்டிற்கு வந்து அப்போதுதான் வாசலில் கால் வைக்கிற ராமையா மாமா கையைப் பிடித்து, 'அய்யா வந்தியா? நல்லா இருக்கியா அய்யா?' என்று ஆச்சி விசாரித்தபடி இருப்பாள்.

ஆச்சி இதற்கு வேறு விதமாகப் பதில் சொல்வாள். ஆண் பெண் என்கிற விஷயத்தைத் தொடாமல் அப்படியே விட்டுவிடுவாள். 'இதிலே தாராளம் என்ன தாராளம் வேண்டிக் கிடக்கு? என் கையிலேயும் அஞ்சும் அஞ்சும் பத்து விரல்தான். ராமையா கையி லேயும் பத்து விரல்தான்' என்று சொல்லிவிட்டு, 'எனக்கு ஒரு கோட்டை ஜோலி கிடக்கு. உனக்குப் பதில் சொல்லிக்கிட்டு நிக்க நேரமில்ல' என்று உள்ளே போய்விடுவாள். கோமு அக்கா விட மாட்டாள். 'அது எப்படி ஆச்சி?' என்று பின்னாலேயே போவாள். 'அது எப்படியா? நாளைக்கு உனக்குக் கல்யாணம் ஆகி, ஆமக்கன் வருவான் பாரு. அவன் கிட்டே கேளு. அது எப்படிண்ணு அவன் சொல்லுவான்' என்று சிரித்தபடி அக்கா கன்னத்தைக் கிள்ளித் தள்ளிவிடுவாள்.

ஆச்சி சொல்கிறதன் அர்த்தம் அக்காவுக்கே புரிந்திருக்காது. அப்புறம் எனக்கு எப்படி அந்த வயதில் புரிந்திருக்கும்? 'ஆமக்கன் வருவான்' என்றால் 'ஆண்மகன் வருவான்' என்பதுதான் என்று தெரியவே ரொம்ப காலம் ஆயிற்று. அதுவரை அது ஆமை ஓட்டி லிருந்து ராத்திரி ராத்திரி ஒரு ராஜகுமாரன் வெளிவருகிற கதையை

மூக்கம்மா ஆச்சி சொல்வாள். அது போல அவளுடைய இன்னொன்று என்றுதான் இருந்தது.

மூக்கம்மா ஆச்சி கதை சொல்லாத நாள் இராது.. இருட்டுக்கும் அவளுடைய கதைகளுக்கும் ஒரு நெருக்கம் இருந்துகொண்டே இருக்கும். பகலில் அவள் கதை சொன்னதே கிடையாது. சாயுங்காலம் அவளைக் கதை சொல்லச் சொன்னால், 'கருகருத்த நேரத்தில் கதை சொல்லக்கூடாது. ராட்சசன் பிடிச்சுக்கிடுவான்' என்று தவிர்த்து விடுவாள். அவளிடம் ராஜா கதைகள் நிறைய உண்டு. சதா அவர்கள் குதிரையில் எப்போது பார்த்தாலும் வேட்டை யாடிக்கொண்டே இருப்பார்கள். ஒரு யானையை முதலை கவ்வும். காப்பாற்றச் சொல்லி யானை ராஜாவைக் கெஞ்சும். ராஜா முதலை மீது அம்பு விடுவார். முதலை அதனுடைய சாபம் விமோச்சனம் ஆகிவிட்டது என்று ஒரு முனிவர் ஆகும். முனிவரின் வாய்க்குள் இருந்து ஏழு கன்னிப்பெண்கள் வருவார்கள். ராஜா ஏழு பேரையும் கல்யாணம் பண்ணிக்கொண்டு சந்தோஷமாக வாழ்வார்.

இப்படி ராஜாவுக்கு ஏழு பெண்களைக் கல்யாணம் செய்து வைக்கிற ஆச்சியின் கல்யாணம் பற்றி அம்மா சொல்லும் போது வருத்தமாக இருக்கும். மூக்கம்மா ஆச்சி அடிக்கடி அவள் கிராமத்தில் இருந்து எங்கள் வீட்டுக்கு வருவாள். பத்து நாள் பதினைந்து நாட்கள் என்று இருப்பாள். கணக்கு எல்லாம் கிடையாது. போய்விடுவாள் இல்லையா? அப்படி ஆச்சி வந்துவிட்டுப் போன ஒரு மத்தியான நேரத்தில் புறவாசல் நடைப்பக்கம் அம்மாவுக்குத் தலை சிக்கல் எடுத்துக்கொண்டே எங்கள் அம்மாச்சி சொல்வாளாம், 'பாவிக்கு பதினாறு வயசு கூட முடியலை. ரதி மாதிரி இருப்பா. என்ன அவசரம் கொள்ளை போகுதுண்ணு கட்டிக் கொடுத்தாங்களோ? இந்த பவுர்ணமிக்கு நேர் அடுத்த பவுர்ணமி புண்ணியவான் போய்ச் சேர்ந்துட்டான். பாம்பு கொத்திட்டுதுண்ணு சொன்னாங்க. மோகினி அடிச்சுட்டுதுண்ணாங்க. ஆத்தில முங்கிட்டான்னாங்க. தாழம் புதருக்குப் பக்கத்தில கிடந்து தூக்கிக்கிட்டுவந்து போட்டாங் களாம். ரெண்டு கையையும் பிரிச்சால் ரெண்டு குத்து மணல் இருந்துதாம். ஒவ்வொரு உள்ளங்கை மணலுக்குள்ளேயும் உசிரோடு ஒரு கருவண்டு இருந்து பறந்து போச்சாம்'

'நிஜமாவா ஆச்சி?' என்று கோமு அக்கா போல எனக்கும் மூக்கம்மா ஆச்சியிடம் என்றைக்காவது ஒருநாள் கேட்டுவிடவேண்டும் என்றுதான் தோன்றியது. ஆனால் சில விஷயங்கள் இப்படி ஒரு பக்கம் தோன்றினாலும், இன்னொரு பக்கம் 'அப்படியெல்லாம் அதை விளையாட்டுத்தனமாகக் கேட்டுவிடக் கூடாது' என்று நமக்கே படும் இல்லையா. அப்படித்தான் இருந்தது. ஆச்சியிடம் கேட்கவே

இல்லை. கேட்டிருந்தால் மூக்கம்மா ஆச்சி அதை விட்டுவிட்டு வேறு ஏதாவது ஒரு கதை சொல்லியிருக்கக் கூடும். உதாரணத்திற்கு தொடையில் வண்டு துளைக்கிற கர்ணன் கதையை அவள் எம்.ஜி.ஆர் படக் கதையாக மாற்றி விடுவாள்.

மூக்கம்மா ஆச்சிக்கு எம்.ஜி.ஆர் படங்களைப் பிடித்திருந்தது. என்ன, மலைக்கள்ளன் கதையில் பாதியையும் தாய்க்குப் பின் தாரம் கதையையும் சேர்த்துவிடுவாள். மர்மயோகி கதையையும் மகாதேவி கதையையும் அப்படித்தான். யாராவது, 'என்ன ஆச்சி? எல்லாக் கதையையும் இப்படி குழப்புதீங்க?' என்று கேட்டால், 'எல்லாக் கதையும் ஒரே கதை தான். ஆதியிலே இருந்து ஒரு கதையைத் தான் ஒம்பது கதையா சொல்லிக்கிட்டு இருக்கோம் திலுப்பித் திலுப்பி' என்று கேள்வி கேட்கிறவனின் கன்னத்தை, தோசைக்கு அரைத்துக் கொண்டிருந்த மாவுக் கையால் தொடுவாள். எல்லோருக்கும் அவனைப் பார்த்தால் சிரிப்பு வந்துவிடும்.

மூக்கம்மா ஆச்சியைப் பார்த்தால் ஒரு வித்தியாசமும் தெரிய வில்லை. படுத்துத் தூங்குவது போலத்தான் இருக்கிறது. யாராவது தூங்கும் போது சிரிப்பார்களா? பச்சைப் பிள்ளை வேண்டுமானால் சிரிக்கும். ஒரு பல் கூட இல்லாமல், மேல் உதடும் கீழ் உதடும் சுருங்கி, ஈறுக்கு மேல் உள்மடங்கி, ஆச்சியும் பச்சைப் பிள்ளை மாதிரி தான் இருக்கிறாள்.

நாங்கள் பார்க்க, முதலில் இருந்தே ஆச்சிக்குப் பொக்கு வாய் தான். ஏன் உனக்கு ஒரு பல் கூட இல்லாமல் விழுந்துட்டுது ஆச்சி? என்று கேட்டால், முதலில் ஒரு சிரிப்புச் சிரிப்பாள். 'அந்தக் கதைய ஏன் கேட்கே போ' என்று ஆரம்பிப்பாள். 'கோமு, யானை என்ன எல்லாம் சாப்பிடும்னு உனக்குத் தெரியுமா?' என்று தலை பின்னிய படி அக்காவிடம் கேட்பாள். 'ஓலை' என்று அவள் சொன்னால், 'உனக்குத் தெரிஞ்சது அவ்வளவு தான்' என்று ஆச்சி கொஞ்ச நேரம் அப்படியே இருப்பாள்.

'ஒரு நாள் ராத்திரி ஆடிச் செவ்வாய்க்கு அவ்வையார் விரதக் கொழுக்கட்டை செஞ்சு வச்சிருந்தேன். இது எப்படியோ அந்த யானைக்கு வாசம் அடிச்சுட்டு. அப்படியே பாவனாசம் மலையிலே இருந்து பறந்து வருது. ரெண்டு முழத்துக்குக் கொம்பை நீட்டிக் கிட்டு, சுளவு மாதிரிக் காதை ஆட்டிக்கிட்டு அது வாரதைப் பார்த்து தொழுவுல நிக்கித பசுமாடு கண்ணுக்குட்டி எல்லாம் பதறிச் சத்தம் போட்டிருக்கு. நான் நல்லா அசந்து தூங்கிட்டேன். அது என்னடா'ன்னா ஜன்னல் வழியா தும்பிக்கையை நீட்டி என்னை எழுப்புது. பார்த்தால் ஆனை. 'என்ன வேணும் உனக்கு? ண்ணு

கேட்டால், கொழுக்கட்டைன்னு சொல்லுது. சொல்லிக்கிட்டு தும்பிக் கையை தந்தத்தில சுத்திக்கிட்டு ஆசையா நிக்கி. ஆகா. இது கொம்பன் ஆச்சே. ஆம்பிளைகளுக்கு அவ்வையார் கொழுக்கட்டையைக் கொடுக்கக் கூடாதேன்னு ஞாபகம் வருது. என்னடா செய்யலாம்னு பார்த்தேன். சட்டுண்ணு ஒரு பொய் சொன்னேன். 'நீ வருவேன்னு யாருக்குத் தெரியும், அது எல்லாம் அப்போதையே காலியாப் போச்சு. அங்கணாக் குழியில ஏனத்தைக் கழுவப் போட்டாச்சு பாரு'ண்ணேன். 'நிஜமாவா?'ண்ணு கேட்டுது. 'சத்தியமா'ண்ணு அடிச்சுச் சொல்லீட்டேன். ஆனை சத்தியத்துக்குக் கட்டுப் படும். 'சத்தியம்னா, சரி'ண்ணு அது திலும்பிப் போயிட்டுது. மறு நாள் காலையில எழுந்திருச்சுப் பார்த்தா, ஒரு பல்லு கூட இல்லை. எல்லாம் உதுந்துட்டுது. ஆனை கிட்டே பொய் சொன்னேம்'லா. அதுனால தான்' என்று சிரிக்கும் போது ஆச்சி கைகள் கோமுவுக்கு ரிப்பன் வைத்து முடித்திருக்கும். அப்பா பின்னால் ஒரு தடவை சொன்னார். ஆச்சிக்கு ஏதோ விஷக் காய்ச்சல் வந்து அப்படி ஆகிவிட்டதாம்.

அப்பாவுக்கு ஆச்சியைப் பிடிக்கும். ஆச்சியை அப்பா சில அபூர்வமான படங்கள் எடுத்திருக்கிறார். ஏதோ ஒரு விஷேச வீட்டு சமயமாக இருந்திருக்க வேண்டும். அத்தனையும் மூக்கம்மா ஆச்சி சிரிக்கிற படங்கள். ஆச்சியின் முகத்தை மட்டும் மிக நெருக்கமாக எடுக்கப்பட்ட அந்தப் பக்கவாட்டுப் படம் அருமையாக இருக்கும். கண்கள் இடுங்கி, பற்கள் அற்ற வாய் ஒரு பறவைக் குஞ்சின் அலகு போல் திறந்து, நாடியில் ஒரே ஒரு முடி வளர்ந்திருக்க, அவள் சிரிக்கிற அந்தப் படத்தைக் கையில் வைத்துக்கொண்டு அப்பா, 'என்ன கிரேஸ் பாரு' என்று சொன்னார். அதைப் பார்த்த அம்மாச்சி, 'அப்படியே கனிஞ்சு போய் இருக்கா' என்று சொல்லும் போது அவள் கண் கலங்கியது. ஜன்னல் பக்கம் போய் வெளிச்சத்தில் அதைப் பார்த்துக்கொண்டே இருந்தவள், 'மூக்கம்மா படம் என் கிட்டேயே இருக்கட்டும்' என்று சொல்லியபடி வந்தாள். 'அது உங்களுக்குத்தான் அத்தை' என்று அப்பா சொன்னார். அம்மாச்சி கையில் இருந்து அதைத் திரும்பி வாங்கக் கூட இல்லை.

ஆச்சி திருவை பக்கம் காலை நீட்டிக்கொண்டு உளுந்து உடைக்கிற ஒரு படத்தில் வெயில் அத்தனை மாயங்களையும் செய்திருக்கும். குத்துப் புரையில் இருக்கிற கல் உரல், வழுவழு வென்று இருக்கிற பூண் போட்ட உலக்கை, மாடக்குழியில் இருந்து வடிந்திருந்த எண்ணெய்க் கால்கள், புடலங்கொடியின் தட்டுத் தட்டான இலைகள் எல்லாவற்றின் மேலும் வெயில் விழுந்திருக்க, ஆச்சி திருவையைச் சுற்றும் அந்தப் படம் ஒரு துக்கத்தை உண்டு

பண்ணும். இந்த உலகம் அவளைத் தனியே அந்தத் திருவையுடன் விட்டுவிட்டது போலவும், விளைகிற மொத்த உளுந்தையும் அவள் காலம் காலமாகக் கருப்பும் வெள்ளையுமாக உடைத்துக்கொண்டு இருப்பது போலவும் இருக்கும்.

மூக்கம்மா ஆச்சி எங்கள் வீட்டுக்கு வந்தால் சும்மாவே இருக்க மாட்டாள். சாப்பிடுகிற சாப்பாட்டுக்கு எதையாவது தராசின் எதிர்த் தட்டில் வைத்துவிட வேண்டும் என்று நினைப்பாள் போல. இப்படி ஏதாவது செய்துகொண்டே இருப்பாள். சாதாரண வேலை யாக இராது அது. கனத்த வேலையாக இருக்கும். எத்தனை கோட்டை நெல்லையும் ஒரு ஆளாக வெந்து தட்டுவாள். பத்து பக்கா பச்சரிசி மாவை ஒத்தையில் இடிப்பாள். ஊரில் இருந்து அவள் கொண்டுவந்த காணத்தை மண் சட்டியில் வறுத்துத் தட்டும் போது அடிக்கிற வாசம் அப்படி இருக்கும். பரணில் இருக்கும் வெங்கலப் பாத்திரங்களை இறக்கி வாய்க்காலுக்குக் கொண்டு போய் விளக்கியெடுத்து வெயிலில் வைப்பாள். 'சொன்னால் கேட்க மாட்டீங்களா பெரியம்ம? செத்த நேரம் ஒரு இடத்தில் அஞ்சு நிமிஷம் உட்கார்ந்தா என்ன?' என்று அம்மா கேட்டால், 'ஓடுத வரைக்கி வண்டி ஓடிக்கிட்டே இருக்கணும். நிக்கப் படாது' என்று சொல்லிய படி, வாசலில் புளிச் சிப்பத்தை ஓலைப்பாயோடு விரித்துக் காய வைக்கப் போய்விடுவாள்.

இதைப் பார்த்துக்கொண்டே நடையேறி வந்த கல்லூர் சித்தப்பா, குடையை மடக்கித் தூண் பக்கம் சாத்தியபடி அப்பா விடம், 'கிழவி வந்துட்டாளா ஊழியத் தீவனத்துக்கு? இன்னும் ரெண்டு மாசத்துக்கு இங்கேயே பட்டறையைப் போட்டிருவாளே' என்று சொன்னார். அசிங்கமாக ஒரு சிரிப்பு வேறு. இதை அவர் சொல்லி முடிக்கக் கூட இல்லை. அப்பா அந்தக் குடையை எடுத்து அவர் கையில் கொடுத்தார். 'உம்ம யோக்கியதை எல்லாருக்கும் தெரியும். கிளம்பும்' என்று தெரு வாசலைப் பார்க்கக் கையைக் காட்டினார். அப்பா இவ்வளவு கோபம் எல்லாம் படுவதே இல்லை. 'இந்த ஆள் பண்ணுகிற படுக்காளித் தனத்துக்கு' என்று ஏதேதோ கெட்ட வார்த்தை சொல்ல ஆரம்பித்தவர் ஆச்சியைப் பார்த்தார். வெயில் கடல் போல் வாசல் முழுவதும் கொந்தளித்தபடி இருக்க, ஒரு படகினைச் செலுத்துவது போல மூக்கம்மாச்சி அந்த ஓலைப் பாயின் மேல் அமர்ந்து புளியங்கொட்டைகளை எடுத்துக்கொண்டு இருந்தாள். குத்தவைத்திருந்த அவள் அங்கிருந்தபடியே வாயைப் பொத்திக் காட்டியது போல இருந்தது. சத்தம் போடுவதை அப்படியே நிறுத்திவிட்டு அப்பா உள்ளே போனார்.

கொஞ்ச நேரம் கழித்து ஆச்சி கையைத் துடைத்துக்கொண்டே வந்தாள். அப்பா வருத்தப்பட்டு இருப்பாரோ என்னவோ என்று, ‘கல்லூர்க்காரன் குத்தமா ஒண்ணும் சொல்லலையே. உள்ளதைத் தானே சொல்லுதான். என்ன? ஆற அமர கல் திண்ணையில் உட்காந்து ஒரு செம்பு தண்ணியைக் குடிச்சிட்டுச் சொல்லி யிருக்கலாம். அதுவரை அவனுக்குப் பொறுக்கலை. நடையேறின உடனே சொல்லணும்னு தோணியிருக்கு. சொல்லீட்டான்’ என்று சொல்லும் போது சேலை நுனியால் வாயைப் பொத்திக் கொண்டாள்.

மூக்கம்மா ஆச்சி அதற்குப் பிறகு யாரிடமும் பேசவில்லை. நேரே கன்றுக்குட்டி நிற்கிற தொழுவுக்குப் போனாள். அதன் முன் எப்போதும் இருக்கிற கல் தொட்டியின் விளிம்பில் உட்கார்ந்து கன்றுக்குட்டியைத் தடவிக்கொடுத்தாள். அது விடாமல் அவளுடைய முழங்கையை நக்கியதை நாசியை உறிஞ்சியபடி ஏற்றுக்கொண்டாள். ஓட்டுமேல் இருந்து ஒரு காகம் பறந்து வந்து கன்றுகுட்டியின் முதுகில் உட்கார்கிறவரை அப்படியே இருந்தாள்.

‘அப்படியே மத்தியானம் கொஞ்ச நேரம் படுத்துக் கிடக்கிற மாதிரி தானே இருக்காங்க. ஆச்சி கோனார் வரலை. பால் கறக் கணும்’னு பக்கத்தில போய்ச் சொன்னால் நான் ஆச்சு, செம்பைக் கொடுண்ணு எழுந்திருச்சாலும் எழுந்திருச்சிருவாங்க’ அப்பா நின்றுகொண்டே மூக்கம்மா ஆச்சியைப் பார்த்துச் சொன்னார். நாங்கள் எல்லோரும் ஆச்சியை நீ, நான் என்று ஒருமையில்தான் சொல்வோம். அப்பா மரியாதையாகவே பேசுவார்.

துக்கம் விசாரிக்கிற சம்பிரதாயத்தில் யாரோ அம்மாவிடம், ‘அவ ஒண்ணு மாறாந்தையில் இருப்பா. அதை விட்டா இங்கே தானே இருப்பா. ரெண்டு அட்ரஸ் தானே அவளுக்கு. வேற ஒரு பக்கமும் தேடவே வேண்டாமே’ என்று ஆச்சியைப்பார்த்துச் சொன்னார்கள்.

‘நேத்து பொழுதூரத் தான் பெரியம்மை வந்தா. எப்போ வந்தாலும் இலந்தைப் பழமும் பிரண்டையும் பறிச்சுக்கிட்டு வாரதைப் போல நேத்தும் கொண்டாந்து இருக்கா. எப்பவுமே சாப்பிடுதது யார் கூட உட்கார்ந்து சாப்பிட்டாலும் , படுக்கிறது எங்க அம்மை இருந்த ரூமிலதான் போய்ப் படுத்துக்கிடுவா. ‘அங்க ஃபேன் கிடையாது, இங்கே படு’ண்ணா கேட்க மாட்டா. ‘அவ இருந்த வரைக்கும் அவ கூட என்னத்தையாவது பேசிக்கிட்டு கிடப்பேன். இப்போ என்னத்தையாவது நினைச்சுக்கிட்டு அங்கனேயே கிடந்துருதேன்’னு சொல்லீருவா. நேத்துக் கூட அந்த மாதிரி

அங்கேயே தான் படுத்திருந்தா' அம்மா ரொம்பவும் உருத்தாக பதில் சொல்லுவாள்.

துக்கம் கேட்கிறவர்கள் அதற்கு மட்டுமா வருகிறார்கள். அவர்கள் சாமர்த்தியம் தெரிய வேண்டாமா? 'அக்கா அக்காண்ணு அத்தையைக் கூப்பிட்டுக்கிட்டே இருப்பா. அதே மாதிரி அங்கேயே படுத்துக் கிடந்து அக்கா கூடயே சத்தங் காட்டாமல் போயிட்டா' என்று பேச்சு போயிற்று. அம்மாவுக்கு இப்படிப் பாசாங்காக நீண்டுகொண்டு போவது பிடிக்கவில்லை. என்னைப் பார்த்து, 'அப்பாவுக்கு ஏதாவது தகவல் வந்துதா? அக்கா புறப்பட்டுட்டாளா?' என்று பேச்சை மாற்றினாள்.

கோமு அக்காவுக்கு ரொம்பக் கஷ்டமாக இருக்கும். எப்படி இதை எடுத்துக்கொள்ளப் போகிறாள் என்று தெரியவில்லை. அவளுக்குத் தலைப் பிள்ளை பிறந்து இறந்து போனதும் உடம்புக்குக் கொஞ்சம் சரியில்லாமல் போய்விட்டது. உடம்புக்குச் சரியில்லை என்றால் சாதாரணமில்லை. திடீர் திடீர் என்று எழுந்திருந்து ஓட ஆரம்பித்துவிட்டாள். இடுப்புச் சேலை மீது கூட அவ்வளவு கவனம் இருந்ததாகச் சொல்லமுடியாது. அம்மாவுக்கு வருத்தத்தை விடவும் இளைப்பு அதிகம் ஆகிவிட்டது. ஒன்றும் செய்ய முடிய வில்லை. மூக்கம்மா ஆச்சிதான் கூடவே இருந்தாள்.

அக்காவுடன் மூக்கம்மா ஆச்சி எப்போது பார்த்தாலும் பேசிக் கொண்டே இருந்தாள். வழக்கமாக அவள் பேசுவது போல அல்லாமல் வேறு மாதிரியான தணிந்த குரலில் இருந்தது அது. நாங்கள் எல்லோரும் உறங்கின பிறகு கூட, இரவில் மூக்கம்மா ஆச்சி பேசிக்கொண்டே இருப்பது மழைச் சத்தம் போல பாட்டம் பாட்டமாகக் கேட்டுக்கொண்டு இருந்தது. பேச்சுதான் ஔடதம் என்று ஆச்சிக்குத் தெரிந்திருந்தது. அக்கா பேசுவதையும் இவளே பேசி, பதிலும் இவளே சொல்லி, ஒரு வித்தியாசமான சம்பாஷணையை அவர்களுக்கு உள்ளே ஆச்சி உண்டாக்கியிருந்தாள்.

எங்களுடைய அம்மாத் தாத்தாவைப் பற்றி அக்காவுடன் பேசிக் கொண்டு இருப்பதை ஒருநாள் கேட்கமுடிந்தது. மூக்கம்மா ஆச்சி தாத்தா போடுகிற ஒரு சந்தனக் கலர் சட்டையப் பற்றிச் சொல்லிக் கொண்டு இருந்தாள். 'அந்தக் காலத்தில மேல் துண்டு போடுகிறதே அபூர்வம். உங்க தாத்தா துரை கிட்டே வேலை பார்த்ததாலே வட்டக் கழுத்து சட்டை போடுவா. அதிலேயும் சந்தனக் கலர் சட்டைதான் ஜாஸ்தி இருக்கும். மூணு பித்தான். மூணும் தங்கம். சிவப்பு உல்லன் நூலில் சரடு மாதிரி மூணையும் கொருத்து இருக்கும். ஆளு வீமன் மாதிரித்தான் இருப்பா. எனக்கு மூடி முழிக்கிறதுக்குள்ளே பொசுக்

குண்ணு இவ்வளவும் ஆகிவிட்டது தெரியும். தனியாவே இவ இருக்காண்ணும் தெரியும். ஆனா ஏறிட்டுக் கூடப் பார்க்க மாட்டா. எனக்குத் தான் அடிச்சுக்கிடும். தவியா தவிக்கும். இங்க வந்த இடத்தில் ஒருதடவை கிறுக்கு ரொம்ப கூடிட்டுது. கோட் ஸ்டாண்டில் கழட்டி போட்டிருந்த தாத்தா சட்டையை மோந்து பார்த்துக்கிட்டு இருந்தேன். அதை உங்க அம்மாச்சி பார்த்துட்டா. ஒண்ணுமே சொல்லலை. ராத்திரி என்னைக் கட்டிப் பிடிச்சுக்கிட்டு அழுதா. மாலை மாலையா கண்ணீர் விடுதா. நான் பேசாமல் கல்லு மாதிரி இருக்கேன். பொங்கிப் பொங்கி அழுகிறதை அவ நிறுத்தவே இல்லை'. இவ்வளவையும் கரண்டை அளவு தண்ணீர் சத்தமில்லாமல் ஓடுகிற ஆறு மாதிரி மூக்கம்மா ஆச்சி அக்காவிடம் சொல்லிக்கொண்டே போனாள். ராத்திரியில் நெட்டலிங்க மரத்தில் இருந்து கொட்டை ஒவ்வொன்றாக விழும் போது சத்தம் கேட்கிற மாதிரியும் கேட்காத மாதிரியும் இருக்கும். அப்படி இருந்தது.

இன்னொரு தடவை, மழை பெய்து குளம் பெருகி மருகால் போனால் அவள் ஊர் எப்படி இருக்கும் என்பதைப் படம் மாதிரி விவரித்துக்கொண்டிருந்தாள். உண்மையோ பொய்யோ தெரியாது. மூக்கம்மா ஆச்சி சொல்வதைப் பார்த்தால் நிஜம் மாதிரித்தான் இருந்தது. 'பத்து வருஷம் பெய்யாவிட்டால் கூட அதுக்கு ஒண்ணும் ஆகாது. எப்படா மழை பெய்யும்ணு ஓட்டுக்கு உள்ளேயே இருக்கும். மழை விழ வேண்டியதுதான் பாக்கி. நான் இருக்கேன், நான் இருக்கேன்'னு வெளியே வந்து நத்தை பூரா ஊந்து ஊந்து போக ஆரம்பிச்சிரும்.' அப்படிச் சொல்லும் போது மூக்கம்மா ஆச்சி தரையில் தனது விரல்களை ஊன்றி, நத்தை போல நகர்த்தி கோமு அக்கா பாதம் வரை கொண்டுபோனாள். ஒரு நத்தை பிசுபிசுவென்று அக்கா காலில் ஏறப் போவது போல இருந்திருக்கும். அக்கா காலை இழுத்துக்கொண்டாள்.

பெருவிரல்கள் கட்டப்பட்டிருந்த மூக்கம்மா ஆச்சியின் கால் களைப் பார்த்தபடியே இதை நினைத்திருந்தேன். ஆச்சியின் பாதம் சிறு பிள்ளைகள் உடையதைப் போல இருந்தது. வெளியூரில் இருந்து வரும்போது அம்மாவுக்கு அக்காவுக்கு வாங்குகிற ஞாபகத்தில் ஒருதடவை அப்பா மூக்கம்மா ஆச்சிக்கும் செருப்பு வாங்கிவந்து விட்டார். அது ஆச்சி கால் அளவுக்கு ரொம்பப் பெரியது. மாற்றி விடலாம் என அப்பா சொன்னார். 'வேண்டாம், இருக்கட்டும்' என்று ஆச்சி சொல்லிவிட்டாள். 'எது அளவுப்படி நடந்தது இது வரைக்கு' என்று சேர்த்துச் சொன்னதுதான் கஷ்டமாக இருந்தது.

சபாபதி மாமாவிடம்தான் மற்றப் பொறுப்புக்களைக் கொடுத் திருந்தது. யாருக்கு எல்லாம் தகவல் சொல்லவேண்டும், எத்தனை

மணிக்கு எடுப்பது, எங்கு கொண்டு போவது, கருப்பந்துறை மயானமா, சிந்து பூந்துறையா?, குருக்களையா, குடிமகன், தவசிப் பிள்ளை, பலசரக்கு என்று எல்லாவற்றையும் மடமடவென்று மாமா ஏற்பாடு செய்வது ஆச்சரியமாக இருந்தது.

சபாபதி மாமாதான் அப்பாவிடம் கேட்டார், 'பேப்பர்லே போட வேண்டாமா?'. என்னிடம்தான் மாமா கேட்டது போல 'கண்டிப்பா போடணும்' என்று நான் உடனடியாகச் சொன்னேன். அப்பா என்னைப் பார்த்துச் சிரித்தார். 'போட்டோ ஏதாவது போடணுமா? இல்லை, சும்மா இந்த மாதிரி விபரம், இத்தனை மணிக்கு இங்கே வச்சு மத்தது எல்லாம்'னு தகவல் மட்டும் போதுமா?'. சபாபதி மாமா கேட்டதும் அப்பா, 'அத்தை ஃபோட்டோ நம்ம வீட்டில எத்தனை இருக்கு' என்றார். படம் அவசியம் என்பதைத் தான் அவர் அப்படிச் சொன்னார்.

'ஆச்சி சைட் போஸ்ல திரும்பிக்கிட்டு இருப்பாங்க இல்ல. நீங்க எடுத்தது. அது ரொம்ப நல்லா இருக்கும் பா' என்றேன். இப்போதும் அப்பா இன்னொரு தடவை என்னைப் பார்த்துச் சிரித்தார்.

பட்டாசலுக்கு வந்தவர், அம்மாவிடம் சொல்லவந்ததை விட்டு விட்டு மூக்கம்மா ஆச்சி தலைமாட்டில் எரிகிற விளக்கையே பார்த்தார். நானும் அப்பா பக்கத்திலேயே நின்றேன். இதன் பின்பும் இத்தனை அமைதியாகவும் துல்லியமாகவும் ஆச்சி இருக்க முடியுமா? மிகச் சின்ன முகம். பூஜைக்கு வைத்த வெற்றிலை மாதிரித் திருத்தம். அவள் கொண்டு வருகிற பிரண்டைக் கொடி போலத் தரையோடு தரையாக.

அம்மா, 'என்ன?' என்கிறது போல அப்பாவை ஏறிட்டுப் பார்த்தாள். அப்பா நான் சொன்ன அந்தப் புகைப்படம் பற்றியும், அதை அம்மாச்சி அவளுக்கு வேண்டும் என்று கேட்டு வாங்கிக் கொண்டதையும், அம்மாச்சி பெட்டியில் அது இருக்கிறதா என்று பார்க்க வேண்டும் என்றும் சொன்னதை நானும் கேட்டுக்கொண்டு இருந்தேன்.

'வேணும்னா அம்மாச்சி பெட்டியை நான் பார்க்கட்டுமா?' என்று அம்மாவிடம் கேட்டேன். விளக்கில் எண்ணெயை ஊற்றி, திரியைத் தூண்டி, வகிட்டில் விரலைத் தடவியபடி அம்மா, சாவி இருக்கிற இடத்தைச் சொன்னாள். 'அம்மாச்சி ரூம்ல பெட்டி இருக்கிற இடம் தெரியும் அல்லவா?' என்று என்னிடம் கேட்டுக் கொண்டே அது எங்கே இருக்கிறது என அவளே சொல்லியும் விட்டாள்.

அம்மாச்சி அறையைக் கழுவிவிட்டிருந்தார்கள். அந்த அறையில் தூங்கும் போது மூக்கம்மா ஆச்சிக்கு இப்படி ஆனதால் டெட்டால் உபயோகித்து இருந்தார்கள். அதை பத்தி வாசனையால் தாண்ட முடியவில்லை. அறையில் அதிக வெளிச்சமும் இல்லை. இருட்டாகவும் இல்லை. போதுமானதாக இருந்தது. ஜன்னலுக்கு வெளியே யாரோ எட்டிப் பார்த்துவிட்டுப் போவது மாதிரி, செம்பரத்தம் பூக்களோடு கிளை அசைந்து விலகியது.

ஒரு பெட்டியைத் திறந்து எவ்வளவோ காலம் ஆகிவிட்டிருந்தது. அதுவும் இது போன்ற வழவழப்பு நிறைந்த ஒரு மரப் பெட்டியைத் திறப்பது வேறு ஒரு உலகத்தில் நிகழ்வது போல இருந்தது. எதனாலோ, ஒரு வேளை இரண்டு பக்கவாட்டிலும் இருந்த பூ வேலைப்பாடுகள் நிறைந்த கைப்பிடிகளாலோ, அது ஒரு ஹார்மோனியப் பெட்டி போலவும், எந்த விரலின் பதிவிலும் ஒரு சிறு இசையின் ஒலி அதிலிருந்து உண்டாகும் என்றும் நிச்சயம் உண்டாயிற்று.

இரண்டு தட்டுகளாக வெளியே எடுத்துவைக்கும்படியான தடுப்புப் பலகைகள் உள்ள பெட்டியில் இருந்து ரகசியங்களின் தாழம் பூ வாசனை அடித்தது. சிறு சிறு புத்தகங்கள், சொத்துப் பத்திரங்கள், காலாவதியான ஒரு நூற்பாலையின் பங்குப் பத்திரங்கள், சில பட்டுச் சேலைகள், ஒரு பட்டு நேரியல் எல்லாம் இருந்தன. அம்மாச்சி எப்போதும் கழுத்தில் போட்டிருந்த ஸ்படிக மணி மாலை உள்ளங்கைகளில் குளிர்ந்தது.

எல்லாவற்றிற்கும் கீழ் தனித்தனியாக இரண்டு மூன்று மஞ்சள் பைகள். எல்லாம் கூலக்கடை பஜாரில் உள்ள ஒரு நகைக்கடையின் மேல் விலாசம் உள்ளவை. அதிகம் தேடவேண்டியது இல்லாமல் முதல் பையிலேயே மூக்கம்மா ஆச்சியின் புகைப்படம் இருந்தது.

அந்தப் படம், சிவப்பு உல்லன் நூலால் கோர்க்கப் பட்ட, மூன்று தங்கப் பித்தான்கள் உள்ள, தாத்தாவின் வட்டக் கழுத்து சந்தனக் கலர் சட்டையின் மேல் இருந்தது.

மூக்கம்மா ஆச்சி அற்புதமாகச் சிரித்துக்கொண்டு இருந்தாள்.